கடைத்தெருக் கதைகள்

ஆ. மாதவன் (1934)

தமிழ் இலக்கியத்தின் முன்னோடி எழுத்தாளரான ஆ. மாதவன் திருவனந்தபுரத்தில் பிறந்தவர். பெற்றோர் குமரி மாவட்டத்தைச் சேர்ந்த ஆவுடைநாயகம் – செல்லம்மாள். இவர் பள்ளி இறுதி வகுப்புவரையில் மலையாளக் கல்வி கற்றவர். தமிழ்க் கல்வி குறைவு என்றாலும், இவரின் தமிழ் இலக்கிய வாசிப்பு அபாரமானது.

இதுவரை நூறுக்கும் மேற்பட்ட சிறுகதைகள், மூன்று நாவல்கள், இனி நான் உறங்கட்டும், சன்மானம் போன்ற மொழிபெயர்ப்புகள் இவரது இலக்கியப் பணியில் அடங்கும்.

தான் வாழ்ந்த கடைத்தெருவையே கதைகளாக மாற்றியவர். கடைத்தெருவின் கலைஞன் என்ற செல்லப்பெயரும் இவருக்கு உண்டு.

கிருஷ்ணப் பருந்து இவரின் மகத்தான ஆக்கம். தமிழ் நாவல் உலகில் என்றும் நிலைத்திருக்கும் சிறப்பு வாய்ந்தது.

எண்பது வயதாகும் ஆ. மாதவன் தற்பொழுது திருவனந்த புரத்தில் தன் குடும்பத்துடன் வசித்துவருகிறார்.

கடைத்தெருக் கதைகள்

ஆ. மாதவன்

நற்றிணை பதிப்பகம்

கடைத்தெருக் கதைகள் * ஆ. மாதவன் * © ஆ. மாதவன் * முதல் பதிப்பு: ஆகஸ்ட் 1975 * நற்றிணை முதல் பதிப்பு: ஜூன் 2014 * இரண்டாம் (குறும்) பதிப்பு : அக்டோபர் 2020 * வெளியீடு: நற்றிணை பதிப்பகம் (பி) லிமிடெட் * பிளாட் எண்: 45, சாய் கவின்ஸ் குமரன் அபார்ட்மெண்ட்ஸ், ஸ்ரீ தேவி கருமாரியம்மன் நகர், கிருஷ்ணா நகர் பிரதான சாலை, நூம்பல், ஐயப்பன் தாங்கல், சென்னை – 600 077.

* கைப்பேசி : 094861 77208
* மின்னஞ்சல் : natrinaipathippagam@gmail.com
* இணையம் மூலம் புத்தகம் வாங்க : www. natrinai.in

விற்பனை அலுவலகம்:
எண். 82, மல்லன் பொன்னப்பன் தெரு,
திருவல்லிக்கேணி, சென்னை – 600 005.
தொலைபேசி : 044 – 2848 1725

* அச்சாக்கம் : சாய் தென்றல் பிரிண்டர்ஸ், சென்னை-600005

என்னுரைத் துளிகள்...

'கடைத்தெருவின் கலைஞன்' என, இலக்கிய ஆர்வலர்களால் செல்லப் பெயரில் குறிப்பிடப்படும் நான், உண்மையில் கதைகள் புராணம் ஆரம்பித்தது, 1950 – 52 காலக்கட்டத்தில். அன்று நான் வாழ்ந்த சாலைநகரத்தின் கடைத்தெரு உலகை மறந்துதான் போனேன்.

மலையாள உலகின் தலைநகர் திருவனந்தபுரத்தில் வாழும் 40 சதவீதத்திற்கும் மேற்பட்ட தமிழர் பாரம்பரியத்தினர், பெரும் பான்மையினரும் வணிகத் தொழில் புரியும் நடுத்தர மக்கள். அம் மாதிரியான வணிகப் பெரும் குடும்பத்தினரிடையே அங்குள்ள வழமைப் பிரகாரம் – தமிழனே ஆயினும் மலையாளக் கல்வி கற்பதே பிற்காலம் அரசு வேலைகள் கிடைக்க வாய்ப்பாக அமையு மென்ற நம்பிக்கை காரணமாக – நெல்லை, குமரி மாவட்டங்களி லிருந்து இங்கே வந்த என் பெற்றோர்கள் என்னையும் மலையாளக் கல்வி கற்கவே சேர்த்துவிட்டனர். வீட்டில் தமிழும் பள்ளிக்கூடக் களேபரத்தில் மலையாளமுமாக எனது ஆரம்ப காலக் கல்வி உலகம் சுற்றி வந்தது.

திருவனந்தபுரத்தைத் தலைநகரமாகக்கொண்ட பேராண்மை மிக்க திருவிதாங்கூர் அரச பரம்பரையினர் – நகரின் மத்தியப் பகுதியில் உயர்ந்த கோபுரப் பெருமையுடன் புகழுடன் விளங்கும் அனந்த பத்மனாபரின் தாஸர்களாக ஆட்சி செய்து துல்லியமாக விளங்கி வந்ததெல்லாம் – திருவிதாங்கூர் சமஸ்தான வரலாற்றின் உட்பட்ட உண்மைகள்.

ஆண்ட அரச வம்சத்தினர் – தலைநகரில் வாழும் தமிழர்பால் குறிப்பாக, வணிக மக்கள்பால் வாஞ்சையும் மதிப்பும் மிக்கவர் களாக இருந்தனர்.

நகரின் மத்தியில் உயரமாக எழுந்து நிற்கும் அனந்த பத்ம னாபர் ஆலயத்தின் கிழக்கு முகமாக அமைந்த ஆலய வீதி, இரு பக்கங்களிலும் வியாபாரக் கடைகளும் சந்தைவெளிக் களங்களு மாக, 'கடைத்தெரு' என்ற விசாலப் பொலிவுடன் அமையப் பெற்றது. தலைநகரின் மொத்த, சில்லறை வியாபார ஸ்தலமாகத் திகழ்ந்த அந்த வட்டகைக்குச் சாலைக் கடைத்தெரு எனப் பெயர் அமைத்தவர் இரண்டு மூன்று தலைமுறைக்குப் பின்னர், நாட்டை ஆண்டு சிறப்புச் செய்த மார்த்தாண்ட வர்மாவின் தளவாய் அமைச்சர் பெருமகனார் ராஜா கேசவதாஸ்தான். இந்த வணிக வட்டத்திற்கு 'சாலைக் கம்போளம்' என்னும் பெயர் சூட்டியவர் என்பார்கள்.

அந்தக் கடைத்தெருக் கதைகளை மீண்டும் பந்தி விரித்த 'நற்றிணை' யுகன் அவர்களுக்கு நன்றி.

இவண்
ஆ. மாதவன்
திருவனந்தபுரம்

முன்னுரை

தமிழ் இலக்கியத்திலே சிறுகதைத் துறை ஒரு சங்கப்பலகை மாதிரி. தகுதியுள்ளவைதான் இதிலே நிலைத்து நிற்கும். வ.ரா., புதுமைப் பித்தன், பி.எஸ். ராமைய்யா போன்றோர் பங்கேற்ற மணிக்கொடி காலத்திலிருந்து, 'பத்திரிகை இயந்திரங்கள்' சிறுகதைகளைக் குவித்துப்போடுகின்ற இந்தக் காலம் வரை சுண்டிப் பார்த்தால் பொய்சப்தம் எழுப்பாத நாணயங்களே, ஓரளவு தனித்தன்மையுள்ள வர்களே இங்கே சிறுகதாசிரியர்களாக ஏற்றுக்கொள்ளப்பட்டிருக் கிறார்கள். வெறும் வார்த்தை ஜாலங்களோ, வாழ்வோடு ஒட்டாத 'இட்டுக்கட்டுகளோ' இங்கே என்றுமே செல்வாக்குப் பெற்றதில்லை என்பதுதான் இதன் பொருள்.

பிராந்தியக் கதைகள் என்று குறிப்பிடக்கூடிய வட்டாரப் பண்பு நிறைந்த கதைகளை அற்புதமான மனோதர்மங்களோடு முதன்முதலாக எழுதியவர் புதுமைப்பித்தன். திருநெல்வேலிச் சீமை யின் முகத்தோற்றம் அதன் மோகங்கள், உவகைகள், துயரங்கள் எல்லாமே அவர் கதைகளில் அழுத்தமாக விழுந்திருந்தன. தி. ஜானகிராமனின் பெரும்பான்மையான சிறுகதைகள் தஞ்சா வூரின் மண்வளத்தையும் மனவளத்தையும் எத்தனை அற்புதமாகச் சித்தரித்தன. சுந்தர ராமசாமி, கி. ராஜநாராயணன் போன்றோர் அடுத்த வரிசையில் நம் கவனத்தைக் கவர்ந்தவர்கள். திருநெல்வேலி, குமரி மாவட்ட மக்களின் வாழ்வை இவர்கள் ரசானுபவங்களோடு படைத்துக் காட்டினார்கள்.

தமிழகத்து இலக்கியத்தை ஒட்டி வளர்ந்த கேரளத்துத் தமிழ் இலக்கிய மரபு மிகப் பழமை வாய்ந்தது. கவிமணி, வையா புரிப்பிள்ளை, இலட்சுமணன்பிள்ளை ஆகியோர் காலத்திலிருந்தே இந்த மரபு உருக்கொள்ளத் துவங்கிவிட்டது எனலாம். 'ஐம்பது அறுபது' காலக்கட்டங்களில் 'கவிக் குயில்' நடத்திய சு. சிதம்பரம் புதிய பல இலக்கிய முயற்சிகளை மேற்கொண்டார்.

திராவிடர் இயக்கம் விளைத்த விழிப்புணர்ச்சி தமிழ் இலக் கியத்துக்கே புதிய உத்வேகத்தைத் தந்தது. கேரளத் தமிழ்ப் பகுதி களிலும் எதிரொலிகள் உண்டாயின.

மாதவன், கதைகள் எழுத ஆரம்பித்தது இந்த ஐம்பதுகளில் தான்; மலையாளச் சிறுகதைகளை, அதன் இலக்கிய உணர்வை, நயங்களை மனத்துள் வாங்கிய வேகத்தில் உருவானவையே இந்த ஆரம்ப காலக் கதைகள்.

மாதவன் கதைகளின் இரண்டாம் கட்ட வளர்ச்சியை 'தென்றல்', 'முத்தாரம்' போன்ற இலக்கிய இதழ்களில் வெளிவந்த கதைகள் சுட்டிக்காட்டின. வசன கவிதை போன்ற சின்னஞ்சிறு கதைகள். இது அறுபதுகளில். இடைப்பட்ட பத்தாண்டுக் காலத்தில் மாதவன் தமக்கென்று தனித்தன்மை மிகுந்ததொரு நடையை உருவாக்கிக்கொண்டார். சிறிது கொச்சைத் தன்மை வாய்ந்ததாக இருந்தாலும் நேராக உள்ளத்தைத் தொட்டு நெருடுகின்ற எளிமையும் தெளிவும் வாய்ந்த நடை. இந்தச் சிறப்போடு கதைக்கரு தேர்ந்தெடுப்பதில் மாதவன் காட்டிய விசேஷ அக்கறை 'திருவனந்தபுரம் கதைகள்' அல்லது 'சாலைக்கடைத் தெருக் கதைகள்' உருவாக அடிப்படையாக அமைந்தன.

திருவனந்தபுரம் பத்மநாபஸ்வாமி ஆலயத்தின் முகப்பு வாயிலில் நின்று பார்த்தால் நூல்பிடித்தாற்போலத் தோற்றமளிக்கும் 'சாலைக் கம்போளம்' ஒரு மினி திருவனந்தபுரம் மாதிரி. இங்கே பரபரப்பான வியாபார சந்தடிகளின் பின்னே உயிர்த்தும்பும் வாழ்க்கை இருக்கிறது. இந்த வாழ்க்கையைக் கண்டு, கேட்டு உணர்ந்து பழக்கப்பட்டவர் கதாசிரியர். அதனால்தான் சாலைக் கடையை நிலைக்களனாக வைத்து அற்புதமான குணச்சித்திரங்களை, உயிரோட்டமுள்ள சம்பவங்களை ஒன்றுபோல மற்றொன்று இல்லாமல் சித்தரிக்க அவரால் முடிகிறது.

நுணுக்கமான வர்ணனைகள், ஆழ்ந்த நோக்கு, தட்டுத்தடங்கலில்லாத நடை, எல்லாமாகச் சேர்ந்து வண்ணப் பட்டுக் குஞ்சங்கள் போல இதமான, கணிசமான கதைகளாக இங்கே உருப்பெற்றிருக்கின்றன. சாலைக்கடை வீதியின் பேராசை, கோபதாபங்கள், கனவுகள், ஆதங்கங்கள், வீம்பு, வைராக்கியம், சபலம் அனைத்தும் இந்தக் கதைகளில் விம்மிப் புடைத்து நிற்கின்றன. உயிர்மூச்சு விட்டுத் துடிக்கின்றன.

சாலைக்கடையை ஓரளவு புரிந்துகொண்டவர்களுக்கு இத்தொகுதி ரசித்த காவியத்தைத் திரும்பப் படிப்பது மாதிரி. புரிந்துகொள்ளாதவர்களுக்கு இது நிச்சயமாகப் புதிய அனுபவம்தான்.

இத்தொகுப்பிலுள்ள 2, 3 சிறுகதைகள் மலையாளத்தில் மொழிபெயர்க்கப்பட்டு வெளியாகியுள்ளன.

என் நெருங்கிய நண்பரின் சிறுகதைத் தொகுதி ஆனதால் சிறிதளவு கூச்சத்தோடுதான் இந்த முன்னுரையை எழுதத் துவங்கினேன். எனினும், நிறைவான மனத்தோடு இதனை முடிக்கிறேன். வாசகர்கள் பாக்கியசாலிகள்.

இரா. இளஞ்சேரன்
(எஸ். இராமகிருஷ்ணன்)
ஆசிரியர் 'குங்குமம்' (மலையாளம்)
திருவனந்தபுரம் 5.8.75

பொருளடக்கம்

எட்டாவது நாள்	13
ஈடு	52
பதினாலு முறி	60
உம்மிணி	69
பாச்சி	81
தூக்கம் வரவில்லை	92
கோமதி	102
நொண்டிச் சாக்கு	111
காளை	119
விசுவரூபம்	147
பறிமுதல்	154

எட்டாவது நாள்

"டேய் பட்டாணீ..."

"டேய் சாளப் பட்டாணீ "

"போங்கடா, உங்கெ அம்மைக்கு பயக்களா..."

"ஹோய்...ஹோய்..." பயல்கள் எல்லாம் பட்டாணியின் முன் நின்று கூச்சல் போடுகிறார்கள். செய்துப் பட்டாணி, யானைக்கால் வியாதியுள்ள துதிக்கை போன்ற தன் வலது கையை ஓங்கி விசிறு கிறான். பயல்கள் காக்கைக் கூட்டத்தில் கல் விழுந்தது போலச் சிதறி ஓடுகிறார்கள்.

"பிடிச்சால், ஒரு பிடிக்குக் காணாத பயல்கள்" என்று பட்டாணி கையால் ஓங்கி அடிக்கிறான். ஓலைச் சுவரில் கை பொத்தென்று விழுகிறது... அய்யோ... வலி பிராணன் போகிறது.

சடக்கென்று விழித்துக்கொள்கிறான், பட்டாணி–

"சே, தூங்கீட்டேன்... சொப்பனத்திலேயுமா இந்தப் பயக்க தொந்தரவு?"

வெளியே வெயில் தீயாக எரிகிறது. பட்டாணிக்குக் கண்ணைத் திறக்கமுடியவில்லை. 'கூனிலே குரு' வந்தது மாதிரி கண்நோய் என்ற கண்ணுத் தீனம் வேறு, வெளியே வெயில் பார்க்கமுடிய வில்லை. இமை ஓரத்தில், பிலாபிசின் மாதிரி சீழ் கட்டியிருக்கிறது. பட்டாணிக்கு இந்தக் கண் நோய் ஒன்றும் பெரிதாகப்படவில்லை. சாலையில் கோட்டக்ககம் ஆஸ்பத்திரியில் டாக்டர் சொன்னதுதான் அவன் மனத்தை வாளால் அறுத்தது.

"வச்சுக்கிட்ருக்காதேயும், கேஸ் ரொம்ப முற்றிப் போச்சு, இவ்வளவு நாளும் என்ன செய்தேரு...? பழுப்பு கையிலேயிருந்து தலைக்கேறியச்சிதோ தொலைஞ்சுது... இவ்வளவு நாள் கழிஞ்சாவது இங்கே வரத் தோணிச்சுதே... இன்னையோட எட்டு நாள் டயம் தாரேன். ஒவ்வொரு நாளும் வந்து இஞ்செக்ஷன் போட்டுக் கிடணும். எட்டு நாள் பாத்துப்பிட்டு, சீட்டு தருவேன். மெடிக்கல்

காலேஜ் ஆஸ்பத்திரிக்குப் போகணும். கையை எடுக்கணுமா வேண்டாமாங்கிறது அங்கே சொல்லுவா. எனக்கு நம்பிக்கை யில்லே... கையை முட்டுக்குக் கீழே எடுத்திரத்தான் வேணும்.... ஒழுங்கா நடந்திருந்தா இப்படி வந்திருக்காது, எதுக்கும் காலம் நேரம் உண்டில்லையா... எதுக்கும் எட்டு நாளும் தினம் இங்கே வந்து இஞ்செக்ஷன் போட்டுக்கிடும். பார்ப்போம்..."

டாக்டருமாருக்கு எல்லாம் நிசாரம்; கையை முறிக்கிறது, காலே முறிக்கிறது... எல்லாம் அவங்களுக்குப் புல்லு போல... சமயத்திலே தலையைக்கூடக் கிள்ளியெடுத்திட்டு முண்டமாக நடந்து போவச் சொல்லுவா... என்னண்ணு கேட்டா, மருந்து இஞ்செக்ஷன், ஆப்ரேஷன் எண்ணு சொல்லுவா... இந்தக் கைகூட இல்லாட்ட, இந்த வயசு காலத்திலெ சாலைக் கடையிலே பயல்கள் முன்னாலே போகவே முடியாது. 'சாளப்பட்டாணி மந்து கையாலே ஒரு போடு போட்டா அவ்வளவுதான்' என்ற பயம் போயிரும். பொறவு நாய்கூட சீண்டாது... இப்போ கொஞ்ச நாளாத்தானே பயக்க எளக்காரம் கண்டுகிட்டு முக்குக்கு முக்கு நின்னு எரட்டை பேரைச் சொல்லிக் கூப்பிடுதான்... ஏதோ ஒரு பட்டாணி சாளை மீனை இஷ்டப்பட்டு வாங்கித் தின்னான்; எண்ணுள்ள பேரை வச்சிட்டு பட்டாணி மாரெல்லாம் சாளைப் பட்டாணியாம்... சரியான நியாயம். வாயிலெ வந்ததெ கூப்பிடணும்... தெண்டிப்பயக்க... இந்த வாற்று சரக்கெ விழுங்கறது கொறைக்கணும்னாலும் முடியல்லே. வயசு ஆயிட்டதினாலெ ஆறு அவுன்ஸ் உள்ளே போனதும் காலு கொழையுது, நாக்கும் சும்மா கெடக்காது. அது, இந்தத் தொட்டிப் பயக்களுக்குத் தொக்கு. விரட்டிற பயக்களெ ஓடிப் பிடிக்க முடியுதா...? முடியமாட்டேன்குது; அவனுக சொல்லுதுக்கு மறுபடி ரெண்டு பொரிச்சல் கொடுக்கும்போ... பாத்துக்கிட்டிருக்கிற ஆளுகளுக்கு தமாஸும் பயக்களுக்குக் கொண்டாட்டமும். ரெண்டு சுண்டைக்கா சொல்லும்போது, நாலு பாவைக்கா திருப்பிச் சொல்லாட்டா மனசு ஆறமாட்டேன்குது. என்ன வந்தாலும் கையை முறிக்கக் கூடாது. வேணுமானா எட்டு நாளும் மரியாதைக்குப் போய் மருந்து குத்தி வைச்சிட்டு வரணும். தண்ணியடியும் மரச்சீனிக் கிழங்கு தின்னுவதையும் கொறைச்சா கொஞ்சம்கூட எதம் கிடைக்கும்...

இந்தக் குடிலுக்குள்ளேயே அடஞ்சு கெடக்க வேவலாதியா இருக்கு. வெயிலு வெக்கையும் தீட்டம் நாற்றமும் மூக்கைத் தொளைக்குது. நாலைஞ்சு வருசத்துக்கு முந்தி இருந்ததெவிட இந்தக் கருமடம் சேரி (இப்போ–காலனி) இப்போ எவ்வளவோ பேத முண்டு. ஓடைத் தண்ணிபோக பெரிய கொழல் போட்டிருக்கு.

சதுப்பு நெலத்திலே கடப்புற வெள்ளை மணல் விரிச்சாச்சு... நெறைய தென்னந்தோப்பு. குழல் பக்கம் எல்லாரும் போய் வெளிக் கிருக்காலெ கக்கூசும்கூட கெட்டியாச்சானா கொஞ்சங்கூட காலனி விருத்தியாகும். கார்ப்பரேஷன்காரனும் கவுன்சிலரும் அதெ கவனிக்கணும், அஞ்சாறு வருசமா இந்தக் குடிசையும் கருமடம் காலனி ஆட்களும்தான், சுற்றுப்பாடு. என்ன செய்ய? கை ஓஞ்சு போச்சு. என்னைக்கும் ஒரு மாதிரியாவா இருக்கு? வயசானா எல்லாம் அப்பிடித்தான்... ஒரு பதினாலு பதினைஞ்சு வயசு இருக் கும்போ சாலைக் கடைக்கு வந்தது... இப்போ அம்பது கழிஞ்சாச்சு. கையை அனக்க முடியல்லே, ஒரே கெடையிலே கெடந்தாலும் முடியல்லே... அனக்கி திரும்பிப் படுக்க முடியல்லே... கண்ணு நோவு கண்ணெல்லாம் ஊசி வச்சுக் குத்தினது போல நோவுது...

“பட்டாணீ... பட்டாணீ... அகத்தெயா இரிக்கேரு? ஒறக்கமா? கண்ணுத்தீனம் எப்பிடி இரிக்கி? அப்பிடி ஒரே கெடையா படுத்துக் கெடக்காதேயும். எந்திச்சு பச்சைத் தண்ணீலெ கூடக்கூட மொகம் கழுவணும். அந்தச் செவலை மருந்தே கண்ணிலெ எழுதணும். காலத்தை மருந்து குத்தி வச்சதுக்குப் பொறவு கைக்கு எப்படி இரிக்கி? அனக்க முடியுதா...?”

ஓடைக்காரன்– கட்டை கோவிந்தன்.

“என்ன உறச்ச தேகம். கறு கறுவென்று குண்டல புழுப்போல இருக்கான். செவந்த கண்ணும், உருண்டை முகமும், புஷ்டிச்ச தேகமும், கைகளும் நெஞ்சும், அவன் காக்கி நிக்கரும் உடுப்பும், கோவிந்தன் கல்லுளி மங்கன்தான்; ஆனாலும் நல்ல மனசொள்ள வன். நண்ணி உள்ளவன்... அவன் வேலையெல்லாம் தீந்து வந்தி ருந்தான். அவன் பாடு ராஜகாரியம், காலையிலெ தூம்பாயும் தூக் கீட்டு ஒரு ஏழு மணியோட போனா எலவாணிய தெருவிலிருந்து சன்னதி முக்கு வரைக்கும் ரெண்டு சைடு ஓடை, அப்பறம் சன்னதி முக்கிலிருந்து சபாபதி கோயில் – வாணியங்குளம் முக்கு வரைக்கும் ஓடையை இழுத்து கோரி வைக்கவேண்டியது. பத்து மணிக்கெல் லாம் ஆபீஸிலே தூம்பாவைக் கொண்டுபோய். ‘ஓவர்சர்’ கிட்டே ஒப்படைச்சிட்டு வரணும்... இதுக்கெடையிலே கடை வாசலிலே ஓடைச் சகதியெ, இழுத்து வைக்காமெ இருக்க, கடைக்காரங்க பத்துப் பைசா பதினஞ்சு பைசா படி கொடுப்பாங்க... சம்பளம் வேறெ; ராஜ காரியம்தான்...”

“கோவிந்தனா...? டாக்டருட்டேயிருந்து வந்தம் பொறவே மன சொகமில்லே... ஜீவிச்சிருந்து என்ன பிரயோஜனம்னு தோணுது. இனி எட்டு நாளும் போனா. கையெவேறே முறிச்சு களைஞ்சா...? கோவிந்தன் ஆலோசிச்சுப் பாரு... எப்பிடி இருந்தவன் நான்...

கையும்கூட இல்லாட்டா... இப்பமே சாலைக் கடையிலே தொட்டிப் பயக்க காணிக்கக் கூடிய கூத்து கோவிந்தனும் காணுவதுண்டே... இனி கை மொண்டியும் ஆயிட்டா...?"

பட்டாணி அழுவது போலிருந்தது கோவிந்தனுக்கு.

"நீரும் அந்தத் தெம்மாடிகளுக்கு ஒற்றைக்கு ஒற்றை சொல்லுதினாலேதானே அவனுகளும் கூத்து காண உம்மெப் போட்டு கொமைக்கான்... அவனுக ஒண்ணெச் சொன்னா செவி கேக்கலேன்னு போயிர வேண்டியதுதானே."

"இத்தரையும் நாளு அப்பிடி பளகலியே கோவிந்தா... எப்படிப் பட்டவன் நான்... எப்பிடி இருந்தவன் நான்... சாலைக் கடையிலெ என்னைக் காட்டியும் வலிய ஊச்சாளி ஆரு இருந்தா... எனக்கு ஆனகாலத்லே இந்த மாதிரி ஒரு சுண்டைக்காய்மோன் நேரிலெ வந்து நிப்பானா... இப்போ வாய் அறைக்காமெ சாளப் பட்டாணின்னு நடு ரோட்டிலே நின்னு கூப்பிடுதான் பொறுக்கல்லே எனக்கு..."

"நீரு கெடந்து வெப்ராளப் படாமெ கெடையும். எட்டு நாளத்தெ பாடும் போவட்டும். ஒரு பச்சே இந்த எட்டு நாளத்தே மருந்து குத்தி வைப்பினாலே, கை நீரும் வலியும் பழுப்பும் கொறையும், கொஞ்சம் சமாதானமாக இரியும்..."

"டாக்டரு அப்பிடி சொல்லலியே கோவிந்தா, அவரு சொல்லக் கூடியதெ கேட்டா, ஒடுக்கம் கையெ முறிக்கணும்னுதான் தோணுது... எனக்கு நம்பிக்கெ இல்லெ... கொஞ்சம் அக்ரமமா இந்தக் கை கொண்டு செய்தேன்... என் அறாம்பெறப்புத் தனம் டாக்டருக்குத் தெரியும்... அவரு கையெ முறிக்கத்தான் எளுதுவாரு..."

"நீரு கொஞ்சம் சும்மெ இருப்பேரா? இனிக்கொண்டாவது நீரு புத்தியா இருக்கட்டும்னு டாக்டரு எயமான் சொல்லியிருப் பாரு... அதெல்லாம் ஒரு வித்தை ஆக்கும், நீரு தைரியமாயிட்டு இரியும், கஞ்சி குடிச்சீரா...? குடிக்கல்லே போல இருக்கே...?

"கோவிந்தா, கஞ்சி நீ கொண்டு வந்து வச்சது அங்கனேயே இருக்கு... எனக்கு இப்போ ஒண்ணும் வேண்டாம். ஒரு ஆறு அவுன்சு சரக்கு, நடராயனிட்டே வாங்கித் தந்தேன்னா... குப்பி கணக்கிலெ அடிச்சவன்தான். ஆனா இப்போ ஒரு ஆறு போரும். அந்தா எறப்புக்கு பொறத்தே நோட்டு இருக்கு..."

"பட்டாணீ – ஒம்மளகொண்ணாலும் இந்த எரப்பாளி கொணம் போவாது... இந்த எட்டு தெவசமாவது நாக்கிலே காந்தாரி மொளவு அரச்சுத் தேச்சுக்கிட்டு, சும்மா கெடையும்... கை பழுத்து

குடுந்து இருக்கு... சாவப் போறீரோ இல்லியோ... இந்தக் கருமடம் காலனியிலே கெடந்து நல்ல சாக்காலையா சாவும், பேசாமெ கஞ்சியே குடியும்... நான் சானிட்டரி ஆபீஸ்வரெ போவேண்டி யிருக்கு... மொகத்தெ களுவிக்கிட்டு அந்த மருந்தெ கண்ணிலே எளுதும்... சும்மா கெடந்து பேடிச்சுத் தூறாமே படுத்துக் கெடையும், கொஞ்சம் ஆகும்னா எந்திச்சு அப்புக் கடைக்கு சாயா குடிக்கவோ, நடராயனிட்டேயோ போயிராதியும், வெறும் சாயையோ கண்டா வேணுமெங்கி என் பய குட்டன் அங்கே நிக்கான். விளிச்சுச் சொல்லியனுப்பினா வாங்கீட்டு வருவான்... மணி ரெண்டு, நான் போறேன்...''

கோவிந்தன் சேரியின் பெரிய ஓடையைத் தாண்டி ரோட்டில் போய் மறைவது வரையில் பார்த்துக்கொண்டே கிடந்தான், செய்துப் பட்டாணி.

செய்துப் பட்டாணியின் குடிசையிலிருந்து பார்த்தால் இல வாணியத் தெரு அம்மன் கோவில் முக்கு வரையில் ஒரே பார்வை யில் தெரியும். ரோட்டுக்கு நடுவில் அம்மன் கோவில். கோயிலைத் தாண்டி தெற்கே போகும் நேர் ரோடு சன்னதி முக்கிற்குப் போய், சாலை பஜாரை அடைகிறது. கிழக்கே திரும்பும் கிளை ரோடு வழியாகப் போனால் 'சம்பக்கடை' எனும் மீன் மார்க்கட்டுக்கும், கருப்பட்டிக்கடைக்கும் மலக்கறிக் கடை எனும் காய்கறிக்கடைக்கும் போகலாம். அம்மன் கோவிலுக்கு வடக்கே போகும் ரோடு, மணக் காட்டிற்குப் போகிறது. மணக்காட்டில் என்ன இருக்கிறது? நாயர் குடித்தனங்கள்– திருவிதாங்கூர் வரலாற்றிலுள்ள களிப்பான் குளத்தை மணல் கொட்டி நிரப்பிய பெரிய சந்தை– பிரசித்தமான ஆற்றுக்கால் காளிகோவில்... அவ்வளவுதான். இந்த மணக்காட் டிற்கும் சாலை பஜாருக்கும் நடுநாயகமாக விளங்குவதுதான் கரு மடம் காலனி. காலனியில் பெரும்பான்மையான குடித்தனக்காரர்கள், கார்ப்பரேசன் தோட்டித் தொழிலாளர் குடும்பங்கள். அதற்கிடையே தான், செய்துப் பட்டாணி, ஒன்றிரண்டு சாலைக்கடை சுமட்டுத் தொழிலாளி குடும்பங்கள் எல்லாம். காலனியின் கிழக்கு மூலையில் மொத்த நகரத்திலிருந்து வரும் கழிவுநீரைக் கடலுக்குக்கொண்டு போய் விடும் பெரிய சிமிண்டுக் குழாய் நீளமாகப் போகிறது. அதன் பக்கவாட்டிலிருந்து சின்னச்சின்ன ஓலைக் கொட்டடிகளாக காணுவதெல்லாம் வீடுகள்தான். குழாயின் அற்றத்து மேட்டில் தனியாக நிற்கும் வேய் பரம்புக் குடிசை, சாராயம் காய்ச்சும் நடராயனுடையது. நடராயன் குடிசைதான் காலனியின் கிரீடமாகத் திகழ்வது. காலனிக்காரங்களுக்கு – ஏன், சாலைக் கடையிலுள்ள அத்தனை பேருக்குமே நடராயன் குடிசை வரப்பிரசாதமான ஒன்று.

கிடையில் கிடந்த செய்துப் பட்டாணிக்கு ஒருமுறை எழுந்து நடராயன் வீடுவரைக்கும் போய் வந்தால் என்னவென்று தோன்றியது. ஆனால், என்ன செய்வது? கோவிந்தனல்ல– காலனி யிலுள்ள வேறு யார் கண்டாலும் – இந்த நிலையிலும் குடிக்கப் போவதை ஆட்சேபிக்கத்தான் செய்வார்கள். கோவிந்தனின் மனைவி பாச்சியோ... செல்லப்பனோ, யார் கண்டாலும் பட்டாணி யைப் போகவிட மாட்டார்கள். எல்லோரும் விசுவாசமுள்ளவர்கள்.

பட்டாணிக்கு வெயிலைப் பார்க்கக் கண் கூசியது. கண் உள் ளுக்குள்ளே, பொடி மணல்வாரி நெருடியது போல் நமநமத்தது. பக்கத்தில், கைப்பிள்ளையைப் படுக்க வைத்திருப்பது போல, துதிக்கை அளவு பெரிய வீக்கம் கண்ட கையைப் படுக்க வைத்திருந் ததினாலே, அந்தக் கைக்குச் சொரணையே தெரியவில்லை; உணர்ச்சி இல்லை. மருந்தின் வேகத்திலே வலி தெரியாமல் மரத்துப் போயிருக்குமோ என எண்ணிக்கொண்டான் பட்டாணி. பசியில்லை, உதடும் நாக்கும் காஞ்சு கெடக்கு... காலையில் ஆஸ்பத் திரிக்குப் போகுமுன், சாயா குடித்த பின்பு பட்டாணி எதுவுமே சாப்பிடவில்லை. கோவிந்தனின் மனைவி, கொண்டு வந்து வைத்து விட்டுப் போன கஞ்சி கறிச்சட்டியில் மூடி, கள்ளிப்பெட்டி மேல் அப்படியே இருக்கிறது.

பட்டாணிக்குக் கண்ணை அசத்திக்கொண்டு வந்தது. வடக்குப் புறத்திலுள்ள தென்னந்தோப்பில் பையன்கள், குட்டியும் கம்பும் விளையாடுகிறார்கள். தோப்பிற்கு அந்தப் பக்கம் புத்தரிக் கண்டம் சினிமா தியேட்டரில் ஏதோ புதுப்படம் வந்திருக்க வேண்டும். மாட்டினி ஷோவிற்குப் பாட்டுப் போட்டிருக்கிறார்கள், பாட்டு மெதுவாகக் கேட்கிறது. ராத்திரியானால் காதில் அடிச்சது போலப் பாட்டு பலக்க கேட்டும்... இப்போ குட்டியும் கம்பும் விளையாடும் பையன்களின் கூச்சல்தான் முந்திக் கேட்கிறது. சாக்குட்டா, சாத்தி யம்பறம், முறு முட்டி, நாலுநடா என்று – கோவிந்தனின் மகன் குரல் போலத்தான் கேட்கிறது – கம்பை வைத்து அளக்கிறான்.

'சின்னப் பிராயமாகவே இருந்திட்டா எவ்வளவு சொகமா இருந்திருக்கும். எப்பவும் களிச்சு நடக்கலாம்; ஒரு கவலையும் இருக்காது...' என்று எண்ணினான் பட்டாணி.

செய்துப் பட்டாணிக்குக் கண்ணை முட்டிக்கொண்டு அழுகை வருகிறது. வாயை மூடிக்கொண்டு மடமடவென்று கண்ணீர் விட்டு அழுகிறான்... கொஞ்ச நேரம் பொறுத்து இடது கையால் கண் ணைத் துடைத்துக்கொண்டு – போர்த்தியிருந்த சீலையால் வாயை அமுக்கி அழுகையை விழுங்கிக்கொண்டு, நிதானத்தில் சேரிப்

பாதையைப் பார்த்தான், யாருமில்லை. இன்னும் அழுகைதான் வருகிறது...

'இதொரு கெட்ட பழக்கம். கொஞ்சம் மனசு தளந்தா கரைச்சல் வருது, மனசு திடமில்லாதவன்தான் சட்டுன்னு அளுது காணிப்பான்'னு சொல்வா. கள்ளனும் அழுது காட்டுவான்... ஆனா நமக்கு திடமில்லாத மனசுன்னு எப்பிடி கணக்காக்க முடியும்? இந்தப் பட்டாணி செய்திட்டுள்ளது போலத்த துணிஞ்ச காரியம் – இந்தச் சாலைக் கம்போளத்தில் ஒருத்தன் செய்திருக்க மாட்டான், இவ்வளவுக்கும் ஒரு தடவைகூட அந்நியன் மொதலெ எடுத்தது இல்லே...

எப்பிடியெல்லாம் இருந்தேன்... கடைசியிலே இப்பிடி ஆயிப் போனேன்னு நினைக்கும்போதுதான் மனசு தாளல்லே... ஆருமில்லே. தந்தையில்லே தள்ளயில்லே, கூடிப் பிறந்தது இல்லே... பிள்ளையும் குட்டியுமில்லே... கோவிந்தன் எத்ரையோ தடவை சொல்லியிருக்கான் – 'எவளோ, எந்த சவமோ, சாதியும் கீதியும் பாக்க வேண்டாம். ஒருத்தியே உமக்கின்னு கொண்டு வந்திரும். பனி – தலைவேதனையன்னு ரெண்டு திவசம் பாயிலே படுத்தா, ஒரு நேரம் சுடுதண்ணி உண்டாக்கித் தர ஒருத்தி வேணும். என்னைக்கும் சிநேகிதக்காரனும், அடுத்த வீட்டுக்காரனும் வர மாட்டான்... இந்தா இதைச் சொல்லக்கூடிய நான்கூடத்தான். நீரு சாராயம் வாங்கித் தந்ததுண்டும், சோறும் சாயையும் வாங்கித் தந்திட்டுண்டும், சிநேகம் எல்லாம் சரிதான். ஆனா நீரு கெடையிலே கெடக்கும்பம் கொஞ்ச நாளு பார்ப்பான். பொறவு மொகத்தைச் சுளிக்கத்தான் செய்வான். இப்போ நீரு அஞ்சாறு பணம் என் கிட்டெ தந்து வச்சிருந்ததினாலேதான் நான்கூட உம்மளெ கெவனிக்கேன், சொந்த காயி செலவாக்கி, சிநேகமாக்கும்னு இந்தக் காலத்திலெ ஆரு பாக்கா... உமக்கென்ன, காடுகேறக்கூடிய வய சொண்ணும் ஆயிரல்லியே... ஒரு பெண்ணெ வச்சுப் பொறுப்பிக்க நீரு நெனச்சா முடியத்தான் செய்யும். இன்னியும் வேணுமானா உமக்கிந்த கருமடத்திலே ஒரு பொண்ணு கெடக்கத்தான் செய்யும்... அதுக்கொண்ணும் மசிய தோணலே. ஏன் அப்பிடி? ஒரு பெண்ணைக் கொண்டு வந்து பொறுப்பிக்கணும்னு தோணும்போ, எல்லாம் அந்தப் பழைய சங்கதியெ மறக்கமுடிய மாட்டேங்குது, செத்தாலும் அதெ மறக்க முடியாதுன்னுதான் தோணுது. நெஞ்சிலே வெட்டிப் பொளந்து வச்ச மாதிரி, அது அந்தக் காலத்திலே நடந்து போச்சு. கெடச்சா அந்த மாதிரி சுகம் அனுபவிக்கக்கூடிய பெண்ணே கெடைக்கணும். ஆயுசு முழுக்கக்கூட வந்து தாமஸிக்கணுமானாலும் அந்த மாதிரி பெண்ணே கிட்டணும். எளவு இந்தக் காலனியிலே உள்ளது மாதிரி சரக்குகளு, எப்பவும் எப்பிடியும் கிடைக்குமே...

அதுக்கும் பொறவு எவ்வளவு எண்ணத்த கண்டிருக்கு. ஒண்ணுகூட அந்தச் சரக்குக்கு வாலிலெ கெட்டி அடிக்கக் காணாதே... ஆனா அந்தப் பொண்ணு எந்த மாதிரி இருக்கும், ஆரெப்போல இருக் கும்னு கேட்டா தெரியவே தெரியாது. மொகத்தை ஆரு கண்டா, ஒரு ராத்திரி நல்ல இருட்டிலே – மழையிலே நடந்தது. மோறையை ஆரு கண்டா... இப்போ நினைச்சப்பவும், தேகம் குளிருது... உம். மறக்க முடியுமா அதெ...'

'ஒரு இருவத்தி அஞ்சு வருசம் இருக்குமா? இல்லே, கூடத்தான் இருக்கும். அப்போ ஒரு பத்தொன்பது இருவது வயசுதான் இருக் கும். நூற்றியெட்டாம் ஆண்டிலே கிள்ளி ஆற்றிலே வெள்ளப் பொக்கம் வந்ததுக்கு அடுத்த ஆண்டு மிதுனம் கர்க்கடக மாசம். அப்போவெல்லாம் இந்தச் சாலைக் கம்போளம் இப்பிடியா? கிழக்கே கோட்டையிலிருந்து ஆரியசாலை வரைக்கும் வரிசையா அரை மைல் தூரமும் ரெண்டு சைடிலையும் எல்லாம் தாழ்ந்த கடைகள் நாழி ஓடு போட்ட கூரையும் பின்னைக்காய் எண்ணெய்ச் சரவிளக்கும் தொங்காத கடையே இல்லை. கரன்ட்டு விளக்குக் கெடையாது. ரோட்டிலே முக்குக்கு முக்கு மண்ணெண்ணெய்க் கூண்டு விளக்கு நிக்கும். கொத்துவால் தெருவிலேயும் சபாபதி கோவில் தெருவிலேயும் உள்ள மொத்தக் கடைகளில் சிலதிலே கியாஸ் விளக்கும் உண்டும். சன்னதி முக்கிலே ஒரு பெரிய பச்சை நிற அஞ்சல் பெட்டி நிக்கும். சங்கு முத்திரெ கிரீடம் வச்ச அஞ்சல் பெட்டி. அப்போ மூலம் திருநாள் மகாராஜா, நாடுநீங்கி அம்ம ராணி பதிலுக்கு ராஜ்யம் பரிச்சிக்கிட்டிருந்தா – அம்ம ராணியெ ஒருக்கெ, பூஜை எடுப்பு தேரோட்டம் சாலைக்கடை வழியா வந்தப்போ கண்டதுண்டு...

'...அப்போ முக்கிலே இப்போ கச்சவடம் செய்யக்கூடிய சாமி செட்டியாருக்கெ அப்பன், பட்டன் செட்டியாருக்குப் பலசரக்கு கச்சவடம். ஒல்சேலும் – சில்லறை வியாபாரமும் உண்டு. நமக்கு அங்கேதான் சொமட்டு ஜோலி; பஸாரிலிருந்து சரக்குகளைக் கொண்டுவர – மாசம் மொதத் தேதியிலே வாடிக்கை வீட்டுக் காரங்களுக்குப் பல வெஞ்சன சரக்கு, அரிசி எல்லாம் கொண்டு போய்க் கொடுக்க, இதெல்லாம்தான் முக்கிய ஜோலி. அப்போது தான் எனக்கு இந்தத் திருவனந்தபுரம் முழுக்க காணுவதுக்கும் – ஓரோ மூலை முடுக்கு வழிகளையெல்லாம் அறியதுக்கும் சௌகரியம் கிடைச்சிது.

'தம்பானூர் பஸ்ஸ்டாண்டு, ரெயில்வே ஸ்டேஷன்... பொறவு புத்தன் சந்தை – பாளையம், ஜனரல் ஆசுபத்திரி முக்கு, பட்டம் உள்ளூர், சாஸ்த மங்கலம், மகாராஜா கொட்டாரமெல்லாம் இருக்கிற

கவிடியார், பேரூர்க்கடை சந்தை, மேட்டுக் கடை, கரமனை, தைக்காடு எல்லா இடமும் பச்சத்தண்ணி குடிச்சது போலப் பழக்கமாச்சு...

'சொமட்டு வேலையிலே, தினம் – எப்படிப் போனாலும் இருவது சக்கறம் – இருவத்தி அஞ்சு சக்கறம் கிடைக்கும். அப்போ எல்லாம் இப்போ போல அணா பைசா கணக்குக் கிடையாது. மகாராஜா சங்கு முத்திரையும் பூ அடையாளமும் போட்ட சக்கறம், பணம், அரைரூவா இந்த மாதிரி கணக்குதான். பொடி ஒற்றைக்காசு வேறெ உண்டும். ஒரு சக்கறத்துக்குப் பதினாறு காசு... நாலு சக்கறத் துக்கு ஒரு வெள்ளிப்பணம், ஏழுபணம் – இருவத்தியெட்டுச் சக்கறம் ஒரு ரூவான்னு கணக்கு. அப்போ உள்ள ஒரு சக்கறம் இப்போ உள்ள ஒரு ரூபாய்க்கு சமம். மூணு சக்கறம் கொடுத்தா நல்ல சிறுமணி சம்பா ஒரு இடங்களி அரிசி வாங்கலாம். சாது சாமியார் சாயக் கடையிலே ஒரு குற்றிபுட்டு எட்டுக்காசு; அரைச் சக்கறம். ஒரு குற்றிபுட்டு ஒருத்தன் தின்னுக்கிட மாட்டான். சாமியார் கடை சாம்பாரும் தோசையும் இப்போகூட கையை மணப்பிக்கப் பாக்கணும் போல இருக்கு...

....அன்னைக்கு செவ்வாக்கெழமை, மிதுனமாசம்னுதான் ஞாவகம், அந்தி நேரம் ஆன ஒடனே பிடிச்சுது மழை. சன்னதி முக்கிலே இருந்து எலவானியத் தெரு வரைக்கும் முட்டளவு வெள்ளம். காய்கறிக்கடை சண்டும் சவறும் ஊத்தையும் எல்லாம் வெள்ளத்திலே ஒழுகிவருது. மொதல் தேதி வாக்கு. நல்லயாவார சமயம், ஹஜுர் கச்சேரியில் உள்ள பாதி உத்தியோகஸ்தரும் பட்டன் செட்டியார் கடையிலேதான் பற்று வரவு. மாசம் பொறந்த ஒடனே ஒவ்வொரு அய்யாமாரும் மொழம் கை அளவு நீளத்தில் வெஞ் சனம் அரிசிக்குள்ள லிஸ்டுமாக செட்டியாரு கடைக்கு வந்து கூடுவா. பணமும் லிஸ்டும் கொடுத்திட்டுப் போனா, ஓரொருத்தர் வீட்டுக்கும் நான்தான் கொண்டுபோய்க் கொடுத்திட்டு வருவேன். எனக்கு ஹஜுர் ஆபீஸிலுள்ள எல்லா பெரிய அய்யாமாரையும் தெரியும். பட்டாணி – பட்டாணீன்னு எல்லோருக்கும் வலிய காரியம். ஏனுன்னா நான் கூலி தர்க்கம் செய்ய மாட்டேன்... எட்டுக் காசானாலும் தந்ததை வாங்கிக்கொள்ளுவேன். சில வீடு களுக்கு உச்சை நேரம் சாப்பாட்டுக் காலத்திலே சாமான் கொண்டு போனா எனக்கும் சாப்பாடு கிடைக்கும்.

அன்னைக்கு மழை ஆனதினாலே, செட்டியாரு கடையிலே லிஸ்டுகளெ கொடித்திட்டு ஆளுகள், நேரத்தோடெ போயிட்டா. நான் கடைத்திண்ணையிலே ஒரு ஓரத்திலே முட்டும் கட்டிக் குந்தி

இருக்கேன். அப்போதுதான், கோட்டக்ககம் மேட்டு வீட்டுக்கு ஒரு கோளூ கொண்டுபோக செட்டியாரு மொதலாளி கூப்பிட்டது...

“...டேய் பட்டாணி, ஒரு கோளூ இருக்கு. உச்சைக்கு மேட்டு வீட்டிலிருந்து கொண்டுவந்த சீட்டுக்கு சாமான் எடுத்துக் கட்டி வச்சிருக்கு... சந்தி நேரம் கழிஞ்சாச்சு... இந்த மழையைப் பாத்துக் கிட்டிருந்தா ஒக்காது. சாமான் கெட்டுக்கு மேலே ஒரு பாயை மூடிக்கிட்டுப் போய் சட்டுனு கொண்டு கொடுத்திட்டு வந்திரு...”

“வீடு எங்கே மொதலாளீ...?”

“வீடா? நான் சொன்னது ஒண்ணும் கேக்கலியா? படிஞ்ஞாறே கோட்டைக்குள் மேட்டு வீடு தெரியாதா? கூவக்கரை மடம் கொட்டாரம், நடையிலே கூட்டுக்குள்ளே காவல்காரன் நிப்பான்... கோட்டைக்குள்ளே போய் ஆருட்டே கேட்டாலும் மேட்டு வீடு காணிச்சு தருவா...”

“சரி மொதலாளி... கூலி?”

“அதெல்லாம் அங்கே தருவா. என்ன தந்தாலும் வாங்கிக்கோ. தர்க்கிக்காதே. கொறஞ்சா பாக்கி நான் தாறேன். கூடினா எவ்வளவு கூடினாலும் நீ எடுத்துக்கோ... சிலப்போ சில்லறை இல்லாட்டா வெள்ளிப் பணம்கூடத் தருவா... போ நினைக்காமெ சாமானைக் கொண்டு சேர்ப்பிச்சிரு...”

‘செட்டியார் மொதலாளியின் ஆசை காட்டலும் மழையிலெ ஒரே இடத்திலெ அடைஞ்சு கெடக்க பிடிக்காததினாலும் ஒடனே புறப்பட்டாச்சு...

‘தலைச் சுமட்டுடன் கோட்டைக்குள் நுழைஞ்சதும், பப்பனாஸ்வாமி கோவிலிலெ – மேத்தமணி எட்டு அடிக்குது. சிணுசிணுத்த மழை, உடுப்பில்லாததினாலே மேலெல்லாம் குளுந்தது. அப்போ எல்லாம் உடுப்பு இல்லெ. வெறும் கைலியும் தலைமுண்டும்தான்... நல்ல இருட்டு. இடைவிட்டு இடைவிட்டு உள்ள கண்ணாடிக் கூண்டு எண்ணெய் விளக்கு மழையிலெ ஒண்ணும் தெரியல்லே... பத்மதீர்த்த குளத்திலெ அந்தப் பெருமழையிலேயும் ஆரோ துணி துவைச்சுக் குளிக்கிறா. குளக்கரையிலே முறுக்கான் கடையும் போற்றி ஓட்டலும் இருந்ததினாலே, கொஞ்சம் வெளிச்சம் கண்டுது, முக்கு திரும்பின ஒடனே பின்னையும் இருட்டு. கால் வெள்ளத்தெ அளைஞ்சுங்கொண்டு தலைச் சுமட்டுடன் நடந்துகிட்டிருந்தேன்... மழை தூற்றும்போ எல்லாம் சொமட்டுக்காரப் பயல்கள் பாடக் கூடிய பாட்டு ஒண்ணு. பயங்க நல்லா அறிஞ்சுதான் பாடியிருக்கான்...

சிணு சிணுத்த மழையும்
சீனிக் கிழங்கும்,
மூடிக்கொள்ள சீலையும்,
பாறுக்குட்டி நீயும்...

பத்து பதினெட்டு வயசு பிராயமில்லையா, மனசிலே என்ன வெல்லாமோ தோணிக்கொண்டிருந்தது. விஜாரிச்சுக்கிட்டே நடந்ததினாலே தூரம் தோணலே. மேட்டு வீட்டுக்கு யாரிட்டேயும் வழி கேக்கல்லே... அதுக்குக் காரணம் ரோட்டிலெ ஒரு ஆளு கெடையாது. ஏதாவது முறுக்கான் கடையிலெ கேட்டிருக்கலாம்... ஒரு கடையிலெ கேக்க திரும்பினதுதான். தலையிலே சுமடு வச்சுக் கிட்டே, கடையிலெ தொங்கிய கயிற்றுத் தீயிலிருந்து ஒரு பீடி பத்த வச்சுக்கிட்டேன். வழி கேக்கல்லே. இந்தத் திருவனந்தபுரத்திலெ வழி கேக்காமெ வீடு கண்டுபிடிக்க முடியுமான்னு பாக்கணுமே. நடந்து நடந்து போனப்போ, காவல்காரன் நிக்கக்கூடிய மேட்டு வீட்டை தன்னாலேயே கண்டுபிடிச்சுக்கிட்டேன். காவல்காரனை யும் மேடை வீட்டையும் சரவிளக்கு வெளிச்சத்தையும் கண்டப்பமே எடம் மனசிலாயிப் போச்சு. வாசல் நடையிலே, கொதும்பு வள்ளம் போல உள்ள கூட்டுக்குள்ளே – அந்த மழையிலையும் கோட்டும் போட்டுக் கிட்டு, இபிலீசு மாதிரி நிக்கான் காவல்காரன். அவனிட்டே, பட்டன் செட்டியார் கடைச் சீட்டும் தலையிலுள்ள சொமட்டையும் காட்டி யப்போ, மறு பேச்சு பேசாமே உள்ளே விட்டான்.

வலிய நாலு கட்டு வீடும், மேலே அம்பாரி கொட்டாரமும், நடை முற்றத்திலெ சப்ரமஞ்ச விளக்கு எரியுது. பளபளான்னு அதுக்குப் பல நிறத்திலெ உள்ள வெளிச்சம் முற்றத்திலெ மழைத் தண்ணிலே திளங்குது– வெளியிலே ஆருமில்லெ. சுமடெ திண்ணை யிலெ எறக்கி வச்சுக்கிட்டு, தலை முண்டெடுத்து தேகமெல்லாம் தொடைச்சுக்கிட்டே உள் அற்றம் வரைக்கும் பார்த்தேன். உள்ளுக்கு ஜன்னலுக்கு அந்தப்புறமிருந்து வெளிச்சம் தெரியுது. ஜன்னலுகளுக் கும் கதவுக்கும் எளம் பச்சை நிற படுதா விரிச்சிருந்ததினாலே வெளிச்சம் வெளியே அதிகம் தெரியல்லே– ஆனா உள்ளேயெல் லாம் இப்போ உள்ள சினிமா கொட்டகை மாதிரி பள பளான்னு அழகு. என்னமோ ஒரு மாதிரி மணம் –

“தம்புராட்டியே... தம்புராட்டியே... இவிடெ ஆருமில்லே...?” என்னு கூப்பிட்டேன். அந்த மாதிரி பெரிய வீடுகளுக்கெல்லாம் போய், அங்குள்ள தாய்மார்களெ ‘தம்புராட்டியேன்னி’தான் கூப்பிட ணும்னு எனக்குத் தெரியும். கொஞ்சநேரம் உள்ளேயிருந்து ஒரு சத்தவுமில்லே. பின்னியும் கூப்பிட்டேன். முற்றத்தைப் பார்க்க பயமா யிருந்தது. நாலுகட்டு மதிலுக்கப்புறம் பெரிய கொட்டாரம்... அம்ம

வீடுகள்... நந்தாவனக் காடு. அங்கேயிருந்து செறுதாயிட்டு பிச்சிப் பூ மணம், சிணுசிணுத்த மழையிலே மணத்தது. கூவளமும் நாகலிங்க மரமும் காஞ்சிரவும் ஒயர்ந்து இருட்டோட, மழையோட நிக்குது... அதுக்கப்புறம் பப்பனாசாமி கோவிலுகோபுரம், பகலானாத் தெரியும். இருட்டு – மழையிலே ஒண்ணுமே காண முடியல்லே...

"ஆரா அது முற்றத்து நிக்குன்னது–?"

தேன் போல – பூச்சபோல ஒரு பொம்பளை சத்தம். வெளிச்சம் வரல்லே.

"செட்டியார் மொதலாளிடே கடையில் நின்னு வெஞ்ஞனம் கொண்டு வன்ன ஆளானு..." சாமான் கொண்டு வந்திருக்கிறதை மரியாதையோட தெரிவிச்சேன்.

"வெஞ்ஞனமோ? எந்தா இத்ர நேரமாயது? என்னால் முற்றத்து கூடெ வடக்கே வசத்து எடுத்துக் கொண்டுவரூ..."

இருட்டில் முற்றத்தில் இறங்கி சாமானுடன், வடக்குப்புற வாசல் பக்கமாகப் போனேன், நரைச்ச இருட்டு. உள்ளே வெளிச்சமுள்ள கதவு ஒண்ணு திறந்தது. ஆனால், வெட்டம் வெளியே தெரியல்லே...

"ஆ ஸ்டோர் ரூமில் கொண்டு போய் வைக்கு... அவிடெ சுவர் விளக்கு கொழுத்தி வச்சிருன்னது ஈமழையுடே காற்றில் அணஞ்சு போயி... சாதனம் ஆ முறிக்க கத்து பதுக்கெ வச்சிட்டு போரூ..."

அந்த சுகமான பெண் குரல்தான் – வடக்குப் புறத்தில் இருட்டுக்கும், உள் வெளிச்சத்திற்கும் அந்தப் பக்கம் நின்னுக்கொண்டு, சாமானை ஸ்டோர் ரூமில் கொண்டு வந்து வைக்க உத்தரவிட்டது...

ஸ்டோர் ரூமுக்குள்ளே சுமடு இறக்கி வச்சதும் – அவ்வளவு நேரமும் சிணு சிணுத்துக்கிட்டு இருந்த மழை பிடிச்சோன்னு பலமாகப் பெய்யவும் சரியாயிருந்தது. சொமடு இறக்கி வச்சுக்கிட்டு ஸ்டோர் ரூமிலேதான் நின்னேன். மழை ஒவ்வொரு சரமும் சுண்டு விரல் கனத்துக்குக் கொட்டுது. ரூமுக்குள்ளே, எண்ணெயும் உள்ளியும், கொட்டைத் தேங்காயும் சர்க்கரை வெல்லமும், கதளிப் பழ அழுகலும் எல்லாம் மணக்குது. வலிய வீட்டு ஸ்டோர் முறி யல்லவா? தினமும் பாயிஸ பிரதமனும் பப்படமும் – விருந்து சாப்பாடாயிருக்கும்னு நினைச்சுக்கிட்டேன்...

"செட்டியாருடே கடையில் நின்னும் வன்ன ஆள் ஸ்டோர் ரூமில்தன்னெ நிக்கயானோ?... மழை தோரட்டே.... ராத்ரி போகான் பேடியுண்டோ...?"

அதே பெண் பிள்ளைதான் – ராத்ரி போக பயமில்லியேன்னு கேட்டா. பக்கத்திலெ உள்ள மடப்புரையிலிருந்துதான் கேட்டா போலிருக்கு. மடப்புரையில் எண்ணெய் விளக்கு இருந்தது. ஆனாலும் பேசும் ஆளின் உருவத்தைக் காண முடியல்லே. பொறவு நடக்கக்கூடிய காரியம் இன்னதுன்னு அப்போ அறிஞ்சிருந்தா – ஒருவேளை ஆளின் ரூபத்தை பிரயாசப்பட்டாவது கண்டிருக்க லாம். அந்தச் சமயத்திலே – எனக்கு நினைப்பெல்லாம், இந்த மளெ தோரணுமே... மொதலாளி கடை பூட்டிருதுக்கு முன்னாலே சாலைக்குப் போய்ச் சேரணுமேன்னுதான்... கொஞ்சம் தூற்றல் வெறிச்சு கூலிக் காசும் தந்திட்டா அப்பவே எறங்கி ஓடியிருப் பேன்... அந்த ரெண்டும் கெட்டான் எடத்தில் நின்னுக்கிட்டிருக்க வும் ஒருமாதிரிதான் இருந்தது. அந்தப் பொம்பிளையின் கொரலைக் கொண்டு அவங்க யாரோ அந்த மேட்டு வீட்டிலுள்ள ஒரு கொச்சம் மையாக இருக்கும் என்று ஊகிச்சுக் கொண்டேன். ...மரியாதை கேடாயிட்டு நாம் ஏன் அவங்க முகத்தைப் பார்க்கணுமனிட்டு குளுந்து வெறச்சுக்கிட்டு ஸ்டோர் முறியின் மூலையில் கூனிக் குறுகி இருந்தேன்.

"இருந்தவன்தான்... சாஞ்சுகொள்ள ஏதோ பத்தாயம் போல இருந்தது. அதுக்குமேலே சாஞ்சவன்தான். நேரம் போயிட்டே இருந்துதா... ஒறங்கீட்டேன்... மழையிலெ குளிரும் நல்ல இருட்டும்.

சிணு சிணுத்த மழையும்
சீனிக் கிழங்கும்.
மூடிக் கொள்ள சீலையும்
பாறுக் குட்டி நீயும்...

ஒறங்கீட்டேன். இல்லே மயங்கினதுதான் உண்டும்... எவ்வளவு நேரம் ஆச்சுன்னு தெரியாது. பூனை அடுத்து வந்து தேகத்திலெ உரைஞ்சு நடக்கிறது போல இருந்தது... ஆரே அடுத்து வந்திருந்து நெஞ்சைத் தடவுதா...?

...சட்டுனு முழிச்சுப் பாக்கேன். இருட்டு, ஸ்டோரின் மணம்; அடுத்து ஓராள் குனிஞ்சு இருக்கிறதெ அறிஞ்சுக்கிட்டேன்.

"செட்டியாருடெ கடையிலே ஆள் அல்லே...?"

அந்தப் பெண் பிள்ளையின் குரல்தான். மெள்ள காதுக்குப் பக்கத்திலெ வந்து கேட்கா...

ஒறக்கக் கலக்கத்திலெ – பயத்திலெ, ஒண்ணும் தோணலே, மழை கொறஞ்சிருந்தது. சிணு சிணுத்த மழை... சீதக் காற்று...

"பயப்படண்டா..."

அந்தப் பெண்ணின் கை, என் கையைத் தடவிப் பிடிச்சி எடுத்து தன் நெஞ்சின் மேல் வைச்சிது பஞ்சு போலத்த கை... அந்த ஓடம்பைத் தொட்டப்போ இன்னும் நாடி வெட்டிக் குளுந் தது. இல்லே வெயர்த்தது. என்னன்னு தெரியாது. என் வலது கையை எடுத்துத் தடவினா... உம்மம் வச்சா...

"ஈ கையிலெந்தா இத்ர வீக்கம்?..." என்னு கேட்டா.

"இது ஒரு செறிய நீராணு..." என்னு சொல்லும்போ என் சத்தம் எனக்கே கேக்கல்லே... இப்போ பேச பயமாயிருந்தது...

"இ யாளுடே பேரெந்தா...?"

"செய்துப் பட்டாணீன்னு பேரு..."

"ஆ... ஜாதியில் பட்டாணியானோ? வெளுப்பனோ கறுப் பனோ...?"

"கறுப்பன்..."

"கறுப்பனோ? பட்டாணிமாரில் கறுப்பனும் உண்டோ? ஞான் வெளுத்த பட்டாணிமாரேயே கண்டிட்டுள்ளு. கொட்டாரத்தில் செல்லக் குதிரயெ வளர்த்துன்ன பட்டாணிமாரெல்லாம் வெளுப் பான் மாரானு..."

"எந்தோ... ஞான் கறுப்பனானு..."

"ஆ... சாரமில்லே, இருட்டத்து ஏதாயால் எந்து?"

பொறவு கெட்டி ஒருபிடி... அவ்வளவுதான் தெரியும்... அய்யோ... இப்ப நெனைக்கும்போ உள்ளங்காலிலிருந்து உச்சந்தலை வரைக்கும் கோரித் தரிக்குது...

'நேரம் விடியதுக்கு முன்னாலெ எழுப்பி விட்டா... கல்யாண விருந்து சாப்பிட்டுக்கொண்டிருந்தப்போ, பாதியிலெ எழுப்பி விட்டதுபோல இருந்தது... ஏழு வெள்ளிப்பணம் ஒரு ரூபா – கையிலே தந்தா... வெளியே பாராக்காரன் காணாமெ பதுக்கெ போயிரச் சொன்னா... ராத்ரி நடந்ததே ஆருட்டேயும் சொல்லாதே– சொல்லாதேன்னு அஞ்சாறு தடவெ கெஞ்சிக் கெஞ்சி சொன்னா...

"ரோட்டிலெ இறங்கி நடக்கும்போ மழை இல்லை. நனைஞ்ச ரோடு... குளிர்ந்த காற்று, ரெண்டு சைடிலையும் மரங்களெல்லாம் குளுந்து ஆடுவது போல ஆடுது... ஒரு அனக்கமில்லெ. பப்பனா சாமி கோவில் மேத்தமணி எத்தரையோ அடிச்சிது... நேரம் வெளுப் பான் காலம் ஆயிருக்குமென்னு தோணிச்சிது. ராத்திரி... மழை... குளிரு... ஆ என்ன ஒரு சொகம். அதுவரை அனுபவிக்காத

சொகம்... அய்யோ... பொறவு – பொறவு... இதுவரை அதுபோல ஒரு ராத்திரி வரல்லே.... அதுபோல ஒரு ஆளும் கிடைச்சதில்லே.

‘அதுக்கும் பொறவு, வள்ளக்கடவுக்கோ, படிஞ்ஞாறே கோட்டைக்கோ போகும் போதெல்லாம், அந்த மேட்டு வீட்டைப் பார்ப்பேன்... பாராக்காரன் நிப்பான். கேற்றுக்குள்ளே சீமைப்பிலா நிக்கும்... அதிலெ பந்து பந்தா எளம்பச்சை நிறக் காய்கள் காணும்... மேட்டு வீட்டின் அம்பாரி மேடை தெரியும். ஆனா ஒரு ஆளையும் பார்க்க முடியாது... அதுக்குப் பொறவு ஒண்ணு ரெண்டு தடவே அதே வீட்டுக்கு வெஞ்ஞனம் கொண்டு போனேன்... காரியக்காரன் வந்து சாமானை ஸ்டோர் முறியிலே வாங்கி வைப்பான். ஆனா நான் தேடின ஆள மாத்திரம் அதுக்குப் பொறவு காணவே முடியல்லே...

‘வர வர அது ஒரு ஏக்கமாயிட்டு தீந்துது... கடைசியிலே அந்த ஏக்கமே ஒரு வைராக்கியமாயிட்டும் தீர்ந்துது. கெடச்சா அது போலத்த ஆள் கெடைக்கணும்... இல்லாட்ட என்ன பெண்ணும் பண்டமும் வேண்டிக்கிடக்குன்னு தோணிப் போச்சு... வருஷத்திலே ரெண்டு தடவெ வரும் மகாராசாவின் ஆறாட்டுத் திருவிழா அந்தப் பாதை வழியாத்தான் கடக்கரைக்குப் போகும். ஆறாட்டு காணப் போகும் போதெல்லாம் அந்த மேட்டு வீட்டைப் பார்ப்பேன். அம்பாரி முகப்பில் நிறச்சு பெரிய இடத்து தம்புராட்டி மாருகள் நிப்பா. அதில் ஆராக இருக்கும், அன்னைக்கு மழையத்து ராத்திரி?

‘...நிச்சயமா ஏதோ ஒரு தம்புராட்டிதான்! வேலைக்காரியோ அச்சியோ அல்ல... என்ன மணம் மணத்தது... அந்த மணம், அடிச்சுக் கூட்டுற அச்சிக்கோ, வேலைக்காரிக்கோ மணக்காது – தீர்ச்சைதான்! ஒரு வேளை அவங்களுக்கு என்னைக் கண்டால் தெரியுமாயிருக்கும்... அதுவும் சம்சயம்தான்...’

‘அதுக்கும் ரெண்டு வருசம் கழிஞ்சப்போ செட்டியார் கடையிலே இருந்து வந்திட்டேன். அதிலிருந்து பல வெஞ்ஞனமும் கொண்டு எந்த வீட்டுக்கும் போவல்லே. எப்பிடியோ காலம் இம்பிட்டும் கழிஞ்சும் போச்சு...’

பெரிய ஒரு கூட்டச்சத்தம் கேட்டு பட்டாணியின் நினைவு வட்டம் கலைந்தது. நாலைந்து போலீஸ்காரர்கள் யாரையோ விரட்டிக் கொண்டு காலனிக்குள் ஓடுகிறார்கள். பயக்களும் பெண்களும் ஆண்களும் பின்னால் கூட்டமாக ஓடுகிறார்கள். சேரிக்கு வெளியே இலவாணியத் தெரு ரோட்டில் நிறைய ஆட்கள் நின்று போலீஸ் கேஸ் பிடிக்கும் வேடிக்கையைப் பார்த்துக்கொண்டு நிற்கிறார்கள்.

நேரம் பொழுது சாய்ந்துகொண்டிருந்தது. 'இவ்வளவு நேரமா போதமில்லாமெ கெடந்தோம்...' என்று வியந்தான் பட்டாணி. கையை மட்டும் அசைக்க முடியவில்லை. காலையில் இருந்தது போலதான் இருந்தது. கண்நோவு குறைந்திருந்தது. இடது கையினால் கண்ணை நெருடிக்கொண்டு வெளியே பார்த்தபோது மஞ்சள் வெயில் தென்னை ஓலைகளைத் தழுவிக்கொண்டிருந்தது. வெயில் வெக்கை தணிஞ்சிருந்தது... காலனியில் புதிசாக வந்து தங்கியிருக்கும் சக்கிலியன், தென்னைமர மூட்டில் அடுப்பு மூட்டி, ரப்பர் துண்டில் நெருப்புப் பற்ற வச்சு கஞ்சி காச்சிக்கொண்டிருக்கிறான். ரப்பர் நாற்றம் எங்கும் பரவியிருக்கிறது. 'இவனுக்கு வெறகு கெடைச்சாலும் இந்த ரப்பர் துண்டைத்தான் எரிப்பான் – 'எரப்பாளி' என்று வாய்க்குள் அவனைச் சபிக்கிறான், பட்டாணி. செய்துப் பட்டாணிக்கு வயிற்றைப் பசித்தது. கிடந்த கிடப்பிலேயே இருந்து கொண்டு வெளியே பார்த்தபோது பார்வை எட்டிய பக்கத்தி லெல்லாம் ஆருமே இல்லை. எல்லோரும் போலீஸ்காரன்கள் பின்னால் தெற்கே ஓடியிருக்கிறார்கள். சாராயம் நடராயனைத்தான் போலீஸ் வலைபோட்டிருக்கணும்... சக்கிலியனின் கைக்குழந்தையும் சின்னப் பெண்ணும் மட்டும் தென்னை மரத்தடியில் – அடுப்படியில் இருந்தனர். 'கோவிந்தனின் மகன் குட்டனைக்கூட காணலியே ஒரு கிளாஸ் சாய வாங்கணும்...' என்று நினைத்தவாறு மெதுவாக இடது கையை ஊன்றிப் படுக்கையை விட்டெழுந்தான். எறப்பிலிருந்து தீப்பெட்டியும் பீடியும் எடுத்து – ஒரு பீடி பற்றவைத்துக்கொண்டான். எல்லாம் ஒரு கையினால்தான்... பீடியைப் புகைத்தவாறு குடிலிலிருந்து வெளியே வந்து – 'பைய்யெ பைய்யெ அப்பு கடைக்குத்தான் போணும்...' என்று நினைத்தவாறு – சாய்பை இழுத்துக் கதவை அடைச்சிட்டு ஓடையைத் தாண்டி ரோட்டில் இறங்கினான் செய்துப் பட்டாணி...

"டேய் பட்டாணி வாரான் டேய்... சாளப் பட்டாணி..."

"வரட்டும் தாயோளி. இன்னைக்குப் பாத்துக்கோ ஒருகளி..."

"போட்டுண்டேய்... இப்போ கொஞ்சநாளாயிட்டு புள்ளிக்கு சுகக் கேடு பிடிச்சு கோட்டக்ககம் ஆசுபத்திரிக்குப் போயிட்டு வாறான். மந்து கை கழுத்திலெ தொட்டிலு கெட்டி இட்டிருக்கான்... பாத்தியா...?"

"ஆமா... சுண்டைக்கா மோனுக்கு இதுமட்டுமா வரும்? இந்தக் கையினாலெ செய்த அக்ரமம் கொஞ்சமான்னுமில்லயே. இப்போ தொட்டிலு கட்டி ராரி – ராரோ பாடிட்டு நடக்கான். மோன்...? வரட்டும், ரெண்டு பொடிக் கல்லு இங்கனெ எடு."

செய்துப்பட்டாணி சன்னிதி முக்கைத் தாண்டி வந்துகொண்டிருந்தான். காலை, முதிர்ந்த, பத்து பதினோரு மணிப்பொழுதின் வெயில். ரெண்டு பக்கமும் கடைகள். அத்தர், சந்தனம் விற்கும் கடைகள். பச்சைக் கோபுரமாக வெற்றிலைக்கட்டுகளை அடுக்கிய முஸ்லீம் கடைகள், அவற்றுக்கு முன்புறம் – கூடைகளில் அம்பாரமாக பழுக்காப்பாக்குக் குவியல் கடைகள்... கடைத் தெரு முக்கு தாண்டியதும் சாது சாமியின் பீதொப்பு, இப்போது அப்பு சாயக் கடை. இரண்டு போர்ஷனில் கீழ்ப்பகுதியில், கூலிக்காரர்களுக்கும் மற்றும் சாயை குடிப்பதற்கான மரப்பெஞ்சுகளும் அடுக்கு மேசைகளுமான அரங்கு. மேல் பகுதியில் – வெள்ளைச் சட்டை முண்டுகாரர்கள் டீசண்டாக அமர்ந்து டிபன் சாப்பிடுவதற்கான முஸ்தீபு... அதற்கப்பால் புகையிலைக்கடைகள், பலசரக்குக் கடைகள், நாட்டு மருந்துக் கடை, கயிற்றுக் கடை, வட்டிக் கடைகள், எல்லாமே சில்லறைக் கடைகள்... நல்ல வியாபாரக் கலகலப்பின் நேரம். தொட்டிப்பயல்களின் கூச்சல்களைப் பொருட்படுத்தாமல் பட்டாணி நடந்து வந்துகொண்டிருக்கிறான். வாட்டசாட்டமான உயரம். அஞ்சேமுக்கால் ஆறடிகூட இருக்கலாம். கரேலென்று உடம்பு. நாற்பத்தி ஐந்தா ஐம்பதா என்று தீர்மானிக்க முடியாத வாகு. கைலி உடுத்தியிருக்கிறான். புளியிலைக் கரை நேறியலால் – கையைக் கட்டிக் கழுத்தோடு தொட்டிலிட்டிருக்கிறான். தூக்கச் சாயல் படிந்த உருண்டைக் கண்கள், பாதி நரை கலந்த குச்சித் தலைமயிர், சப்பிய மூக்கு, ராஜேந்திரபிரசாத் மாடல் பெரிய நரை மீசை, தொட்டிலினுள் அடங்கிய கையை நிமிர்த்தித் தொங்க விட்டால் – அது யானையின் துதிக்கை மாதிரி பெரிதாகத் தோன்றும். இடது கை சாதாரணமாக இருந்தது. ஆனால், யானைக்கால் வியாதி இருந்தால் என்ன? எல்லாத்துக்கும் பட்டாணிக்கு அந்த வலது கைதான் வாக்கு. ‘பட்டாணிக்கிட்டே விளையாடாதே. அவன் அந்தப் பெரிய கையைத் தூக்கி ஒரு போடு போட்டான்னா நீ பொடியா பொடிஞ்சு போவே...’ என்பது பிரசித்தமான வாக்கு. பட்டாணியின் நல்ல காலத்திலே இந்தத் தெரு பயக்கள் எல்லாம் ஈசல் பூச்சி மாதிரி அவனெக் கண்டாலெ நடுங்குவான்கள். இப்போ பட்டாணி தளர்ந்து போனான். கட்டிப்போட்ட நாயை ‘நொற நாட்டியம்’ காட்டுற மாதிரி ஒவ்வொருத்தனும் பட்டாணியிடம் வாலாட்டுகிறான்கள்.

பட்டாணி அப்பு சாயாக் கடையைத் தாண்டி வந்துகொண்டிருந்தான்... “டேய்! சாளப் பட்டாணீ... ரோட்டு நடுவிலே போகாதெடா, ஒதுங்கிப் போ...” என்று ஒரு பயல் வாழைப்பழ மட்டையைத் தூக்கி எறிந்தான். பட்டாணி சட்டென்று நின்று திரும்பிப் பார்க்கிறான் –

"உங்க அப்பன்மாரெ போயி எறிங்கடா மசிருகளே..."

"அப்பனா? வா மக்களே வா..."

எல்லாப் பயல்களும் சேர்ந்து கூச்சல் போடுகிறார்கள். வெற்றிலைக் கடை சாயிப்புகள் சேர்ந்து சிரிக்கிறார்கள், ரோட்டில் நடந்து போகிறவர்களும் இந்தத் துவந்த யுத்தத்தை வேடிக்கை பார்க்கிறார்கள். புகையிலைக் கடையில் புகையிலை வெட்டும் 'அம்மாவன்', "போங்கடா பயக்களே. பாவம் அவன் சுகமில்லாதவன், போகட்டும்..." என்று சொல்கிறார். அதை ஒருத்தரும் காதில் போட்டுக் கொண்டதாக இல்லை. மற்ற கடைக்காரர்களுக்கு இது வாடிக்கை நாடகம் – பஜாருக்குப் புதியவங்களுக்குத்தான் கொஞ்சம் ஆச்சரியமாகவும், 'கேட்பாரில்லையா' என்ற வியப்பும் தோன்றும். பட்டாணி முக்கைத் தாண்டிய பின்னும் பயக்கள் விடுவதாக இல்லை...

"டேய் சாளப் பட்டாணி... சாள வேணா? சம்பக் கடையில் அணாய்க்கு பத்து சாளமீனு விக்குணு..."

ஒரு பயல் பட்டாணியின் தொட்டில் கையில் எதிர்பாராமல், வந்து மோதிவிட்டு ஓடுகிறான்.

"அம்மா..."

பட்டாணிக்கு பிராணனைப் பிடுங்குவதுபோல் வலித்தது. 'அய்யோ' என்று வாய்விட்டு அலறிவிட்டான். நகர முடியவில்லை. கயிற்றுக்கடை ஓரமாக திண்ணையில் போய் இருந்துவிட்டான்.

இப்போ யார் பேரிலும் வைரம் தோன்றவில்லை. வலியின் பிராணாவஸ்தையே முன் நின்றது.

'ஆடிய ஆட்டத்துக்கு இப்போதான் கூலி வருது. படச்சவனை மறந்து நடந்தவனுக்கெல்லாம் கெதி கடைசியிலெ இதுதான்...'

பட்டாணிக்கு அழுகை பொத்துக்கொண்டு வந்தது. இடது கையால் வலது கைச் சுமையின் வலியைத் தாங்கிக்கொண்டு கடைத் திண்ணையில் கவிழ்ந்திருந்து அழுதான்.

பயல்களையெல்லாம் விரட்டிக்கொண்டு கோவிந்தன் தெற்கேயிருந்து வந்துகொண்டிருந்தான்... பயக்களும் பட்டாணியின் 'இக்கட்டை' புரிந்துகொண்டு, 'இனி நாளை பாத்துக்கிடலாம்' என்று முக்கு தாண்டிப் போய்விட்டான்கள். இல்லாவிட்டாலும் ஓடை கோவிந்தனுக்கும் அடங்குகிற பயக்களா, சாலைக்கடை பயல்கள்?

கயிற்றுக் கடைக்காரரும் வேறு ஒன்றிரண்டு கடைக்காரர்களும், பட்டாணியைக் கவனித்தும் காணாததுபோல வியாபார மும்முரத்தில் இருந்தார்கள். கைவண்டிகளும் காளை வண்டிகளும், தலைச்

சுமடாக மூட்டைகளைக் கடைகளுக்குக் கொண்டு போகிறவர்களும், வழிப்போக்கர்களும், சாமான் கட்டுகிற ஓலைப்பெட்டிவிற்கும் நாடாத்திகளுமாக – தெரு தன் செயலில் நிலைமறந்து இயங்குகிறது. கலகலப்புச் சத்தங்கள்... கூப்பாடுகள் சைக்கிள் மணிச் சத்தம் எல்லாம் மோட்டாரும் லாரியும் அந்தத் தெருவிற்கு வராது. பிச்சைக்காரர்களைப் பிடிக்கும் வெள்ளைநிற வேன் மட்டும் அடிக்கடி வரும்.

"பட்டாணி... இருந்து அழுதுகிட்டா இரிக்கேரு?... எந்திரிச்சு வாரும்... போவோம்... நாறப்பயக்க... சுண்டைக்கா மோன்மாரு... இதெல்லாம் இந்தச் சாலைக் கடைக்கெ குற்றம்... நல்ல ஆளுகளுள்ள இடமானா நாதியிருக்குமே ஆரெ குற்றம் சொல்ல... எல்லாம் தலெலெ எழுத்து..."

கோவிந்தன், பட்டாணியை கருமடம் குடிசை வரைக்கும் கைத்தாங்கலாகக் கூட்டிக்கொண்டு வந்ததைக் காண பொருத்தமில்லாமலிருந்தது. நல்ல ஒற்றை சரீரக்காரனான பட்டாணியும், நாலு நாலரையடி பொக்கமுள்ள கட்டை கோவிந்தனும்... அந்த கோவிந்தன் பட்டாணியைத் தாங்கிப் பிடித்து வீட்டுக்குக் கொண்டு வந்து சேர்த்தான். பட்டாணிக்குப் படுக்கப் பாய் விரிச்சுக் கொடுத்து படுக்கச் சொல்லிவிட்டு, மத்தியானக் கஞ்சி வச்சுக்கொண்டு வருவதாகச் சொல்லிவிட்டு கோவிந்தன் எழுந்து போனான்.

பாயில் படுத்துக்கொண்ட பட்டாணிக்கு வலது கையின் வலி, இனியும் விண் விண்ணென்று உச்சியில் பிடித்தது. இன்று நாலு போய் ஐந்தாவது நாள். இன்று இஞ்செக்ஷன் கை நரம்பை நெருடி அதில் போட்டிருந்தார், டாக்டர். அதிலெ வேறே ஏற்கனவே முளகு அரச்சுக் கண்ணில் தடவினது மாதிரி காந்தல் இருந்தது. அதில் தான் பேதியில்போற பயக்கள் தாக்கிவிட்டான்... அந்த நேரத்திலேயே பிராணன் போயிட்டது போல் இருந்தது பட்டாணிக்கு. பட்டாணி ஆனதினால் அதையெல்லாம் தாங்கிக்கொள்ள முடிந்தது. வேறு எவனாவது சோனியென்றால் கொத்துவால் தெருவிலேயே விழுந்து உயிரை விட்டிருப்பான்...

'கண்ணுத்தீனம்' கணிசமாகக் குறைந்திருந்தது. கண்ணில் குத்தலும் உளைச்சலும் இல்லை. காலையில் உறக்கம் விழிக்கும் போது மட்டும் நிறைய பீளை கண் நிறைந்திருக்கும். அது முகம் கழுவினால் போய்விடும்.

குடிசை மூலையில் எறப்பில், வெள்ளை பாட்டில் ஒன்று நூலில் கட்டித் தூக்கியிருக்கிறது. செங்கல் அடுப்புக்கு மேல் சிம்ணி விளக்கும், தீப்பெட்டியும் இருக்கின்றன. சாதிக்கா பெட்டியின் மேல்

அவிழ்த்திட்ட கைலி கிடக்கிறது. சிவப்பு உள் நிக்கர் உலரப்போட்டது கூரையில் செருகியிருக்கிறது. மாதுரிதேவியும் அஞ்சலிதேவியும் கட்டிப்பிடித்துக்கொண்டிருக்கும் படம் ஓலைச்சுவரில் ஒட்டியிருக்கிறது. பழைய, வனமோகினி சினிமா வந்த காலத்தில் கிடைச்ச படம் அது. சிறிய மண் குடத்தில் தண்ணி இருக்கோ என்னமோ? கறிச்சட்டியால் குடம் மூடியிருக்கிறது. ஆஸ்பத்திரிக்குப் போகும் போது கோவிந்தனின் மகன், குட்டன்கிட்டே ஒரு குடம் தண்ணி எடுத்து வைக்கச்சொன்ன ஞாபகம்... 'பய தண்ணி கொண்டு வச்சானோ என்னமோ, இப்போ தண்ணி வேண்டாம். காலையில் அப்பு கடையில் ரெண்டு தோசையும் ரவக்கஞ்சியும் தின்னது வயிற்றில் இன்னியும் புளிச்ச ஏப்பம் எடுக்கிறது... நெஞ்சு கரிக்குது... நேத்தையவிட இன்னைக்குக் கைவலி கூடுதல்...

படுத்துக் கிடக்கக் கிடக்க, பட்டாணிக்கு அசதியாக இருந்தது... சீக்கிரம் செத்துப்போனால் தேவலைபோல் இருந்தது...

சவம் கை வேதனையைக் காணும்பம் இந்த எட்டு நாள் கெடுவும் கழிஞ்சு பெழைக்கேனோ கெடக்கேனோ? இப்பமே மரிச்சிட்டா கொள்ளாம்... ஆனா செத்ததுக்கப்புறமும் இந்தச் சாலைக் கம்போளமும், தொட்டிப் பயக்களும் இந்த மொதலாளிமாரும் எல்லாம் எப்பிடி இருக்குன்னு பாக்கணும். என்ன இருந்தாலும் ஆசையும் விசாரங்களும் சாவாது... பின்னெ எப்பிடி? சாலைக் கடையிலே இப்பமே தலைபொக்கி நடக்க முடியல்லே, எலியைப் பிடிச்சு வாலெக் கட்டி வெளையாட்டு காட்டுது மாதிரி ஆயிப் போச்சு. ஒரு அஞ்சாறு வருசத்துக்கு முன்னே கூட நம்மளெக் கண்டு தொடவழியே ஒண்ணுக்குப் போன பயக்கதான் சாலைக் கடையிலே உள்ளது. இப்போ கொஞ்ச காலமா தள்ளாட்டம் ஆரம்பிச்சிருக்கு. சாயை குடிக்க கிளாஸைக் கையிலெடுத்தா... கையும் விரலும் ஜன்னி கண்டதுபோலே ஆடுது... கொஞ்சம் ஒரு ஆறு அவுன்ஸு உள்ளே போனாலும் நடை குழையுது... நாக்கிலே அறாம் பெறப்பு வர்த்தமானம் தன்னறியாமெ வருது... மனசுக் குள்ளே ஒண்ணும் பேசக் கூடாதுன்னு நெனச்சாலும் ஒக்கமாட்டேன்குது... வெள்ள மடிச்சிருந்தாலும் – இல்லைன்னால்லாம் பயக்க இப்போ வெரட்ட ஆரம்பிச்சிருக்கான்... முன்னாலே மாதிரி வெட்டுக் கத்தியோ பேனாக் கத்தியோ எடுக்க முடியல்லே... போலீஸ்காரனையும் பேடிக்கணுமே... அவனுக சும்மா போனாலுமே வாயை ஊதிக்காட்டச் சொல்லுதான்... அதுவேறே பேடி.

நல்ல சொரணையோட இருந்த காலத்திலே இந்தத் தொந்தரவு ஒண்ணுமில்லே... என்ன செய்தாலும் ஒருத்தன் வந்து ஏன் அப்பிடி செய்தேன்னு கேக்க பயப்படுவான். பட்டாணியா அதைச் செய்தான். அவன்கிட்டே போகாதே, வேலியிலெ போறதே காலுக்

கடிலே பிடிச்சுவிடுவது என்னத்துக்குன்னு ஒதுங்கிப் போயிடுவான்... ரொம்ப நாள் ஒண்ணும் ஆயிரல்லே. நாப்பத்தி அஞ்சோ – நாப்பத்தியாறிலேயோ மொகறம் – பெறைக்கு, மேட்டுக் கடை ஊச்சாளி மைதின் வந்து, 'பட்டாணி! கடுவாப்புலி வேஷம் போடுதீரான்னு கேட்டான்... போடுதீரான்னு கேட்டா, அதிலெ பின்னெ மறுப்பென்ன இருக்கு... பெறை பத்து நாளும் கடுவாப்புலி வேஷமும் தண்ணியடியும், ஒருத்தரும் கேக்க மாட்டா, இஷ்டம் போல ஆடலாம்...

'போட்டாச்சு, கடுவாப்புலி வேஷம் போட்டாச்சு. ஒன்பது கிடாய் ஆட்டைப் பல்லு கொண்டு கடிச்சு எறிஞ்சது அப்போ தான்... ரொம்ப நாள் ஒண்ணும் கழிஞ்சுரல்லே. இந்தக் கச்சக்கடை முக்கிலெ பாத்திரக்கடை நாயர் கடைக்கு முன்னாலெதான் நடந்தது... அன்னைக்கு எட்டாம் பெறை. பாளையத்திலிருந்தும் மேட்டுக் கடையிலிருந்தும் ஒவ்வொருத்தனும் வேஷங்களெ போட்டுக்கொண்டு வந்து கடையிலே, அங்கன இங்கனெ நின்னு கொட்டி முழக்கீட்டு ஆடுதான், செண்டையும், சேங்கலையும் ஒரு பெகளம்தான்...

செண்டையும் மேளமும் தகர்த்து மொழங்க, ஊச்சா... என்னெக்கொண்டு வந்து நாயர் பாத்திரக் கடை முன்னாலே நிறுத்தினான். கரியப்பிலை ஆசான் செண்டைக்கு, கணியான் தாமோதரன் ஜோடி, மேளத்துக்குக் கேக்கணுமா? எனக்கானா வாசி... மேட்டுக்கடை காதர் – கடுவா வேஷம் போட்டுக்கொண்டு சாலைக்கடையிலே வந்து தகர்க்கானாம். அவனெ பீட்டு அடிச்சு களிக்கணும்னு ஊச்சா... ஓதியிருந்தான். ஊச்சாளியானா மூக்கு முட்ட விட்டிருந்தான். தலையிலெ புளியிலைக் கரை நேரியலெ குஞ்சம் வச்சுக் கெட்டிக்கிட்டு, அவன் எனக்கு உஷார் ஏற்றுவதுக்கு திங்கு திங்குன்னு ஆடுதான்... மேளவும் கொழுத்து ஏறிச்சு... எனக்குக் காது குருத்திலெ மேளச்சத்தம் கிக்கிறி மூட்டிச்சுது... ரெண்டு ஆனைக்காலன் குப்பி நிறைய சேவிச்சா எப்பிடி இருக்குமோ, அப்பிடியே பிரி ஏறிக்கிட்டு வந்தது. கிளம்பீட்டேன்...

'...ஆகாசமும் பூமியும் தொடாமெ பாஞ்சு பாஞ்சு ஆடினேன், ஊச்சாளியும் விடல்லே. ஒற்றைக்கு நின்னு தகர்த்து ஆடினான்... பிலுபிலுன்னு கூட்டம் கூடிற்று. மெயின்ரோட்டில் டிரான்ஸ் போர்ட்டு பஸ்ஸும் ஆள்களும் ஒண்ணும்போக முடியாது. பஸ்ஸும் காரும் வந்து ஒண்ணு பின்னாலே ஒண்ணு வரிக்கு நிக்குது... ஆரியசாலை முக்கு, கிள்ளிப்பாலம் – இங்கேயிருந்தெல் லாம் வண்டியும் மோட்டாரும் போகாதது என்னான்னு கேட்டுக் கிட்டு ஆளுகள் வந்தப்போ – இங்கே புலிவேஷ ஆட்டம் தகர்க்குது...

‘...பாத்திரக்கடை நாயர் முதலாளி, கிடாய்க்கு ஆள் அனுப்பி சம்பக் கடையிலிருந்து ரெண்டு கிடாயும் வந்தது. எனக்கு இடுப் பளவு வரும் ஒவ்வொரு கிடாயும். கண்டா நேர்ச்சை கிடா மாதிரி ஒவ்வொண்ணும் ஒரோ எருமை மாடு தண்டி உண்டும்... களி முறுக்கேறி நிக்கக் கூடிய வேகம். கிடாயைக் கொண்டு விட்டது தான் தாமதம், ஒரே பாய்ச்சல்... அடக்கி முதுகிலெ ஒரு கவ்வல்... கிடா ‘ம்மே’ன்னு ஒரு விளி... ஆடு தலைக்கு மேலே ஒயர்ந்து பின் னாலே ஆறடி தள்ளிப்போய் விழுந்து பிடைக்குது. ஒண்ணு, ரெண் டாமதும் ஒண்ணு...

‘எண்ணிட்டும் தளராமை நின்னு களிக்கேன்... அமீன் ஹோட் டல்காரன், மேட்டுக்கடை காதருக்குச் சொந்தக்காரன், அவன் ஓட்ட லிலே எறச்சிக்காக நிறுத்தியிருந்த நாலு கிடாயை வாசிக்கு வேண்டி கொண்டுவந்து நிறுத்தினான். அவனுக்கு எப்பிடியும் – ஊச் சாளிக்கெ சாலை கடுவாயை பீட்டடிச்சி மேட்டுக் கடை கடுவாயை ஜயிக்க வைக்கணும்னு ஆசை... எனக்குத் தெரியாதா...? கிடா முன்னெ வந்ததும்தான் தாமசம்... கறண்டு அடிச்சது போல. நாலெண்ணத்தையும் கைதொடாமே கடிச்சு எறிஞ்சேன்... கூட்டத் திலே சடபுடான்னு கையடியும் சீட்டியடியும் பெகளம் செண்டை மேளம் வெளுத்து வாங்குது... பெறவென்னடான்னா ஒரு மணிக் கூறிலெ எண்ணிக்கொண்டு ஒம்பது கிடா கடிச்சு எறிஞ்சிருக்கேன்... வாசிக்கு விட முடியுமா? போலீஸ் வேன் வந்துது. இன்ஸ்பெக்டர் கூடெ கொஞ்ச நேரம் பார்த்துக்கிட்டு நின்னாரு கூட்டம் கலைஞ் சப்பம், ஒரு ஆறாட்டுத் திருவிழா கலைஞ்ச கூட்டம் உண்டும்... பாத்திரக்கடை நாயர் முதலாளி, இந்த மந்து கைவிரலைப் பிடிச்சு ஒரு பவுனிலே ஒரு மோதிரம் போட்டுத் தந்தாரு... ரொம்ப நாளா ஆச்சு? நாப்பத்தி அஞ்சணா... இப்போ ஒரு அஞ்சு கொல்லம். அவ்வளவுதான்.

‘அப்பிடிப்பட்ட என்னெ இந்தக் கச்சக்கட முக்கிலெதான் பயக்க போட்டு நாற அடிக்கான். அந்தப் பாத்திரக் கடை நாயர் கூட சில சமயம் பாத்துக்கிட்டு இருக்கான். அந்த இவனுக்கெல்லாம் இருக்கிற பணமும் சரி... என் காலில் மசிரும் சரி...’

“பட்டாணி அண்ணா, பட்டாணி அண்ணா! ஒறங்குதீரா... இல்லே சும்மா படுத்துக் கெடக்கீரா...?”

பட்டாணி நினைவு கலைந்து பார்த்தபோது சாராய – நொண்டி நடராயன் எதிரே நிற்கிறான்.

“கோவிந்தன் சொல்லிச்சு... இன்னைக்கு நாலஞ்சு நாளாக ஆசுபத்திரிக்குப் போயிட்டு வாறீராமே... சாயந்தரமெல்லாம்

அதுதான் உம்மளெக் காணலே... ரெண்டு மூணு நாளைக்கு முந்தி உமக்கு சங்கதி தெரியுமா? எவனோ கோட்டயத்திலிருந்து புதிசா சாலை ஸ்டேஷனுக்கு ரெண்டு இன்சார்ச்சுமாரு வந்திருக்கான். அவனுக வேறெ ரெண்டெண்ணத்தையும் சேர்த்துக்கிட்டு இங்கே காலனிக்கு வந்திருக்கான்... தொப்பியைக் கண்டதும் நான் கெம்பீற்றேன்... பெறக்காலெயே ஓட்டிச் சுக்குட்டு வந்தானுவ. நானா பிடி கொடுப்பேன். குரியாத்தி குன்னுலே போய், தண்டான் மாது வீட்டில் ஒளிச்சு கெடந்தேன். அவனுக பெரிய கொழல்வேலி வரைக்கும்தான் வந்தான். பொறவு குடிலிலே வந்து சட்டியும் பானைகளையும் எடுத்துப் போட்டு ஒடச்சிருக்கான்... இன்னைக்கு வெளுப்பான் காலத்தேதான் வந்தேன். வந்து பாத்தப்பம் சங்கதி சீருதான், உள்ள கலமும் சட்டியும் எல்லாம் ஒடஞ்சு கெடக்கு... மயிரு. அதோட போச்சு. பிடிச்சிருந்தா அஞ்சு பத்து தாலியறுத்திருக்கணும்... ஆமா, ஓமக்குக் கையெ முறிக்கணும்னிட்டு டாக்டரு சொன்னாராமே, கோவிந்தன் சொன்னான், எந்திச்சு இரியுமேன்... கஷ்டம்னா வேண்டாம். ஒண்ணு சொல்லுதேன் கேளும். இனி யாவது இந்த வாற்றுவெள்ளத்தை வாங்கி மோந்தாதையும். நான் வாற்றி விக்கக்கூடியவன்தான். நீரும் கடன் ஒண்ணும் வாங்கல்லே. நோட்டுதான் தாறேரு. ஆனாலும் நான் உமக்கு வேண்டிச் சொல்லுதேன்... உம்ம கையிலே இருந்து நான் எத்தரையோ சக்கறம் வாங்கித் தின்னிருக்கேன். அந்த நன்னியிலே சொல்லுதேன். என்ன பாக்கேரு? ஒண்ணுக்குப் போணுமா? பைய்யெ பதுக்கெ எந்திரியும் நான்கூட வரணுமா...?"

நொண்டி நடராயன், அவன் சூம்பல் காலும் பாகவதர் கிராப்பும், சோனி உடம்பும், அவன் பிடியில் தாங்கிக்கொள்ள பட்டாணிக்கு மனசு இல்லைதான். ஆனாலும் ஏதோ ஒரு தாங்கு வேண்டும் போலிருந்தது.

அவன் கையைப் பிடித்துக்கொண்டு வெளியே போய்விட்டு வந்தபோது, பட்டாணிக்குத் தண்ணித் தாகமெடுத்தது. குடத்திலிருந்து நடராயன் பச்சைத் தண்ணீரைக் கறிச்சட்டியில் சரித்துக் கொண்டுவந்து கொடுத்தான். சாயக்கடையிலிருந்து ஏதாவது வேணுமான்னு கேட்டான். வேண்டாம். ஒரு பத்துப் பைசாவுக்கு பீடி மட்டும் சாயிப்பு கடையிலிருந்து வாங்கித் தந்தால் போதுமென்று நடராயனை அனுப்பி வைத்தான் பட்டாணி.

'உம்... இப்போ நாய்க்கும் பேய்க்கும் எளக்காரப்பட்டுப் போனேன், நல்ல காலத்திவே – ஏன், ஒரு வாரத்துக்கு முன்னேகூட இந்த நடராயன் கிட்ட வந்து பேசுவானா...? ஆலோசிச்சுப் பாத்தா ஒரு மனுஷனுக்கும் இதுவரைக்கும் உபகாரம் செய்திட்டிலே எவனுக்

கெல்லாமோவேண்டி ஏதாவது செய்திருந்தாக்கூட அதெல்லாம் தன் காரியம் ஆக வேண்டித்தானே யல்லாமெ, வேறொண்ணு மில்லே... எத்தரையோ பரம துரோகமான காரியங்கள் செய்திட்டுண்டும்... சம்பக்கடையிலுள்ள எறச்சிக் கடையிலே வெட்டுக்காரனா இருக்கும்போ எத்தரையோ எச்சி நாய்களெ, எறச்சி வெட்டும் கத்தியினாலே முதுகிலேயும் வாலிலெயும் வெட்டியிட்டுண்டும்... அப்போ அது ஒரு ஜாலி. வெட்டுக்கொண்டதும் நாயி குய்யோன்னு விழிச்சுக்கொண்டு ரத்தம் சொட்டச் சொட்ட ஓடிப்போறதைக் காண தமாஷாயிருக்கும், சம்பக்கடைக்கு மீன் வாங்க வரும் பொம்பிளைங்கள் எல்லாம் 'சாமதுரோகி... கை புழுத்துப் போகும். வாயில்லாத ஜீவனெ இப்பிடியா வெட்டுவது...? வெட்டித் தின்னடா துரோகி...' என்றொரு கிழவி காணச் சகிக்காமல் கூப்பாடு போட்டாள். 'நீ போ கிழவி... என் கை புழுத்தா நான் உப்புப் போட்டு வச்சுக்கிடுதேன்' என்னு சொன்னது இப்போ சரியாப் போச்சு... டாக்டரு தெனமும் இப்போ உப்புத் தண்ணியெதானே ஊசி குத்தி வைக்காரு... முன்னாலெ எல்லாம் பாவம் செய்தா மறுஜன்மத்திலேதான் பலன் என்னு சொல்லுவா... இப்போ அப்பிடி இல்லே... பாவம் செய்தா கூலி மறுநாளே கிடைக்குது.

'ஒரு அஞ்சாறு மாசம்கொண்டு இந்தக் கெடையிலே கெடக்குது மாதிரி தோணுது... இவ்வளவுக்கும் இன்னைக்கு ஆறு தெவஸம்தான் ஆயிருக்கு – நாய்க்கு வேலையுமில்லே... குத்தியிருக்க நேரமுமில்லேன்னு சொன்னதுபோல, சும்மா வெய்யிலேயே அலைஞ்சு திரிஞ்சுகிட்டிருந்து இப்போ திடீரென்னு அஞ்சாறு நாளு குடிலிலேயே அடைஞ்சுகெடந்தப்பம், ஜயிலுக்குள்ளே ஆனது போல தோணுது... மனசுக்குள்ளே சீண்டிறம்... ஒறக்கம்... ஒறக்கம் முடிஞ்ச ஒறக்கம்தான் ராவும் பகலும்... ஆ ஒவ்வொண்ணெப் பற்றியும் விஜாரிச்சுக்கிட்டே கெடக்கும்போ எல்லாம் மறந்து போவுது.'

'பின்னெ ஒருக்க நடந்தது...? உம்... அதை நெனைச்சா இப்பவும் ஈரக்கொலை பெடைக்குது... அந்த மேட்டு வீட்டு சங்கதி எப்படி மறக்க முடியாதோ அதுபோலத்ததுதான் இதும்... அப்போ ஒரு முப்பது வயசுக்கும் மேலே இருக்கும், நல்ல சமயம், கைமுண்டாவிலெ கறுப்பு நூலும் சொர்ணத்தாயித்தும் எல்லாம் கெட்டி ஊச்சாளி பீஸிலெ நடக்கக்கூடிய காலம். இத்தரையும் காலத்திலே – அதாவது வீட்டிலேருந்து ஓடிவந்து... பதினாலு பதினஞ்சு வயசிலே... அதுக்குப் பொறவு மொத மொதலிலே வந்து நின்னது மலக்கறிக் கடையிலே... பொறவு பட்டன் செட்டியாரு கடையிலெ... அதுவரைக்கும் ஜீவிதத்திலெ ஒரு விசேஷமும் சொல்லத்தக்க

ரீதியிலெ இல்லே. மேட்டு வீட்டிலே அந்த மழை ராத்திரியிலெ ருசி கண்டறிஞ்சு வந்ததுக்குப் பொறவுதான் ஒவ்வொரு சங்கதி யாயிட்டு படிச்சதும் செய்ததும், நானாவிதமாயிட்டு நடந்ததும்...

'அப்போ எனக்கு கச்சக்கட முக்கிலெ பஸ்கள் வந்து நிக்கக் கூடிய இடத்திலெதான் ஜோலி... அப்போ இந்த நாயர் பாத்திரக் கடை ஒண்ணும் இல்லெ. முக்கிலெ திருவதாங்கோட்டுகாரங்கள் ரெண்டு மூணு முஸ்லீம்கள் பாத்திரக்கடை போட்டிருந்தா. எரணி யல்காரரு சிவதாணு பிள்ளைக்கு ஓல்செயில் கச்சவடம். நெறைய பித்தளைப் பாத்திரக் கூடைக்காரங்களும் – பழைய பாத்திரக் கச்ச வடக்காரங்களும் ஒரே கூட்டமாயிருக்கும், சிவதாணுபிள்ளை கடை யிலெ... முக்கிலெ வந்து நிக்கக்கூடிய பஸ்ஸிலெ சுமடு எறக்கமும் லோடு ஏற்றவும் உள்ள ஜோலி நமக்கு. சும்மா நின்னுக்கிட்டாலெ போதும். பொடியன்மாரு ஜோலிகளைச் செய்துக்கிடுவான்; எனக்கு ஆசான்படி கிடைக்கும். டெயிலி நாலும் அஞ்சும் கெடைக்கும். அப்போ கிள்ளிப்பாலத்திலெ சிவன் காண்டிராக்டருக்கு சாராயக் கடை. கிடைக்கிறதிலெ பாதியும் அங்கெ கொடுக்கத்தான் காணும். புத்திரிக் கண்டத்திலெ மேஜிக் காட்டக்கூடிய மேனவனும் அப்போ கூட்டு உண்டும். வெள்ளமடிக்க பற்றிய கூட்டு அது...

'ஒருக்கெ ராத்ரி ஒரு பத்தரை மணியிருக்கும். நாகர்கோவில் கடைசி பஸ்ஸிலெ, கச்சக்கடை முக்கிலெ ஒரு பெண்ணு வந்து இறங்கினா. நான் அப்போ வைத்தியன் கடைத் திண்ணையிலெ தோர்த்து விரிச்சு சாஞ்சிருக்கேன். அன்னைக்குக் கோளு கொஞ்சம் மோசம்... ஒரு வழியுமில்லாமெ அப்படி இருக்கும்பதான், அந்தப் பெண்ணின் வரவு. ஆளெக்கண்ட உடனேயே ஒரு மாதிரின்னு சட்டுன்னு தோணிச்சுது... நல்ல பொக்கம். புதுநிறம்தான். மொக ஐஸ்வரியம் ஒண்ணும் குற்றம் சொல்ல முடியாது. எடுத்து வச்சுக் கெட்டினது மாதிரி நெஞ்சும் கொண்டையும் எல்லாம்... முப்பதுக்கு மேல் பிராயம் காணும்... இரட்டைக் கரை முண்டும் தோர்த்தும் உடுத்தியிருந்தார். செவப்பு ஜம்பர். திண்ணையிலிருந்தவன் சட்டுனுசாடி இறங்கி அந்தப் பெண்ணுக்குப் பெறக்கே போனேன்.

"செமடு வல்லதும் கொண்டுவரான் உண்டோ?" என்னு கேட்டேன்.

அவ திரும்பி நின்னு ஒரு நோட்டம். அவளெ இறக்கி பஸ் எங்களெ தாண்டிப் போய் மறைஞ்சிது. ரோட்டிலும் அதிக ஆள் இல்லெ. நேரமும் ஆயிருந்ததுல்லா.

"சொமடோ... சொமடு ஒண்ணும் இல்லா. ஞான்தன்னெ ஒரு சொமடானு. என்னெ கொண்டு போவா மெங்கில் கொண்டு பொய்க்கொ..." என்னு மயங்கிக்கிட்டே சொன்னா...

‘பின்னே கேட்கணுமா? கொண்டுபோக ஆள் தேடி நடக்கிறவ. நல்ல ஆளிட்டேதான் வந்து அகப்பட்டா?

‘சரக்கெ வளைச்சு இந்தக் கருமடத்திலெதான் கொண்டு வந்தேன். அப்போ தாமசம் இங்கெயொண்ணுமில்லே... அப்பொ தாமசிக்க இன்ன இடம்னு கெடையாது... கடைத் திண்ணையானா அங்கேதான்... இல்லெ சினிமாப் பெரை நடையிலே. இல்லெ எவ வீட்டிலாவது விடியுதுவரைக்கும். இப்பிடியே உள்ள காலம். கருமடம்கூட இப்போ இருக்கிறது போலயா அப்போ? ஒரே கடுவாப் புல்லுக்காடு. வேயும் வாழையும் தெங்கும், கமுகும் பின்னெ நெறையா காட்டுச் செடிகளுமாயிட்டு சதசதன்னு கெடக்கும். புல் பறிச்சுக் கெட்டி விக்கக்கூடிய புலைக் குடித்தனங்க ஒரு பத்து, பதினைஞ்சு எண்ணம்தான் அப்போ கருமடத்திலே உள்ளது. நான் அந்தப் பெண்ணை நேரே கூட்டிப்போனது – இப்போ இந்த கோவிந்தன் இருக்கானெ இவனுக்கு மாமன் ஒருத்தன் கொச்சப் பின்னு பேரு, அவனுக்கு முனிசிபாலிட்டியிலெ தெருநாய் பிடிக்கக் கூடிய உத்தியோகம். அவனுக்குப் பெண்ணும் பிள்ளையும் ஒண்ணும் கிடையாது. ஒற்றைக்கட்டை. ராத்ரி அவனைப் போய் தட்டி எழுப்பி விஷயத்தைச் சொன்னேன். அனக்க சத்தம் கேட்டு பட்டிகளெல்லாம் கிடந்து குரைக்குது... வயலுக்கப்புறம் தவளை களுக்கெ சத்தமும் ஆகக்கொண்டு ஒரு பெகளம்தான்.

‘அவளெ கொச்சப்பி வீட்டிலெ விட்டுட்டு – புத்தரிக் கண்டத் துக்கு வந்து மேஜிக் மேனவனைக் கூப்பிட்டுக்கிட்டேன்... அவனும் நானுமா சேர்ந்து ரயில்வே ஸ்டேஷனிலே ஒரு ஓட்டலிலே போய் சோறும்... வேறொரிடத்தில் போய் சாராயமும் எறச்சியுமெல்லாம் வாங்கிக்கிட்டு கருமடத்துக்கு வந்தப்போ மணி ஒண்ணு ராத்ரி...

‘நான் – கொச்சப்பி, மேனவன் மூணு பேரும் சேர்ந்தாச்சு. வெளுக்க வெளுக்க ஒரோருத்தராயிட்டு மாறி மாறிப் போனோம்... வெள்ளமும் சோறும் எறச்சியும் பின்னெ நடந்ததெல்லாம் தீபாவளிதான்...’

நேரம் விடிய ஆரம்பிச்சப்போ நான் பார்த்தப்போ சரக்குக்கு போதமில்லே. போதமில்லாட்டா என்ன, கடைசியா ஒருக்ககூட நான் போனேன்...

சங்கதியெல்லாம் முடிஞ்சு பெண்ணே எளிப்பினப்போ... அவ்வளவுதான்!

ஆள் இல்லே–

குளோஸ்! தீர்ந்தது.

'இப்போ ஆலோசிக்கும்போ ஒண்ணும் தோணலெ. வருஷ மெத்தரை ஆச்சு... இருவதுக்கு மேலே இருக்குமே... கடைசீலே செய்த காரியம்தான் பயங்கர... ரெண்டுமத்த காரியம். இப்போ அந்த மாதிரியொண்ணும் செய்துக்கிட முடியாது. போலீஸ் நாயும், சி.ஐ.டி.களும் எவ்வளவோ இருக்கு. அனங்கிக்கிட முடியாது... ஆனா அப்போ, செய்தா செய்ததுதான். படைச்சவன்கூட அறியாம சங்கதியெ மறச்சிரலாம்... சரக்கு பிரேதம் ஆயிப்போச்சுன்னு அறிஞ் சதும், கொச்சப்பி பின்னே ஆலோசிக்க நிக்கலே... நாய்களெ அடச்சுக் கொண்டுபோகக்கூடிய வண்டியெ கொண்டு வந்தான். கருமடத்திலெ உள்ள ஒரு ஈச்சைக்குக்கூடெ சங்கதி தெரியாது பிரேதத்தைப் பெட்டிக்குள்ளே வெச்சுத் தள்ளிக்கிட்டு... கறண் டடிச்சுக் கொல்லும் நாய்களெ குழிச்சு மூடியிடக் கூடிய குடப் பனைக்குன்னு மணல் தேரிக்கு வந்தாச்சு...

'சூரியன் உதிச்சு நல்ல வெட்டம் வெச்சு வந்தப்போ சங்கதி யெல்லாம் மங்களம்! இதுக்கெல்லாம் அந்தக் கொச்சப்பியே சம்ம திக்கத்தான் வேணும்... ஆனா அந்த மேனவன், புத்தரிக் கண்டம் மைதானத்திலெ நின்னு மேஜிக் காட்டும்போ என்னவெல்லாம் வீறாப்பு அடிக்கான்... சரக்கு தீந்து போச்சுன்னு அறிஞ்சதும் ஆளு பைய ஸ்தலம் விட்டுட்டான். பின்னெ அவனெக் கண்டது, சந்திரா பிரஸ் வளைப்பிலெ அவனுக்கெ அச்சி வீட்டிலேதான்... நடந்த சங்கதிகளெச் சொல்லி ஒண்ணும் வராதுன்னு சொன்னப்பவும் அவனுக்கு சமாதானமில்லெ... ஆனால், உள்ளுக்குள்ளேயே எனக் கும் கொச்சப்பிக்கும் கொஞ்சம் வெறயல்தான்... பிறகு அந்தப் பெண்ணைத் தேடி, ஆளோ சொந்தமோ ஆரும் வரல்லே... சங்கதி யும் தேஞ்சுமாஞ்சு போச்சு... ஆனா இப்போ நெனைச்சாலும் நட்டெலும்பிலே குளிரு சிலிர்க்குது... பின்னே என்னா? சாதாரண மனிஷனாகக்கூடியவன் செய்யக்கூடிய காரியமா இது? அப்பிடி செய்தாலும் ஒண்ணும் குன்னும் அறியாத தேவகன்னிபோல நாலு பேரு மொகத்தைப் பாத்துப் பேசிக்கிட்டு நடக்கக்கூடிய காரியமா? அதெல்லாம் ஒரு காலம்...

'அதுக்கும் பொறவு கச்சக்கடமுக்கு என்னாலே, ஒரு குளிரும் வெறையலும்... அதனாலே முக்குக்குப் போறதே இல்லே...

'எனக்கெ அப்பன் இருக்கக்கூடிய காலத்திலெ கூடக் கூடெ சொல்லுவாரு – அவரு இந்தியிலெதான் பேசுவாரு. எனக்கிப்பம் ஒட்டும் இந்தி தெரியாதுன்னு சொல்லவேணும். ஆராவது பேசினா மனசிலாவும், ஆனா திரும்பிப் பேசத் தெரியாது. அப்பனுக்குப் பேரு – ஹமீம்பாயி, புலிகடுவா வேஷம் வரையும் பெயின்டர் வட்டத் தொப்பி ஹமீம்பாயின்னா எல்லோருக்கும் தெரியும், அப்பனும்

என்னெப் போல நல்ல பொக்கமுள்ள ஆளுதான். ஆனா, என்னெப் போல கறுப்பு இல்லே... எங்க குடீலே நான்தான் கறுப்பு. அப்பனும் சொந்தக்காரங்களும் என்னெ 'காலா' என்னு கூப்பிடுவா. காலான்னு இந்தியிலே கறுப்பு... அப்பன் சொல்லுவாரு: 'டேய் நீ ஒண்ணீ புழுத்து சாவே... இல்லாட்டி பழுத்து சாவேன்னு.' ஏன்னு கேட்டா, அப்பெனெ ஒருக்கெ கண்ணுமுட்ட குடிச்சிட்டு வந்தப்போ காலு மடக்கி சவிட்டினேன். அப்பன் பிலாச்சக்கை அடத்துப் போட்டதுபோலக் களத்திலெ விழுந்தாரு... அன்னைக்கு வீட்டை விட்டு எறங்கித் திரிச்சவன்தான். பொறவு வீடு இல்லை. அப்பனும் இல்லே... கூடப்பிறந்தது இல்லே... ஒண்ணுமே இல்லெ...

'ஜகதியிலெ, டைரக்டர் ஆபீஸ் முடுக்கிலெ, உள்ளூர் பரமேஸ்வர அய்யர்சாமி மடத்துக்கு படிஞ்ஞாறுள்ள – கல்லுவெட்டான் குழியிலெதான் எங்க குடி. கல்லுவெட்டான் குழி பட்டாணிக்குடி–ன்னு எல்லாரும் சொல்லுவா. எங்கவீட்டுப் பேரும் அதுதான். நான், அப்பன், பிராயம் தெகஞ்சு நிக்கக்கூடிய ரெண்டு சகோதரிமாரு ஆக நாலு பேருதான் வீட்டிலெ. உம்மாக்காரி சின்னப் பிராயத்திலேயே மய்யத்தாயிப் போனா. ரெண்டு காதிலும் நெறைச்சு அலுக்குத்தும், வெள்ளை மூக்குத்தியும் புள்ளிச் சேலையும், நல்ல செறு நாரங்கா நெறமுள்ள உம்மச்சியெ நெழலு போலதான் ஞாபகமிருக்கு... நல்லா ஞாபகமில்லெ. அஞ்சாறு வயசின்னா ரூபம் எப்பிடி ஞாபகம் நிக்கும்...? ஆனாலும் உம்மச்சியை நினைக்கும்போ இப்பவும் அழத்தோணுது...

'அப்பனுக்கு பெயிண்டர் ஜோலி, பெயிண்டு அரைக்கக்கூடிய குழி அம்மியும், கூரையிலெ நெறைச்சு சொருவின தேஞ்சு போன பிரஷுகளும் இப்பவும் கண்ணிலெ நிக்குது. சுவரெல்லாம் ஒவ்வொரு கலர் பெயிண்டும் தெறிச்சிருக்கும். வீட்டுக்குள்ளே ஏறும்போ ஆத்தியம் வார்னீஷு மணம்தான் வரும்... உள்முறி சுவரிலே புலிவேஷக்காரனுக்கு வைக்கக்கூடிய தோல் புலித்தொப்பி ரெண்டு ஆணியில் மாட்டியிருக்கும். அதுக்கெ செவியும் சிவப்பு வாயும் உண்டைக் கண்ணும் காணும்போ எல்லாம் பேடியாயிருக்கும்.

வீட்டிலே தினமும் அரைப்பட்டினிதான். வீட்டுக்குள்ளேயே இருக்கக்கூடிய அக்காமாரு ரெண்டு பேருக்கும் ஆப்பம் சுட்டு விக்கக்கூடிய ஜோலி... அதிலெதான் வீட்டு சங்கதியெல்லாம் ஒரு மாதிரி நடக்கும். தினமும் மீனும் கிழங்கும்தான்... எப்பவாவது ஒருக்கெ கஞ்சியோ சோறோ கெடைக்கும். ஆனா எனக்கு மட்டும் காலத்தெ ரெண்டு வெள்ளை அப்பம் வீதம், அக்காமாரு தந்திருவா... அப்பனுக்கு பெயிண்டு ஜோலி என்னைக்குமிருக்காது.

40 ❀ கடைத்தெருக் கதைகள்

ஜோலி உள்ளப்போ கெடைக்கிறதெல்லாம், அவனுக்கு வெள்ளட மடிக்கத்தான் காணும். எப்பவாது அரரூவா வீட்டிலே கொடுத்திட்டுண்டுமானா அன்னைக்குச் சூரைமீனும் சோறும் நிறைச்சு வேணும். இல்லாட்டா அக்காமாரெ தள்ளிப் போட்டு சவிட்டுதான்.

மொகறம் காலத்திலெ கடுவா வேஷம் போடக் கூடிய ஜோலி நல்ல கோளாயிருக்கும். வேஷம் எழுத்திலெ அப்பனை விட்டா வேறெ ஆள் இல்லே. மேட்டுக் கடையிலே இருந்தும், சாலையிலே இருந்தும், கரமனை பாளையத்திலேருந்தும், ஏன் ஒரு கழக் கூட்டத்திலே இருந்துகூட ஆள் வந்தது. ஜகதி அமீம் பாயின்னா நல்ல பொடி பொடிச்ச பேரு.

அப்போ எல்லாம் எனக்கும் ஜோலி இருக்கும். வேஷக்காரன் உடம்பெல்லாம் ஷேவு செய்துகிட்டு வந்த ஒடனே முதலில் வார்னீஷ் அடிக்க வேண்டியது என் ஜோலி... மொகறம் தீருவது வரைக்கும் சாராயமும் கோழி எறச்சியும் பச்சவெள்ளம் பட்ட பாடாயிருக்கும்.

அப்போ, அப்பனுக்கு ஒரு எழுபது வயசும் எனக்கொரு பதினாலு பதினஞ்சு வயசும் இருக்கும். எங்க வீட்டுக்குக் கீழே பொறத்திலெ ஒரு தண்டாத்தி தாமசிச்சிருந்தா, அவ கொஞ்சம் மோசமாக்கும்னு எல்லாரும் சொல்லுவா... அவ காண கொஞ்சம் நல்லா இருப்பா... எப்பவும் கிட்டே போனா பவுடர் மணக்கும். எனக்கு அவளெ பிடிக்கும்... ‘காலா இங்கே வாடா; தலையிலெ பேன் பாக்கட்டும்’ என்னு என்னெ கூப்பிட்டு... மடியிலெ சேர்த்து நிறுத்திக்கொண்டு – தலையைக் கோதிக் கோதிப் பாப்பா... சுகமா இருக்கும்... ‘உன் மொட்டைத் தலையிலே அவ என்ன பேன் பாக்கப் போறா... நாற முண்டை வீட்டுக்குப் போவாதடா காலா’ என்னு அக்காமாருகூடக் கூடெ சொல்லுவா. ஆனாலும் எனக்கு அங்கெ அவ வீட்டிலெ போகப் பிடிக்கும். அவ பேரு பங்கி... பங்கி எனக்கு திங்கதுக்கும் ஏதாவது தருவா... ஒருக்கெ ஒறக்கத்திலே பங்கியெ சொப்பனம் கண்டேன்... பங்கியும் நானும் மோட்டாரிலே போறதாயிட்டு.

‘அந்த பங்கிகூட அப்பனுக்கு சிநேகம்னு ரெண்டு மூணு பேரு வந்து சொன்னா... அப்பன் அவளுக்குச் செலவுக்குக் கொடுக்கிறதுண்டாம். செலப்போ ராத்திரி அங்கே போயி தாமசிக்கிறதும் உண்டாம்... கெட்டிச்சுக் கொடுக்க பிராயமான ரெண்டு கொமருக வீட்டிலெ இருக்கு! போராத்ததுக்கு என்ன செறுப்ப காலமா? எழுபது தெகஞ்ச கிளவனுக்கு எதுக்கு பெண்ணும் பூப்படையும்? இதெல்லாம் காரணமானாலும் அப்பன் பங்கி வீட்டுக்குப் போறதெ அறிஞ்சதிலெ இருந்தே எனக்கு என்னமோ போல... வரட்டும்,

வரட்டும்னு கெருவிக்கிட்டே இருந்தேன். அப்பன், கெடைக்கிற காசெல்லாம் தண்டாத்திக்குக் கொண்டு போய்க் கொடுக்கிறதா யிட்டு அக்காமாரு கரையாத நாளு இல்லே.

ஒரு நாள் நான் பார்த்துக்கிட்டு நிக்க, அப்பன் பங்கி வீட்டிலெ ஏறிப்போறாரு...

கவனிச்சுக்கிட்டேன், வீட்டிலெ வந்து பல்லும் கடிச்சுக்கிட்டு இருக்கேன்... ராத்ரி ஒரு பந்திரெண்டு மணியானப்போ, கண்ணு முட்ட குடிச்சிட்டு ஏறிவாறாரு... அப்போதான் கால் மடக்கி சவிட்டி னது. சவிட்டும் கொண்டு முற்றத்திலெ விழுந்து கிடந்து லெக்கும் லெகானுமில்லாமெ சொன்னாரு... 'லேய் நீ புழுத்து சாவே'ன்னு.

'அன்னைக்கு எறங்கி வந்தவன்; பின்னெ எனக்கு அக்கன் மாரு இருந்ததையும் – அப்பன் இருந்ததையும் எல்லாம் மறந்தேன்.'

விளக்கு வைத்த சமயம், பட்டாணி எழுந்து ரோட்டில் இறங்கு வதை கோவிந்தனின் மனைவி பாச்சி பார்த்துக்கொண்டிருந்தாள்.

"பட்டாணி அண்ணன் வெளக்கு வெச்ச நேரத்திலெ எங்கெ போவுது...?" என்று கேட்டாள்.

"ஒண்ணு வெளிக்கு எறங்கப்போயிட்டு அப்பிடியே அப்பு வுக்கெ சாயக்கடைக்கும் போயிட்டு வரலாம்னு எறங்கினேன். பெரையிலே கோவிந்தன் உச்சைக்குக் கொண்டு வந்து வச்ச கஞ்சி அங்கனேயே இருக்கு... இருந்தா சீத்தை ஆயிப்போவும். எடுத்துக் கொண்டு போயிரு பாச்சி..."

"கஞ்சி குடிக்கல்லியா?"

"இல்லே... கஞ்சி குடிக்கல்லே. வெசப்பே இல்லெ... இப்பொ போயி ஒண்ணு சாய குடிச்சிட்டு வாறேன்..."

"இந்தக் கையும் வச்சுக்கிட்டு ஏன் அலையணும்? குட்டனை அனுப்பி ஏதாவது வாங்கிக்கொண்டு வரச்சொன்னா போராதா?"

"கைய்யின்னு சொல்லீட்டு ரோட்டிலெ எறங்காமெ இருக்க முடியுமா பாச்சி... வெளிக்கும் போணும். அதனாலெ நானே போறேன். பெரைக்குள்ளே அந்த சிம்னி ஒண்ணு கொளுத்தி வச்சிட்டா கொள்ளாம்..."

"சரி, அண்ணன் போயிட்டு வரணும். நான் வெளக்கு கொளுத்தி வச்சிரலாம்."

பட்டாணி எலவாணியத் தெரு அம்மன் கோயில் தாண்டி, மெல்ல நடந்தான். கோவிலில் அந்திக் கால பூஜைக்கான மணி முழங்கிக்கொண்டிருந்தது.

'ராத்ரி படுத்தா ஒறக்கமில்லெ. பகல் ஒறக்கமில்லெ... கண்ணும் அடச்சிக்கிட்டு படுத்திருந்தா பழைய சங்கதிகள் நெஞ்சிலே உருண்டு உருண்டு வருது. கஞ்சி திளைச்சு மறியிது மாதிரி ஒவ்வொண்ணும் பொங்கிப் பொங்கி வருது. ஆருக்கோ கதை சொல்லுவது மாதிரி மனசுக்கெ கூட பேசிக்கொண்டு இருந்தா கொஞ்சம் சொகமிருக்கு... இப்போ இருட்டியாச்சு. எத்தரை நேரமாவுமுன்னு தெரியாது. செமப்பு மண்ணெண்ணெய் விட்டதினாலே சிம்னி விளக்கு பொகை பொகையா எரியுது. வெளக்கு வெளிச்சம் மஞ்சளா மங்கித் தெரியுது. சுற்றிலும் பூச்சி பறக்குது... கொசுவா இருக்கும். மூடிபுதைச்சுக் கெடக்கிறதினாலே கொசுக்கடி தெரியல்லே. அடுத்த குடிலிலெ குடை ரிப்பேர்க்காரன் மம்மதும் பெண்டாட்டியும் என்னமோ பேசிக்கொள்ளுதா? என்ன எளவோ?

அப்புக் கடை சாம்பாரும் தோசையும் தின்னது நெஞ்சைக் கரிக்குது... புளிச்ச ஏப்பம் வருது...

– வீட்டிலே இருந்து – அன்னைக்கு நேராயிட்டு வந்தது சாலையிலெ கச்சக்கடை முக்கிலெதான். அப்போ ஒண்ணும் தெரியாது... அப்போ இந்தக் கையிலே இவ்வளவு நீரும் வீக்கமும் கெடையாது. கைப் பத்திக்கெ மேலே மட்டும் நெய்யப்பம் போல ஒரு வீக்கம். அதுக்கும் பொறவு வீங்கி, வீங்கி, கை முட்டு வரைக்கும் பெருத்து ஆனைக்கு தும்பிக்கை போல ஆச்சு. இவ்வளவு காலம் ஒரு வேதனையோ நோக்காடோ ஒண்ணும் அதெக் கொண்டு ஒரு தொந்தரவு இல்லை.

இப்போ என்ன நோக்காடோ? ஆற்றிலே குளிக்கப் போனப்போ ஒரு கைதமுள்ளு குத்தின ஞாவகம்; நீரு பழுத்து வேதனை சகிக்க முடியாமெ ஆனப்போதான் டாக்டரிட்டே போனது. அவரு சொல்லுதாரு எட்டு நாளும் மருந்து குத்தி வச்சதும் பொறவு கையை முறிக்க வேண்டி வரும்னிட்டு... லாரி கிளீனர் உண்ணிக்கு எங்கியோ லாரி மறிஞ்சப்பம், கைபோச்சு. அவனுக்கும் இடது கை, முட்டுக்குக் கீழே இல்லெ. அதுபோல இனி நமக்கும் தோர்த்து வச்சு மூடிக்கொண்டு நடக்கணும்... அப்போ இந்தப் பயக்க என்ன கூத்தெல்லாம் காட்டுவானுவளோ? என்ன ஆனாலும் கைமுறிச்சு ரணம் குணமாயி வரும்போ வலியெல்லாம் போய் இடதுகைக்கு ஒரு சுவாதீனம் வரும். அப்போ இந்த நாறப் பயக்களெ ஓட்டிச் சிட்டாவது ரெண்டு வீக்கு வீக்கலாம்... இப்போ கொஞ்ச நாளத்தைக்குதானே கழியாது? வரட்டும், வரட்டும்...

'வீட்டிலெருந்து ராய்க்கு ராய்மானம் எறங்கி நடந்து மூணு மைலும் கடந்து வந்து நின்னது, சாலைக் கடையிலெ, காய்கறிக்கடை

முக்கிலெ சுற்றி நடந்துகிட்டு இருக்கும்போதுதான்... காய்கறி சுப்பன் செட்டியார் என்னெ கூப்பிட்டது.

'அப்போ இந்தச் சாலை, கச்சக்கடை மரக்கடை ரோடு செந் திட்டை, சூரக்காட்டு பாளையம், கிள்ளிப்பாலம், புத்தன்கோட்டை, கிழக்கே கோட்டை எலவாணியத் தெரு, காந்தி ஓட்டல் முடுக்கு, கமுகு விளாகம், பாட்டுவிளாகம், வள்ளக்கடவு ரோடு, பழவங்காடி, புத்தன்சந்தை, பாளையம் ஒண்ணுமே தெரியாது. செமப்பு டிரான்ஸ்போர்ட்டு பஸ்ஸைக் காணக் காணக் கண்டு தீராது நெய் யாற்றிங்கரை – தக்கலை – தொடுவட்டி – நாகர்கோயில் எல்லா பஸ்ஸும் மலக்கறிக்கடை முக்கிலெ தான் வந்து நிக்கும். காலத்தை எட்டு மணி முதல் பத்து பந்திரண்டு மணி வரை வரக்கூடிய நாகர்கோயில் தொடுவட்டி பஸ்ஸிலேதான், கடவா கடவமாயிட்டு எல்லா காய்கறிகளும் வந்து இறங்கும். காய்கறிக் கூடைகளெ பஸ்டாப்பிலிருந்து எறக்கிப் போடக்கூடிய மஸ்தான் – கத்திரிக்காயும் சேலையும் திருடி விக்காமெ பாத்துக்கிடத்தான், சுப்பன் செட்டியாரு என்னெ ஆத்தியமா நிறுத்தினாரு. வந்த மறுநாளைக்கே கெடைச்ச ஜோலி, அது சுப்பன் செட்டியாருக்கு என்னெக் கண்டதும் பாவம் தோணியிருக்கு... அவருக்கு வீடு கரமனை சலுப்பத்தெருவிலே இருந்தது. உச்சைக்கு அங்கே போய் அவருக்குச் சோறு வாங்கீட்டு வரணும். ஒரு மைலும் உச்சவெயிலிலெ நடப்பேன். இப்பத் தானே கோவணம் உடுக்கத்தெரியாத பொடிப்பயகூட சைக்கிளு விடுதான். அப்போ இந்த மாதிரி – கண்ட மேனிக்கு சைக்கிளும், சிட்டி சர்வீஸ் பஸ்ஸும் ஒண்ணும் கெடையாது. இதிலெல்லாம் விசேஷம் என்னன்னா இன்னும் எனக்கு சைக்கிள் ஓட்டிக்கத் தெரியாது. எல்லா மோட்டாருகளிலும் ஏறிட்டுண்டும். ரெயிலிலெ போயிட் டுண்டும்... வள்ளத்திலும் சவாரி செய்திட்டுண்டும். ஆனா சைக் கிளு மட்டும் ஓட்டிக்கத் தெரியாது. சைக்கிளு ஒரு சர்க்கஸு வேலைதான். ரெண்டு வீலிலெ ஓட்டிச்சிட்டு போறதானா விசேஷம் தானே... இப்போ பாலு குடிச்ச வாய் மாறாத பயக்ககூட, புல்லு போல சைக்கிளு விடுதான்...

'செட்டியாரு கடையிலெ இப்படியும் அப்படியுமாயிட்டு ரெண்டு கொல்லம் நின்னேன். இதுக்கிடையிலெ, நான் சாலை யிலெ நிக்கேன்னு ஆரோ போய்ச் சொல்லி அப்பன்காரன் ரெண்டு தடவே வந்து வீட்டுக்குக் கூப்பிட்டாரு. ஒரு தடவை அக்கச்சிக்கு நிக்காஹுன்னு வந்து கூப்பிட்டாரு. போவல்லே... என்னமோ ஒரு வைராக்யம்; வைராக்யம் தோணும்போ எல்லாம், அந்த பங்கிக்கெ ஞாபகம் வரும். அவ தலையிலெ பேன் பாக்கும்பம் உள்ள சுகம்... அந்த பவுடர் மணம்... ஆனாலும் வீட்டுக்குப் போகல்லெ.

கொஞ்சம் கண்ணும் மூக்கும் தெரியவும் ஆரம்பிச்சுது... வீட்டிலெ போனா என்ன இருக்கு? அக்கன்மாரெ ரெண்டு பேரையும் கொல் லத்திலெ ஏதோ அண்டி ஆபீஸிலெ ஜோலியுள்ள ஒரு பட்டாணி கெட்டிக் கொண்டு போனதாகவும் அறிஞ்சேன்... பின்னெ வீட்டிலெ எனக்கு என்ன இருக்கு? அம்ம செத்தா... அப்பன் சித்தப்பன்னு ஸ்லோகம் உண்டும், அதுபோல அப்பன் எப்படிப் போனாலும் போகட்டும்னு ஆயிப்போச்சு. எனக்கு வீடும் கூடும் ஆளும் பேரும் ஒண்ணுமில்லெ... சொந்த பாஷைகூட மறந்துபோச்சு, இனிச் செத்தாலும் இந்தச் சாலைக்கடைதான்... அற்றம்.

'சுப்பன் செட்டியாரு மலக்கறிக் கடையிலெ ஒரு திவசம், ஒரு சின்னத் திருட்டு செய்தேன். செட்டியாரு என்னெ கடையைப் பாத்துக்கிட சொல்லீட்டு ஒண்ணுக்கோ எங்கியோ போனாரு. காயிப்பெட்டி வெளியேதான் இருந்துது. பெட்டி நிறைய எப்பவும் செம்புத்துட்டும் வெள்ளிப்பணமும் கனத்துக்கெடக்கும். புதிய ஒரு வெள்ளிப் பணத்துட்டு ஆரோ அப்போ வாழைக்காய் வாங்கீட்டு கொடுத்தது. பெட்டிக்கு மேலேயே கிடந்தது. தெக்கெயும் வடக் கெயும் பார்த்தேன், செட்டியாரெக் காணல்லெ. பக்கத்துக்கடை யிலும் கவனிக்கக்கூடிய ஒருத்தரும் இல்லே... சட்டுனு அந்தப் பணத்துட்டை எடுத்து வாய்க்குள்ளே ஒதுக்கிக்கொண்டேன்... கொஞ்சம் பொறுத்து வந்த செட்டியாரு, எப்பிடிக் கண்டாரோ என்ன மறிமாயமோ – நேரே வந்த வாக்கிலெ ஒரு பழுத்த மொந்தம் பழத்தை எடுத்துத் தந்தாரு. 'டேய் பட்டாணீ, இதெ தின்னு லேன்'னாரு... பழத்தெ வாங்கி, கையிலெ வச்சுக்கிட்டேன், பொறவு திங்கேன் மொதலாளீன்னு சொன்னேன். 'இப்போ தின்னுலே. இப்போ என்ன வயித்திலெ கொள்ளாதா? ஆனை எறச்சியா தின் னுட்டு வந்தே...ன்னு வெரட்டினாரு. எப்பிடி திம்பேன்? வாயிலெ துட்டு கெடக்கு, திரும்பி நின்னு காசெ துப்பிக்கிட்டு திங்கலாம் னாலும், செட்டியாரு திரும்ப விடக் கூடிய கோளில்லே, பொற வென்ன? அவரு முன்னுக்கு வச்சே காசைக் கையிலே துப்பி எடுத்துக்கொண்டேன்... அவ்வளவுதான். 'ஏதடா துட்டு'ன்னு கேட் டாரு. மறைக்கல்லே. காயிப் பெட்டிலேயிருந்து எடுத்தேன்னு சொன்னேன், அவ்வளவுதான். வெளியே போவச் சொன்னாரு. செட்டியாருக்கு கள்ளவும் கௌசலமும் பிடிக்காது. அப்போ பெரிய ஆளு அவரு. வெளுவெளுன்னு பூசணிப் பழத்துக்கே நிறமும் கட்டை சையிஸுமான ஆளு. தோர்த்து முண்டுதான் உடுத்தியிருப்பாரு. எப்பவும் வழுக்கை மொட்டை. கழுத்திலெ பழனியிலிருந்து கொண்டுவந்த ஒரு ருத்திராட்சம் கெட்டியிருப்பாரு. நெற்றி நிறைய எப்பவும் பஸ்ம குறி அப்பிடி இருந்தே நல்லா சம்பாதிச்சிட்டாரு... கரமனை சலுப்பத் தெருவிலே ஒருவரி வீடு –

எட்டு வீடு சொந்தமாயிட்டு உண்டும். கிழக்கெ – தூத்துக்குடியிலெ எங்கியோ வஸ்துவும் நெலமும் எல்லாம் உண்டு. ஜயிலுக்கு காய்கறி கண்டிராக்டருக்கு இவருதான் காய்கறி கொடுக்கிறது. அதிலும் நல்ல காசு வருமானம் உண்டு. ஆனா நல்ல சத்தியவான். உருட்டும் பெரட்டும் கிடையாது. வடச்சேரிக்காரனுக்கும் தொடுவட்டிக்கார னுக்கும் – பட்டியல் கொண்டு வந்த உடனே பணத்தைக் கணக்குத் தீர்த்துக் குடுத்திருவாரு. மற்ற கடைக்காரங்களெல்லாம் போல, அனுப்பிய கத்திரிக்காய் சூத்தை, மௌகாய் அழுகல் என்னு சொல்லி தர்க்கம் ஒண்ணும் கெடையாது. நல்ல தர்மிஷ்டனும் கூட, ஆரு வந்து கை நீட்டினாலும் கொடுப்பாரு. பசின்னு ஒருத்தன் வந்து கேட்டா இல்லேன்னு சொல்லமாட்டாரு. அங்கே நிக்கும்போ எனக்கு காக்கி நிக்கரும் உடுப்பும் தச்சுத் தந்தாரு. ஒரு சின்ன மோஷணம் காரணமாயிட்டு எல்லாம் போச்சு. ஒரு பச்சை மிளகு ஆகட்டும்; கேட்டுக்கிட்டு எடுத்தா ஒண்ணுமில்லெ. கக்கவும் மோட் டிக்கவும் கூடாது, அவரிட்டே.

'பின்னீடுதான் சன்னதி முக்கிலெ பட்டன் செட்டியாருக்கெ பலசரக்குக் கடையிலே நின்னேன். ரொம்ப மரியாதையா நின் னேன். கண்டா பட்டாணியாக்கும் துலுக்கன் ஆக்கும்னு ஒருத் தனும் சொல்ல மாட்டான். பட்டன் செட்டியாரு கடையிலேயிருந்து மேட்டு வீட்டுக்கு சொமடு கொண்டுபோய் சுகம் அனுபவிச்சுட்டு வந்த காலத்திலெ ஒரு பத்தொம்பது வயசிருக்கும். அதுக்கும் பிறவுதான், இந்த சட்டம்பித்தனம் எல்லாம் வந்தது. பிறகு கச்சக் கடையிலெ பஸ் ஸ்டாண்டே கைக்குள்ளே இருந்தது மாதிரி என்னெல்லாம் கூத்து ஆடியிருக்கேன்... எறச்சிக் கடையிலெ நின் னேன். சாயக்கடையிலெ நின்னேன். ஆரஞ்சி விக்கப்போனேன். அறாம்பிறந்த சங்கதிகளெல்லாம் படிப்பிச்சது. புத்தரிக்கண்டத் திலெ மேஜிக்காணிக்கக் கூடிய மேனவன் ஓராளுதான். இப்போ அந்த மேனவன் மெட்றாஸிலேயோ – பாம்பேயிலேயோ எங்கியோ ஒரு நாயர் ஸ்திரீ கூடெ இருக்கிறதாட்டு கேள்வி.

'மேனவன் ஆளு நல்ல வெளுப்பன். நல்ல சிம்பிளன். ஆனா அசாத்திய கோழி. ஒரு முப்பத்தி அஞ்சு வயசு தோணிக்கும், என் னைக்கும் முப்பத்தி அஞ்சு வயசுதான். தினமும் ஷேவு செய்வாரு. எப்பவும் அலக்கின ஃபுல் கை ஷர்ட்டும், டபிள் வேஷ்டியும், முன் கஷண்டி நெற்றி அதிக பொக்கமில்லெ. எந்தப் பத்தினியாயிருக் கட்டும் அவனெக் கண்டா ஒண்ணு திரும்பிப் பாக்காமெ போக மாட்டா... அவன் புத்தரிக்கண்டம் மைதானத்திலெ அந்த ஒறக்கம் தூங்கி மரத்துக்கெ நெழலிலே நின்னுக்கிட்டு பிரசங்கம் செய்வான். 'வா... வா... ஓடிவா... மந்தரமில்லே... மாயமில்லெ... வெறும் மெஸ் மரிசம் – கண்கெட்டு வித்யா... ஆரையும் ஏமாற்றமில்லே... வந்து

46 ❀ கடைத்தெருக் கதைகள்

நோக்கின் வந்து காணின்...' என்று லச்சர் அடிக்கும்போது நல்ல கூட்டம் அவனெ சுற்றிக் கூடும். கூட்டத்திலெ பல்பொடியும், நீல கிரித் தைலமும் – இவனே உண்டாக்கினது – நல்ல விற்பனை யாகும்... நான் ஒருக்கெ பட்டன் செட்டியார் கடையிலெயிருந்து ரண்டாம்புத்தன் தெருவுக்கு ஒரு சுமடு கொண்டுபோய்க் கொடுத் திட்டு வரும்போதுதான் முதலாவதாக மேனவனைக் காணுதேன். அவன் காணிக்கிற மேஜிக்கைப் பாத்துட்டு அப்பிடியே நின்னுட் டேன். கூட்டமெல்லாம் கலையிது வரைக்கும் நின்னேன்... பிறவுதான் மேனவன் என் தோள் மேலே தட்டி, 'எந்தா சிநேகிதா! என்றே மேஜிக் இஷ்டப்பட்டோ? ஆ...போட்டே. ஒரு பீடி உண் டெங்கில் தரூ...' என்றான். எனக்கு ஆச்சரியமாகப் போய்விட்டது. அவ்வளவு டீஸெண்டான ஆள் எங்கிட்டெ பீடி கேக்காரு... பொறவுதான் அவரெப்பற்றி ஒவ்வொண்ணா தெரிஞ்சது. வெளியே காணக் கூடிய ஆளல்ல, உள்ளே இருக்கிறது என்னு அறிஞ்சுக் கிட்டேன். அவன்தான் புத்தரிக்கண்டம் ருக்குமணி வீட்டிலெ ஒரு சரக்குக்க கிட்டே என்னெ கூட்டிக்கொண்டு போனது... பிறகென்ன? அவனும் நானும் ஒருகை. எல்லாம் ராத்திரிதான் எங்க ஜமா ஆரம்பமாகும், பஸ்ஸிலே வந்த பெண்ணே தீர்த்து குளிச்சதுக்கப் புறம் நாங்க அதிகம் காணக்கிட்டுவதில்லெ; அவனுக்கெ அச்சி வீட்டிலே போய்க் கேட்டா, 'இங்கெ வந்திட்டு ஒரு பாடு நாளாச்சு'ன்னு எப்பக் கேட்டாலும் சொல்லுவா. கடைசியிலெ நானும் அந்த சிநேகத்தெ களைஞ்சு குளிச்சேன்...

எங்கேயோ கோழி கூவியது. தொடர்ந்து அங்கொன்றும் இங்கொன்றுமாகக் கோழிகள் கூவின. 'நேரம் விடிஞ்சிட்டு போலி ருக்கே... சாக்காலையும் அடுத்திட்டுதுன்னு தோணுது. அதுதான் ஒறக்கம் வரமாட்டேங்குது...' என்று எண்ணினான் பட்டாணி. இப்போ கையைக் கொஞ்சம் அசைக்க முடியும் போலிருந்தது. கழுத்தோடு கட்டிய தொட்டிலைக் கழற்றி – பாயில் விலாப் புறத் தோடு சேர்த்து வைத்திருந்த வலது கை விரல்களை அசைத்துப் பார்த்தான் பட்டாணி. விரல் அசைந்தது...

'வலியும் விட்டிருக்கு, கை அசைக்கவும் முடியுது. இவ்வளவு நாள் இருந்ததைவிட நீரும் கொறஞ்சிருக்குது போலதான் தோணுது. டாக்டரு அவரு பெரிய கெட்டிக்காரன் இல்லியா...? எட்டு நாளு பார்ப்போம் போமின்னாரு. விடிஞ்சா எட்டாமத்தெ நாளு... தெய்வம் சகாயமா இந்தக் கையை முறிக்க வேண்டி வராதுன்னு தான் தோணுது. இவ்வளவு வயசு வரை மந்து கையோட ஜீவிச் சாச்சு. இனியும் கூடிப்போனா கொஞ்ச காலம்... கைமுறிச்சு மொண்டியாக நடக்கக் கூடாதேன்னு நேந்தது பலிச்சா கொள் ளாம். தெய்வமே தெய்வமே... இதுவரைக்கும் ஒரு பள்ளிக்குப்

போனது கிடையாது. ஒரு நிஸ்காரம் – நோம்பு ஒண்ணும் செய்திட்டில்லே, அப்பன் இருந்த காலத்திலெ மேட்டுக்கடை பஞ்சாப் பெறைக்குப் போயிட்டுண்டும், அதுவும், மொகறத்தன்னைக்குத் தீக்குளி காணப்போனதுதான்... அதுக்கும் பொறவு ஒண்ணும் இல்லெ... இப்போ தெய்வம் ஏது...?'

நேரம் விடியப்போகுது, பட்டாணிக்கு நல்ல உறக்கம் வந்தது... ஓலைச்சுவரோடு திரும்பிப் படுத்து உடுத்தியிருந்த கைலியைத் தலை வழியே மூடிக்கொண்டு உறங்கப்படுத்தான் பட்டாணி.

கோட்டைக்ககம் ஆஸ்பத்திரியில் எட்டு மணிக்கே நல்ல கூட்டம்; டாக்டர் வந்து இருந்ததும், டிக்கட்டு எடுத்துக்கொண்டு கும்பலாக நின்றிருந்த ஆணும் பெண்ணும் வராந்தாவில் 'க்யூ'வாக நின்றுகொண்டனர். ஆபீஸ்–பாக்டரிகளுக்குப் போக வேண்டிய ஆட்களையெல்லாம் முதலில் நிறுத்தினான் பியூன். ஒவ்வொருத்தராக டாக்டரின் பாதி அடைத்த கதவுக்குள் போய் சீட்டு எழுதி வாங்கிக்கொண்டு, பின்வாசல் வழியாக மருந்து கொடுக்கும் டிஸ்பென்சரி ஜன்னலுக்குப் போகிறார்கள்.

பட்டாணி கழுத்தில் மாட்டிய தொட்டில் கையுமாக கியூவில் நிற்காமல் தூண் ஓரத்தில் ஒதுங்கி நின்றிருந்தான். பட்டாணிக்கு இப்போ ஏழெட்டு நாளத்தைய நரை குச்சு தாடி வளர்ந்திருக்கிறது அஞ்சாறு நாளா குளிக்காத கொமைவும் பார்த்தால் தெரியும். ஆனால், முகத்தில் ஒரு வாட்டம் வேண்டுமே?... அந்த உம்மணாம் மூஞ்சி கம்பீரம் இன்னும் குறையவில்லை. நேற்றிலிருந்து கைவலி குறைஞ்சு மனசிற்கு ஒரு சமாதானம். இன்று டாக்டரின் பதிலும் தெரிந்துவிட வேண்டுமென்ற ஆவலில், பியூனிடம் சொல்லிவிட்டு ஒதுங்கி நின்றுகொண்டிருந்தான் பட்டாணி. ஆள் நெரிசல் குறைஞ்சதும் சௌகரியமாக அவனை உள்ளே விடுவதாகச் சொல்லியிருந்தான் பியூன்.

சௌகரியத்தைப் பார்த்துக்கொண்டிருக்க இருக்க, கூட்டம் தான் அதிகமாகிக்கொண்டிருந்தது. கடைசியில் பியூன், பட்டாணியை உள்ளே விடுகையில் மணி பத்திற்கு மேலாகியிருந்தது.

குனிந்திருந்து எழுதிக்கொண்டிருந்த டாக்டர், நிமிர்ந்து பட்டாணியைப் பார்த்ததும் லேசாகச் சிரித்தார். "என்னவோய், உமக்கு இன்னையோட எட்டு நாள் முடியுதாக்கும்... கொண்டாரும் பாக்கட்டும். தொட்டிலைக் கழற்றும். கைநீட்ட முடியுதில்லையா?"

"இப்போ கைநீட்ட முடியுது."

“அப்பிடி வாரும் வழிக்கு. இந்த ஒரு வாரமா ஒழுங்கா இருந்த தின் பலன் கையிலெ தெரியுது. கையை நீட்டும். ஒரு இஞ்செக்ஷன் கூட போடுதேன்... பின்னெ ஒரு காரியம். பயப்படாதேயும். உம்ம கை ஒண்ணும் முறிக்க வேண்டாம்... நான் ஒரு பில்ஸ் எழுதித் தாரேன். முப்பது நாளைக்கு ஒவ்வொரு பில்ஸ் சாப்பிடணும். எல்லாம் சரியாப் போயிடும்... பில்ஸுக்கு எழுதித் தந்தா, வாங்க பணமிருக்கா?”

“பணம் எவ்வளவு ஆகும்னு தெரிஞ்சா...”

“பதினைஞ்சு ரூவா ஆகும். வாங்குவீரா?”

“வாங்குறேன்...”

“சரி, இனி தொட்டில் வேண்டாம், கையைத் தாழ்த்திப் போட்டு நடையும். இந்தாரும் சீட்டு. ஒண்ணு சாராயம் குடிக்கக் கூடாது. குடிச்சீரோ கைக்கு நான் உத்திரவாதி இல்லே. உம் போவும்...”

பட்டாணி, டாக்டரிடமிருந்து சீட்டு வாங்கிக்கொண்டு தாழ்ந்து விழுந்து ரெண்டு கையெடுத்தும் கும்பிட்டான்.

“கும்பிடறது எல்லாம் சரி. ஒழுங்கா இருக்கணும். சரி போயிட்டு வாரும்...”

செய்துப் பட்டாணிக்குக் கண் முன் சொர்க்கம் பிறந்தது போலி ருந்தது... கையை லேசாகத் தொங்கவிட்டுப் பார்த்தான், ஒரு லேஸ் கனம் போலிருந்தது... வேகமாக வீசி நடக்க முடியாது... “வரட்டுமே அந்த மட்டிற்குக் கையை முறிக்காமெ குணமானது புண்ணியந் தான்... டாக்டரும் ஆளு பொல்லாதவர்தான்... சின்ன காரியத்தைப் பெரிசாச் சொல்லி, பயமுறுத்திருக்காரு... அதுவும் நல்லதுதான். பயப்படுத்தாமெ இருந்திருந்தா ஒந்த ஒரு வாரமும் கையை வச்சுக்கிட்டு என்னெல்லாம் கூத்து நடந்திருக்குமோ... ஒண்ணு ரெண்டு தடவெ சாராயமாவது குடிச்சிருப்பேன்...”

ரோட்டிலிறங்கி நடந்தபோது கைமுட்டுக்கு மேல் இப்பவும் வலிப்பதாகத் தோன்றியது... போர்ட்டு ஹைஸ்கூல் வாசலில் டிரில் கிளாஸ் நடந்துகொண்டிருந்தது. டிரில்மாஸ்டர் பையன்களுக்குப் பயிற்சி சொல்லிக்கொடுக்கிறார்... முக்கு திரும்பியதும், பழைய மகா ராஜாக்களின் தேர்க் கொட்டடியும் மேற்கே தெருவு கிராமமும் வரிசையாய்த் தென்பட்டது. பழைய அரண்மனையைச் சேர்ந்த சில பெரிய பெரிய வீடுகளில் இப்பொழுது குடியிருக்க யாருமில் லாமல் பாழடைந்து அடைத்துக் கிடக்கிறது. தேர்க் கொட்டடிக்கு அருகிலுள்ள அரண்மனையைச் சேர்ந்த மற்ற பகுதிகளில்

இப்பொழுது லைப் இன்சூரன்ஸ் காரியாலயங்கள் நடைபெறு கின்றன... அந்தப் பழைய மேட்டு வீட்டைக் கண்டதும் பட்டாணிக்கு ஒன்றுமே தோன்றவில்லை. காலம் எவ்வளவோ கடந்துவிட்டது... வீட்டு நடையில் பெரிய வாசல் கதவு மட்டும் பெயிண்டு மங்கி நிற்கிறது. உள் காம்பவுண்டில் சீமைப் பலா கூட இப்போ இல்லை. அடைத்த கதவிற்கு மேல் தெரிவதெல்லாம் வெறும் சூன்யம்தான்...

பழவங்காடி கணபதி கோவில் பக்கத்தில் வரும்போது கைவலி கொஞ்சம் அதிகரிப்பதுபோல் தோன்றியது... கையைத் தொங்கப் போடாமல் மடித்து வைத்துக்கொண்டால் இதமாக இருக்கும் போலிருந்ததால் கையை மடக்கி மேலே துவர்த்து முண்டால் மூடிக் கொண்டு நடந்தான், பட்டாணி. என்ன ஆனாலும் பூர்ணமாகக் கொணமாகல்லே, அதுதான் குளிசை வாங்கி தினம் ஒண்ணு திங்க டாக்டரு சொல்லியிருக்காரு... எதுக்கும் கவனமாகத்தான் இருக் கணும். இந்த ஏழெட்டு நாளும் பட்ட பிராணவலி போதும்... ஓரோ நாளும் செத்துச் செத்து பெழைச்சதுதானே...?

மணி பனிரெண்டாகப் போகும் நேரமானாலும் வெயில் அவ்வளவாக இல்லை. சாயங்காலம் மழை வருவதற்கான அறிகுறி இருந்தது...

புத்திரிக் கண்டம் தாண்டி சாலை பஜாருக்குள் நுழைந்ததும் பட்டாணிக்கு நெஞ்சை லேசாக வலிப்பது போலிருந்தது, இனிக் கொஞ்சம் போனால் பயல்கள் எவனாவது நிப்பான்... சில வேளை மத்தியான நேரமானதினால் ஒவ்வொருத்தனும் ஒவ்வொரு வேலைக்குப் போயிருந்தாலும் போயிருப்பான்... இந்தப் பயல்கள் காரியத்துக்கு வரம்பு முறை – நேரம் காலமா இருக்கிறது? பட்டாணி ஒரு ஓரமாகத்தான் நடந்து வந்துகொண்டிருந்தான். ஒரு ‘சுண் டைக்காமோன் கண்ணிலும் படாமல் கருமடத்திக்குப் போயிட்டா கொள்ளாம்...’

ஆனால் பட்டாணி, என்ன ஒதுங்கி நடந்தாலும் – எந்தக் கூட்டத்தில் ஒளிந்துகொண்டு நடந்தாலும் பட்டாணியின் உயரம்– தூரத்தில் நிற்பவனுக்கும் ஆளைக் காட்டிக்கொடுக்கும்.

சன்னதி முக்கு தாண்டியதும், வெற்றிலைக் கூடைக்காரன் சாகிப்புகளின் பக்கத்தில் நின்றுகொண்டிருந்த இரண்டொரு பயக் கள் பட்டாணியைக் கண்டுகொண்டார்கள்.

“டேய் மக்களே, பட்டாணீ, எங்கே போயிட்டு வாறே?” ஒரு பயல் குரலை மாற்றி இடைத்தொண்டையில் உரக்க கூப்பிட்டுக் கேட்டுவிட்டு, அப்பு சாயக்கடை முடுக்கில் ஓடிவிட்டான்.

திரும்பிப் பார்க்கக் கூடாதென்னுதான் பட்டாணி எண்ணினான். ஆனால், பழக்க தோஷம் விட்டால்தானே? சட்டென்று திரும்பிப் பார்க்கிறான்... போர்த்தியிருந்த துண்டு விலகி, தொட்டில் அவிழ்த்த பெரிய கை வெளியே தெரிகிறது.

"டேய் சாளப் பட்டாணிக்கு கை குணமாயிட்டுது. ஒதுங்கி நில்லுங்க டோய்... இனி அவன் அந்தக் கையைத் தூக்கிப் போடு போடுவான்..."

"ஆமடா, சுண்டக்கா மோன்மாருகளே... வாருங்க இனி இந்தப் பட்டாணி எப்பிடீன்னு காட்டித்தாறேன்..." பட்டாணிக்கு ரோஷம் பொத்துக்கொண்டு வந்துவிட்டது. எட்டு நாளாக அடக்கி வைத்திருந்த ரோஷம்... பயல் நல்ல வெட்டுக்கல்லா ஒன்றை எடுத்து வீசியிருக்கிறான். அது பட்டாணியின் பெரிய கை முட்டில்தான் வந்து குறிப்பாகத் தாக்கிவிட்டது.

"அய்யோ...!"

அவ்வளவுதான். பட்டாணி கீழே இருந்துவிட்டான்... ஒரு பயல் ஓடிவந்து பட்டாணியின் தோள் துணியைப் பறித்துக்கொண்டு போனான்... மற்றொருவன், உட்கார்ந்திருந்த பட்டாணியை மலக்க கீழே பிடித்துத் தள்ளினான்...

வெற்றிலை பாக்குக் கூடைக்காரர்களுடன், அஞ்சாறு பயல்களும் சேர்ந்து ஓஹோ... ஓஹோவென்று சிரித்தார்கள்.

மங்கலாக இருந்த வெயில் சுள்ளென்று தெரிய ஆரம்பித்தது. கீழே மல்லாந்து விழுந்து கிடந்த பட்டாணிக்கு நெஞ்சு வலிப்பது போலிருந்தது... வலியின் வேகம் முழுவதும் தலைக்கேறு முன்...

நடுரோட்டில் பட்டாணியின் பிணம், வெயிலைப் பார்த்த விழிகளுடன் மலர்ந்து கிடந்தது!

★

ஈடு

"என்ன மாடசாமி அண்ணே, இன்னைக்கும் நம்ம பட்சி ஒறக்கம்தான் போலிருக்கே, ஒரு கோளையும் காணலியே... பீடி இருந்தா ஒண்ணு எடுமே..."

"ஆமா பீடி இருக்கு பீடி. சிகரெட்டுதான் இருக்கு... போவியா போய் சோலியைப் பாரு. மனுசன் இங்கே மூணுநாளா சாயெக்குக் கூட வழி இல்லாமெ திண்டாடுதான். இவருக்கு பீடி வாங்கி வச்சிருக் காட்டி..."

"உமக்கு மட்டுமா திண்டாட்டம்? இந்தச் சாலைக் கடையிலெ இனிமெ இந்த நகைக்கடை புரோக்கர் வேலை பார்த்து ஒருத் தனுமே சாப்பிடமுடியாது, பாத்துக்கிடும். எட்டணாவோ பத்த ணாவோ கெடச்சா ஒரு கிளாஸ் அரிஷ்டத்துக்குத்தான் ஆச்சு... பின்னெ சோறு திங்கணுமானா ஆளெத்தூக்கித்தான் விளங்கணும். பேசாமெ இதையெல்லாம் களஞ்சிட்டு பள்ளிக்கொட நடையிலெ கப்பலண்டியாவாரத்துக்குப் போனாலும் டெயிலிசா, வட்டம் கெடைக்கும்..."

"போடேய் போய் அப்பிடி வல்லதும் சோலி உண்டான்னு பாரு. இங்கே வந்து மனிசனே கொல்லாதே..."

"என்ன மாடசாமி அண்ணே, இன்னைக்குக் கொஞ்சம் கலஞ்சு நிக்கறே. வீட்டிலெ மயினி வல்லதும் சொன்னாளா? நீரு பின்னெ தெனம் கெடைக்கதெல்லாம் அரிஷ்டமும் சாராயமும் விழுங்கீட்டு அங்கே ஏறிப் போனா அவ்வுளும்தான் ஏளெட்டு வயசான ஒரு பயலையும் வச்சுக்கிட்டு என்ன செய்வா?"

"நீ கொஞ்சம் போடேய் வயத்தெரிச்சலெ கெளப்பாதே... எனக்கிங்கே தொள்ளாயிரம் பணம் கெடச்சு, நான் எல்லாத்தையும் தண்ணி அடிச்சுக் களையிது மாதிரியில்லா சொல்லுதே. முழுசா வட்டம் கையிலெ கண்டு ஒரு ஆழ்ச்சைக்கு மேலே ஆவுது... நீ சொன்னாக்கிலெ வீட்டிலெ அவளுக்கும் அப்பிடித்தான் நெனைப்பு... நேற்று ராத்திரி தூக்கிப்போட்டு நல்லா ரெண்டு வெளு வெளுத்தேன்.

மனிசன் இங்கே, கண்டவன் பின்னாலெ கெடந்து வாற்றிக்கிட்டு அங்கே போனா, கெடைச்சதெயெல்லாம் தண்ணி அடிச்சுக்கிட்டு அங்கே ஏறி வெறுங்கையோட வாறேன்னு கேக்கா... அதுவும் அந்தப் பய ஏழெட்டு வயசு பிராயம் ஆனவன் இல்லையா, அவன் முன்னாலெ வெச்சு அதும் இதும் கேட்டா அவன் என்ன நினைப் பான், அப்பன் வெறும் தண்ணியடிக்காரன்'னுதானே அவனுக்குத் தோணும். அதெ பள்ளிக் கொடத்திலெ கூட்டுக்காரன்கிட்டே போய் வெளையாட்டுக்காவது சொல்லவும் செய்வான்... எனக்குக் கெடச்ச பெண்டாட்டி அப்பிடீன்னா, வாச்சபிள்ளையும் வால் மொளச்ச பிள்ளை... திங்காட்டாலும் குடிக்காட்டாலும் வால் தனத்துக்கொண்ணும் குறைச்சல் இல்லே... சரி, போட்டும். இந்தா அஞ்சு பைசாதான் இருக்கு. பீடிவாங்கு செணம் வா. பெரிய கடைப் பக்கமாகப் போய்ப் பாக்கணும். மணி பந்திரெண்டு ஆவப் போவுது... இனியும் போணி இல்லே..."

மாடசாமியிடமிருந்து பைசா வாங்கிக்கொண்டு போன தாணுவன் முக்குத் திரும்பும்போது யாரோ ஒரு பள்ளிக்கூடப் பையன், சைக்கிளில் வந்தவன், சரக்கென்று பிரேக்குப் பிடித்து தாணுவன் பக்கத்தில் இறங்கினான்.

"கேட்டேளா, இங்கே பொன்மாணி புரோக்கர் மாடசாமீன் னுள்ள ஆளெத் தெரியுமா?" என்று கேட்டான்.

"தெரியும். எதுக்குடேய் தம்பி... என்ன காரியம்? வல்லதும் பொன்னோ வெள்ளியோ விக்கணுமா, நான் விற்றுத்தாறேன் எடு..."

"அதுக்கொண்ணும் இல்லே... அந்த மாடசாமீன்னுள்ள ஆளுக்கெ மகன் பள்ளிக்கூடத்திலேருந்து வரும்பம், களிப்பான் குளம் ரோட்டிலெ, ரோடு நல்லாக்க தார் காய்ச்சிக்கிட்டிருந்த பெரிய டப்பாக்குள்ளே விளுந்துட்டான். ஒரு பாடு கூட்டம்... அது தான் அந்த ஆளெ கூப்பிட வந்தேன்..."

விஷயத்தைக் கேட்டதும் தாணுவனுக்கு ஒரு க்ஷணம் எதுவுமே தெரியவில்லை. பிறகு சட்டென்று நிதானித்துக்கொண்டு, "தார் டப்பாயிலா, காய்ச்சின தார் டப்பாயிலா விளுந்தான்... எப்பிடி விளுந்தான்... தெளைக்கிற தாருன்னு மேலெல்லாம் பொள்ளி யிருக்கிமே...?"

"தெளைக்கக்கூடிய தார்தான்... நான் வரும்போ பய பெழைக்க மாட்டான்னு சொல்லிக்கிட்டிருக்கா... நீங்கதானா மாடசாமீன்னு சொல்லக்கூடியது..."

“இல்லே... சட்டுனு வா காட்டுதேன்...” என்றவாறு திரும்பிய போது மாடசாமியே ஏதோ ‘கிராக்கி’ வந்திருக்கிறதென்று ஓடி வந்தார். பையன் மூலம் விஷயத்தைத் தெரிந்தபோது போட்டிருந்த சட்டையில் தீப்பிடித்துக்கொண்டதுபோல, விழுந்தடித்துக்கொண்டு அந்தப் பையன் பின்னாலேயே ஓடினார் மாடசாமி. தாணுவனும் இன்னும் இரண்டொரு கூட்டாளிகளும், “டேய் நம்ம மாடசாமி அண்ணன் மகன் களிப்பான் குளம் ரோட்டிலெ தார் பீப்பாயிலெ விழுந்துட்டானாம் வாங்கடேய்...” என்றவாறு பின்னால் ஓடி னார்கள்.

“டேய் பழனிச்சாமீ, போகாதெடா போகாதெடான்னு சொன் னேன். ஆயிரம் வட்டம் சொன்னேன். பள்ளிக்கூடத்திலெ பந்து களி கண்டாத்தான் ஆவும்னு போனான். போக்கழிஞ்சு போற போக்குன்னு தெரிஞ்சா கையெ காலெ கெட்டியாவது போட்டி ருப்பேன். பாவி மட்டே போயிட்டானே, நான் என்ன செய்வேன்...”

“இந்தா, ஏன் சவமே கெடந்து கீறுதே... போன மூதி போயாச்சு. நா மட்டும் என்ன சாராயம் குடிச்சுக்கிட்டு ஓர்ம இல்லாமலா கெடக்கேன்? எனக்கும் நெஞ்செ கொடையத்தான் செய்யுது... இவ்வளவுக்கும் எல்லா எளவையும் கண்டிருந்தா அங்கியே விழுந்து நீயும் பிராணனே விட்டிருப்பே. தெளைக்கிற தார் பீப்பாயிலெ விளுந்து செத்தானே, சவம் போவுதுன்னு விட்டானா? அங்கே கொண்டு போய் கீறி முறிச்சு பாயிலெ கட்டி, இந்தா பிரேதம்னு கடைசீலெ கையிலே கொடுத்தான். ஒடஞ்ச மண்கலத்தை அள்ளிக் கூட்டிக்கிட்ட மாதிரி எடுத்துக்கொண்டு வந்து சுடுகாட்டிலெ வெக்கிறது வரைக்கும் நான் மனுசனாட்டா இருந்தேன்...?”

“அய்யோ சொல்லாதீங்க... ஒவ்வொண்ணா நீங்க சொல் றப்பமே எனக்கு மேலெல்லாம் தெளைக்கிது... என் புள்ளையெ நான் பாலும் தண்ணியும் கொடுத்து வளக்காட்டியும் வெறும் கஞ்சித்தண்ணியெ ஊத்தியாவது வளத்தேனே... பாவிமட்டே கடைசீலே உனக்கு இந்தக் கெதியா வரணும்...”

“இப்போ நீ ஒன் ஒப்பாரியெ நிறுத்தப் போறியா, இல்லெ நான் எந்திச்சு போட்டா...”

“எங்கெ போவப்போறீங்க, என்னெ தனிச்சு விட்டிட்டு. அங்கே சாலைக்கடையிலெ என்ன வெச்சிருக்கு போயி கிழிக்க துக்கு... கஞ்சிக்கு அரிசி கண்டு நாளெத்தனை ஆவுது. பெத்த பிள்ளையையும் விளிங்கியாச்சு. பாவிமட்டை அந்தப் பாலகனைக் கொண்டு போன காலன் என்னைக்கொண்டு போயிருக்கக் கூடாதா...”

“ஏய் பாஞ்சாலி, வாயெ மூடு. ஒனக்கு வாய்க்கரிசி போட வழி கெடைக்குதான்னு பாக்கத்தான் வெளியே போவப் போறேன்... பய போயி இன்னைக்கு, செவ்வா ரெண்டு புதன் மூணு வேழன் நாலு நாளாவப் போவுது, சாலைக் கடையிலெ போயி எட்டிப் பார்க்கல்லே... அதில்லாட்டியும் அந்த கவர்மென்டுகாரன் இதுக் கென்னமோ நஷ்ட பரிகாரம் தரப்போறதா சொன்னான். அதும் ஏதாவது கெடைக்க வழி இருக்கான்னு பாத்துக்கிட்டு வாறேன். ஒன் கூட சேந்து நாளும் கரைஞ்சிக்கிட்டிருந்தா இனி என்ன ஆவப்போவுது...”

“ஒண்ணே ஒண்ணு கண்ணே கண்ணுன்னு காக்காக்கும் குருவிக்கும் காட்டாமெ வளத்தி, ஒடுக்கம் காலன் கையிலெ கொடுத் தாச்சு... அதுக்கு கவர்மென்டுகாரன் ஈடுதந்தான்னா அதுக்குப் பொன்னெ கட்டித் தந்தாலும் ஆறுமா? அதுக்கு மானங்கெட்டுப் போயி நீங்களும் கைநீட்டப் போணுமா?”

“ஏய் படுமூதி; சும்மா கெடந்தா கெட. இல்லாட்டா கெடந்து கத்து. நான் போறேன்...”

மாடசாமி ரோட்டில் இறங்கியபோது அவருக்கும் கொஞ்சம் மனசு தடுமாற்றமாகத்தான் இருந்தது...

‘பய பழனிச்சாமி, அப்பான்னு கூப்பிட்டா திருந்தக் கூப்பிட மாட்டான், அவ்வளவு அருமை – எட்டு வயசு இருந்து போன வருஷம் அவனெ ஒண்ணாம் கிளாஸ் சேக்கிறதுக்குப் பட்ட பாடு. ஒண்ணாம் கிளாஸ் படிச்ச வருஷம் பூரா அம்மாக்காரிதானே நெதம் பள்ளிக்கூடத்துக்குக்கொண்டு விடவும் கூட்டியாரவுமா இருந்தா. இப்போ ரெண்டாம் கிளாஸ் வந்தப்போ தனிச்சுப் போகத் தொடங்கினான். காலனும் பின்னாலெ வந்திருக்கான். சும்மா சொல்லக்கூடாது. என்ன செல்லப்பிள்ளையானாலும் இவ் வளவு வால்தனம் இருக்கக்கூடாது. சண்டை பிடிச்சா அம்மாக் காரிக்குக் கோவம் வந்திருக்கும். அதுக்கு பயந்து ஒண்ணும் சொல் றதுகூட இல்லே. சொன்னா கேக்கிற பிள்ளையானா அவ, பள்ளிக் கூடத்திற்குப்போக வேண்டாம்னு சொன்னதைக் கேட்டிருக்கலாம். பயக்க கூடெ வெளையாடிக்கிட்டு எப்பவும் போலதானே வந்திருக் கான். ரோட்டுக்குத் தார் போட்டுக்கிட்டிருக்கிற இன்சினுக்கு மறைவிலெ, ரோட்டோரத்திலெ நெடுகப் பிளந்த தார் பீப்பாயிலெ தார் கொதிக்கிறதெ அவன் கண்டானா? ரோட்டிலேயே தொட்டு வெளையாடிக்கிட்டு வந்திருக்கான்... பின்னாலெ வந்தவன் கவனிக் காமெ பிடிச்சுத் தள்ளியிருக்கான். அவனா தள்ளினான்? காலன் வந்து தள்ளியிருக்கான். குப்புற விழுந்தது தார் பீப்பாய்க்குள்ளே, பின்னே என்ன, நிக்கரும் சட்டையும் தார் வழிய, அவிச்செடுத்த

சாளை மீனைப்போல பயலெ ஆஸ்பத்திரியிலெ பாத்தப்பமே விஷயம் தெரிஞ்சு போச்சு... இனி பய நமக்கில்லை. மனசு மரத்துப் போச்சு, பெத்தவளாம் அவ சொல்லீட்டா... பய போயிட்டான். என்ன செய்யிறது...?

'நீதானா பையனுக்கெ தகப்பன். இந்த ஸ்டேட்மெண்டிலே ஒரு கையெழுத்து போடும். பையனுக்கு அங்கேயே உயிர் போயிட்டது. என்ன செய்யிறது? PWDக்காரங்களுடைய அஜாக்ரதைன்னு ரிப்போர்ட்டு, உள்ளபடியே எழுதியிருக்கிறேன். நஷ்ட ஈடு கொஞ்சம் பணமாவது தருவாங்க என்று எழுதின பெரிய ஆளு சொன்னாரு... எல்லாம் தான் முடிஞ்சு போச்சு... பொறப்பின்னு ஒண்ணிருந்தா சாக்காலையும் உண்டு. ஆறிலையும் சாவு நூறிலையும் சாவு. அது அந்தப் பொட்டைக் கழுதைகளுக்கு எங்கெ தெரியப் போவது... பய போயிட்டான். ஏதோ கொஞ்சம் பணம் கெடச்சா அவ்வளவுக்கும் ஆச்சு. சாலைக்கடை புரோக்கர் பொழைப்பு சுண்ணாம்பு அடிச்சு வெளுக்க வச்சுது மாதிரி ஆயிப்போச்சு. பத்தோ நூறோ காசு கெடைச்சா எங்கேயாவது ஒரு முக்கு மூலையிலெ ஒரு முறுக்கான் கடையாவது பயபேரைச் சொல்லிக்கிட்டு போட்டுக்கிட்டு கேறி இருக்கலாம். இதெல்லாம் இந்த வீட்டிலெ இருக்கிற சவங்களுக்குத் தெரியுமா? அய்யோ, நான் பெத்த பிள்ளைன்னு ராமாயணம் படிச்சா செத்த பய தார் பீப்பாயிலிருந்து எந்திச்சுவரப் போறானா? பொதுவா பொம்புளை மனசே சவம், எளசு. சட்டுனு ஓயாது. அதிலியும் ஒண்ணுக்கு ஒண்ணுதானே இருந்தது. சட்டுனு மனசு கேக்க மாட்டேங்குது...'

தாலூகா ஆபீஸ் முன் வந்தபோது, தாசில்தார் எஜமான் வர நேரமாகுமென்று சொன்னார்கள். ஆபீஸின் நெடுந்திண்ணையில் ஏறி உட்கார்ந்துகொண்டபோது மாடசாமிக்கு மனசு வெறிச்சென்றிருந்தது. நல்ல வெயில் அடிக்கிறது. எதிரே ரோட்டிற்கு அப்பால் சிவப்புச் செங்கல் அரைச்சுவராகக் கட்டி மறைந்த பார்க்கிற்கு நடுவில், சித்திரைத் திருநாள் மகாராஜாவின் சிலை நிற்கிறது... சிட்டி சர்வீஸ் பச்சை நிற பஸ்கள் போவதும் வருவதுமாக இருக்கின்றன. சைக்கிள்கள், டாக்ஸி கார்கள், கஜானாவிற்கு வருகிறவர்கள், முன்சிப் கோர்ட்டிற்கு வருகிறவர்கள், இடையிடையே கறுப்புக் கோட்டும் வெள்ளைப் பாண்டும் அணிந்த வக்கீல்கள், எல்லோருக்கும் ஒவ்வொரு காரியங்கள். எல்லோருக்கும் வேலை இருக்கிறது. காரியமிருக்கிறது... தனக்கு மட்டும் வேலையென்று ஒரு வேலை இல்லை. புரோக்கர் தொழில், ஏமாந்தவனை நம்புகிற தொழில். எத்தனை நாளைக்கு இதை நம்புகிறது என்று தனக்குள் நொந்துகொண்டான் மாடசாமி. நேரம் ஆகிக்கொண்டிருந்தது. கையில் கடிகாரம் கட்டிக் கொண்டுபோன ஒருவரிடம் "மணி என்ன ஆச்சு சார்" என்று

கேட்டேன். மணி பனிரெண்டரை. இன்னும் தாசீல்தார் வந்த பாடில்லை. பின்னும் ஒருமுறை அடைத்த அரை கேட்டருகே நின்ற பியூனிடம் கேட்டபோது "எஜமான் வந்தால் தெரியாதா?" என்று அவன் சிடுசிடுத்தான். 'சரி நாளைக்குத்தான் பார்க்கலாம்... புறப்படும் போதே அந்த மூதி தடை சொன்னா... உம். சாலைக் கடைக்குப் போனாத்தானே இன்னைக்குப் பாட்டிற்கு ஏதாவது கிடைக்கும்...' என்று நினைத்தவாறு மாடசாமி திண்ணையை விட்டு இறங்கி நடந்தார்.

இரவு எட்டு மணிக்குத்தான் வீட்டுக்கு வர முடிந்தது மாட சாமிக்கு. மனைவி பாஞ்சாலி ஒட்டுத் திண்ணையில் சுருண்டு படுத்திருந்தவள் காலை மடக்கிக் கொண்டு எழுந்து உட்கார்ந்தாள். சின்ன சுவரொட்டி விளக்கு மங்கலாக எரிகிறது. சுவரில் அய்யப்பன் சாமி படம். இழுத்துக் கெட்டிய கொடியில் செத்துப்போன பைய னின் நிக்கர் சட்டை, ஆணியில் சிலேட் புஸ்தகப் பை தொங்கு கிறது. பழைய கறுப்புச் சீலையொன்று மூலையில் கிடக்கிறது.

"எந்த நேரத்திலேயே போன ஆளு. மணி எட்டொம்பது ஆவுது... ஏதாவது கொண்டு வந்திருந்தா சாயைக் கடையிலேருந்து வல்லதும் வாங்கிச் சாப்பிடுங்க... இங்கே அடுப்பு மூட்டல்லே... எனக்கும் ஒண்ணும் வேண்டாம். பசி இல்லே..."

"நான் ஒண்ணும் கொண்டு வரல்லே. கச்சேரீலே போய் ஒரு மணி வரைக்கும் காத்துக்கெடந்தேன் அதுக்கும் பொறவு சாலைக் கடையிலெ வந்தா அங்கெ என்ன இருக்கு? பெரிய கடை மொத லாளி எட்டணாத் தந்ததே சாயை குடிச்சேன். சேப்பிலே பத்தோ பதினைஞ்சோ பைசா மிச்சம் காணும். ஆமா நீ ஒண்ணும் குடிக் கலியோ; வச்சிருப்பேன்னு நெனச்சேன்."

"ஆமா, கையிலெ ஒண்ணோ அரையோ கெடச்சா உங்க சாயை குடிக்கு சரி. நேத்து நாளி அரிசி கடன் வாங்கிக் கஞ்சி வச்சது. உச்சைக்கு கொஞ்சம் பழம் கஞ்சி இருந்ததெ குடிச்சேன். பயலெ நெனைச்சப்போ அதும் தொண்டையெ விட்டு எறங்கல்லே, இதென்ன நாறுது? இன்னைக்கும் குடிச்சிக்கிட்டு வந்திருக்கேளா?"

"சீ, ஒன்னாணெ பாஞ்சாலி, நான் குடிக்கல்லே... இப்போ சட்டையெ களத்தினேனா? இது வேர்வை நாத்தம்..."

"ஆமா உங்களெ எனக்குத் தெரியும். பெற்ற புள்ளெ செத்துக் கெடந்தா மூக்குமுட்டக் குடிச்சிக்கிட்டு வந்து கூடிய உங்களெ எனக்குத் தெரியாதா...?"

"நீ சும்மா கெடந்து அதும் இதும் சொன்னா என் கொணம் மாறும்."

பாஞ்சாலியிடமிருந்து பிறகு பேச்சில்லை. விளக்கு அணைந் தது. இருட்டோடு அவள் அழுதாளோ என்னமோ?

எட்டு நாள் பத்து நாள், தாலுகா ஆபீசும் சிபாரிசு ஆட்களும் சாட்சியும் அபேட்சை பத்திரங்களுமாக நடையாக நடந்து, கால் கடுக்க, இடுப்பு நோக, கச்சேரியின் நெடுந்திண்ணையில் பழி கிடந்து கடைசியில் தாசில்தார் ஒப்பமிட்டு, வார்டு கவுன்சிலர், வேறு இரண்டு சகாக்கள் எல்லாம் சாட்சிக் கையெழுத்திட்டு, நூற்றி இருபது ரூபாய் மாடசாமியின் கைக்கு வந்து எட்டியது.

"ஒருக்க ரெண்டுதரம் எண்ணிப் பாத்துக்கிடும் வோய் மாட சாமி... நூற்றி இருவது இருக்கா? சரி எனக்கு நீரு ஒண்ணும் தரண் டாம். ஒமக்காக ரெண்டு மூணு தரம் டாக்ஸியிலெ வந்தேன். அதுக்கொரு பதினைஞ்சு ரூபா மட்டும் அந்த டிரைவர்கிட்டே கொடுத்திரும்..." என்று பணத்தைக் கையால் தொடாதவர் போல் ஒதுங்கிப் போய் டிரைவரைக் காட்டிவிட்டு, காரில் ஏறிக் கதவடைத் துக்கொண்டார், வார்டு கவுன்சிலர். டிரைவருக்குப் பணத்தைக் கொடுத்துவிட்டு, மிச்சத்தை மடியில் வைத்துக் கட்டிக்கொண்டு படியிறங்கியபோது, சகாக்களும் சாட்சிக்கு வந்த கூட்டுக்காரர்களும் சிரித்துக்கொண்டு நிற்கிறார்கள்.

"மாடசாமி அண்ணே, பணம் கிடைச்சப்போ பேசாமெ மடி யிலெ வச்சுக் கட்டிக்கிட்டேளே... நாங்களும் இந்த ரண்டு மூணு நாளா வேலையையும் களஞ்சிக்கிட்டு ஒமக்கு வேண்டி அலை யுதோம்..."

"ஆமாம் அதுக்குப் போயி எனக்குத் தொள்ளாயிரம் பணமா கெடச்சிருக்கு. நூற்றி இருவது ரூவா. என் பயலுக்கு இத்தனை வருஷம் நான் வாங்கிக் கொடுத்த மிட்டாய் வெலைக்குக் காணாதே இந்த நொள்ளைப் பணம். இந்த ஒண்ணே முக்கா ரூபாய்க்கு, எத்தனை நாளுவந்து காத்துக்கெடந்து நரகவேதனைப்பட்டு... ஹ்ம். எடுத்துக்கிடுங்க ஆளுக்குப் பத்து வீதம் போதுமா? எத்தரை அஞ்சு பேரா... இந்தாருங்க போருமா? திருப்தி ஆச்சா..."

மிச்சத்தை எண்ணிப் பார்த்தபோது, ஐம்பது ரூபாயும் சில்லறை நோட்டுகளும் இருந்தன... "ஹ்ம், அம்பது ரூவா. எம் பய பழனிச் சாமிக்கு வெலை அம்பது ரூபா... பாவி மட்டெ, அவ சொன்னா, வேண்டாம் இந்த எச்சிக் காசுண்ணு... நெஞ்சிலெ அடிச்சு அழுதுக் கிட்டு சொன்னா, கேக்கல்லே. அள்ளிக் கொடுத்திருவான்னு வந்தேன்... அம்பது ரூபா..."

செங்கல் சுவர் மறைத்த பார்க்கின் நடுவில், மகாராஜா சாலை யின் கிரீடக் குஞ்சத்தின் மேல் காக்காய் ஒன்று அசையாமல்

அமர்ந்திருந்தது. பார்க்கைத் தாண்டி, கோட்டை போலீஸ் ஸ்டேஷன் தாண்டி, ரோட்டில் நடக்கும்போது மாடசாமி, தன்னையே மறந்த விரக்தியில்தான் நடந்து வந்தார். மிச்சக் கையிருப்பை நினைத்த போது மனம் மிகவும் விழுந்துவிட்டது!

கிழக்கே கோட்டை ஜங்ஷனில் வந்ததும், அங்கு நின்று யோசித் தார். கிழக்கே திரும்பிச் சாலைக்குப் போகலாமா, தெற்கே நடந்து வீட்டுக்குப் போகலாமா...? மனம் தீர்ப்பை சங்கல்பிக்கும் முன்பு மாடசாமியின் கால்கள் சாலை கம்போளத்தைப் பார்த்து நடந்தன.

மாடசாமி வீட்டிற்கு வரும்போது வெகு நேரமாகியிருந்தது. அவர் வந்து கதவுப்பக்கம் உட்கார்ந்த அரவம் கேட்டுத்தான், பாஞ் சாலி விழித்துப் பார்த்தாள்.

“என்ன இது, இத்தரைநேரமா? இன்னைக்குப் பணம் கெடச்சு தாமே. உங்க கூட்டாளி வந்து சொன்னானே... ஒண்ணே முக்காக் காசு... இப்ப உங்களுக்கு நெறஞ்சு பொச்சு. எனக்கு ஏன் பிள்ளை இல்லே. உம் பணம் கையிலே வந்தா உங்களெ பிடிச்சுக் கெட்ட நாலு பேரு வேணும். எங்கே பணத்தை எடுங்க... என் பிள்ளெயெ காலனுக்குக் கொடுத்த பணம் எத்தரை பணம் கெடச்சிதுன்னு நானும் பாக்கட்டும்...”

கதவருகில் இருட்டு வாக்கில் அமர்ந்திருந்த மாடசாமி சட்டை யின் சேபியிலிருந்து கைநிறையச் சில்லறையை எடுத்து பாஞ் சாலியின் நீட்டிய கையில் வைத்தான்.

“இதென்ன சில்லறை... இவ்வளவுதானா? பாக்கி... பாக்கியெ என்ன செய்தியோ?”

மாடசாமி இருட்டு வாக்கில் அமர்ந்திருந்தவர் ‘உவ்வா’வென்று உரக்க தரையில் வாந்தியெடுத்தார்.

அவ்வளவுதான். ஒரே சாராய வாடை. மீன்கறி, அவியல் வாடை...

மாடசாமி இன்னும் வாந்தியெடுத்தார். தீனி கொஞ்சம் அதிகம். பாஞ்சாலிக்கு விஷயம் தெரிந்துவிட்டது.

“டேய் மக்களே பழனிச்சாமி, உன் அப்பன் உன்னையும் வித்துக் குடிச்சிட்டாருடா... மக்களே...”

பாஞ்சாலி சத்தம் போட்டு நெஞ்சிலடித்து அழுதாள். இரவு, குருட்டுக் கருமையில் ஆழ்ந்து கிடந்தது!

★

பதினாலு முறி

“டேய், ஒண்ணீ சொந்த புத்தி இருக்கணும். அதில்லே பிறத்தியான் யாராவது சொல்லக் கேக்கணும், ரெண்டும் இல்லி யானா இப்படித்தான் பாத்துக்கா... போனது போவுது. நடக்கிற காரியத்தெ பாரு. ஸ்டேஷனிலே வரச் சொன்னாலே... உள்ளதை அவ்வளவும் சொல்லு. அதுக்கப்புறம் வாரதுபோல வரட்டு... கையிலே ஏதாவது வச்சிருக்கியா? எங்கேர்ந்து இருக்கப் போவ்து... இந்தா ரெண்டு ரூபா இருக்கு... அங்கே போலீஸ்காரன் அவன் இவன் என்ன கேட்டாலும் காசு கொடுக்காதே. நடந்ததெ அப் பிடியே சொல்லு. ஒண்ணும் உன் தலெ போயிராது... எனக்கு கடைக்கு நேரமாச்சு...”

வீரய்யனுக்கு ஒன்றுமே தோன்றவில்லை. சே, இப்பிடி ஒரு அவக்கேடா? இதுவரைக்கும் யார் முன்னாலும் போய் தலையைச் சொறிந்துகொண்டு நின்றதில்லை. கடைசியில் இவள் – சொந்தப் பெண்டாட்டி காரணமாக அதுவும் வந்தாச்சு. சவம் மூதேவி, அவ்வளவு தட்டுக்கெட்டுப் போச்சுன்னா, எங்கேயாவது ஓடிப் போயிருந்தாக்கூட சகிச்சுப் போயிருக்கலாம். தூக்குப் போட்டுச் செத்துப் போனா! பார்வதியா? நினைக்க நினைக்க ஒண்ணு மில்லெ... வந்து பிரேதத்தைக்கூட பார்க்கல்லே... சிகப்பு சேலை மூடி பெஞ்சு மேலே மறுநாள் கருமாதியின் சாமான்கள்தான் இருந் தது... ரொம்ப நேரத்திற்கு, பார்வதியா? எங்கிற நெனைப்பு தெளிஞ்சு வரவே இல்லை... ரெண்டு நாள் பொழுது கழிஞ்சபோது தான், ‘உண்மை– உண்மைதானே, உண்மைதானே’ என்று மனசில் சிதல் அரித்தது. நமநமவென்று, பாஷாணம் தின்ற பெருச்சாளி தண்ணி குடிக்க அலஞ்சது போலத் திண்டாட்டம்.

சிவனு அண்ணாச்சி, ரெண்டு ரூபாயும் காரியமும் சொல்லித் தந்துவிட்டு கடைக்குப் போய்விட்டார்... அவருக்கு ஆரம்ப காலத் திலேயே நம்ம பேரிலே அப்படி ஒரு கரிசனம்... இனி போலீஸ் காரன் கிட்டே போய் அவன் எழுதி வைத்திருப்பதில் ஒப்புப் போடணும். இனிக் கிண்டிக் கிண்டி எதையெல்லாம் கேக்கப் போறானோ?

கிழக்கே கோட்டையிலிருந்து பாளையம் போலீஸ் ஸ்டேஷன் வரைக்கும் போகணும். பதினைஞ்சு பைசா பஸ்ஸுக்குக் கொடுத்தால் மாதவராயர் சிலைக்குப் பக்கத்தில் கொண்டுபோய் இறக்கி விடுவான். ஒரு மைல்கூட இல்லை. பொழுது விடிஞ்சு பொழுது இருட்டினால் ஊரெல்லாம் நடையா நடக்கிறவனுக்கு ஒரு மைல் காத தூரமாக மனதை அழுத்தியது. ஸ்டேட்யூ பஸ்ஸிற்காகக் கிழக்கே கோட்டை பஸ் நிலையத்திலே நின்றான் வீரய்யன்.

பஸ் ஸ்டாண்டில் இன்னும் சலசலப்பு ஆரம்பமாகவில்லை. டியூட்டோரியல் காலேஜுக்குப் போகும் அஞ்சாறு சிறுசுகள், கரகுளத்திற்கும் மெடிகல் காலேஜுக்கும் போகும் நாலைந்து பேர்கள். கப்பலண்டி தட்டுக்காரன்கூட எட்டு மணிக்குமேல்தான் வருவான்... மண்ணில் அங்கிங்காக ஈ மொய்த்து மேய்கிறது. ராத்திரி தெரு மாடுகள் வந்து படுத்துக்கிடக்கிற இடம்... நீலச் சேலை அணிந்த கார்ப்பரேஷன்காரி, ஆங்கிலத்தில் 'ஒய்' எழுத்து மாதிரி ஆள் உயரம் நீண்ட துடைப்பத்தை வைத்துக் கூட்டிக்கொண்டு வருகிறாள். அபேதானந்தாஸ் ஆசிரமத்திலிருந்து, 'அரே ராமா அரே கிருஷ்ணா' மந்திரம் மெதுவாகக் கேட்கிறது. ஆசிரமத்தில் அபேதானந்தர் இல்லை போல, இருந்திருந்தால் மந்திர பஜனை ஒலிபெருக்கி வழியாக உரக்கக் கேட்கும். அல்லது சுப்ரபாதம் பாட்டு கீறல் விழுந்த கிராம போன் பிளேட்டு போல – திரும்பத் திரும்பக் கேட்டுக்கொண்டிருக்கும்... அப்பா தலைவலி...

மெடிக்கல் காலேஜ் பஸ் ஒன்று வந்து நின்றது. அது, வஞ்சியூர் வழியாகப் போகிறது, ஸ்டேட்யூ போகாது. வரட்டும் அடுத்த பஸ் வரட்டும்...

பார்வதியா இப்படி? வீட்டிலும் இது மாதிரி பஸ் ஸ்டாண்டு மண் தரையாட்டம் ஈ மொய்க்கிறது. பார்வதி தைக்காடு மசானத்தில் சாம்பலாகிப் போனாள்...

சமூக ரெங்கபுரத்திலிருந்து புறப்பட்டு ஏழு வருஷமாச்சு – ஏழு வருஷம்! மனதின் அடித்தளம் கவிவது போல நெஞ்சு முட்டியது. அழக்கூடாது. விபரம் தெரிஞ்சு இதுவரை அழுததில்லை. பார்வதியை, அப்படி ஆகிப்போனாள் என்ற உண்மை அறிந்த சமயத்திலும் அழுகை வரவில்லை. மனசு உறைச்சு போனது மாதிரி. இதே மாதிரி நிறைய நிறைய கண்டு அனுபவிச்ச மாதிரி ஒவ்வொரு பயங்கரம் நடக்கும் போதும் இதே மாதிரி முன்னாலே எப்பொழுதோ கண்டது மாதிரி, செய்தது மாதிரி, புதிசு இல்லாதது மாதிரி... ஏன் அப்படி? பார்வதியைக் கட்டிக்கொள்ளப் போகும் போதும் அப்படித்தான். அவளை முதல் தடவையா தொட்ட போதும், அதுக்கு முன்னாலும் அவளிடம் பேசியிருந்தது மாதிரி,

தொட்டு சேலையை உரித்தது மாதிரி எல்லாம் ஒரு நினைப்பு. எப்பவாவது சொப்பனம் கண்டிருந்தாக்கூட சமயங்களிலே இப்பிடி யெல்லாம் தோணுமோ? ஆனா கல்யாணத்துக்கு முந்தி ஒரு தடவை கூட பார்வதியைக் கண்ணிலெ கண்டதில்லையே!

கணகணவென்று ஒரு பயர் இன்ஜின் வண்டி. அதிவேகத்தில், அட்டக் குளங்கரை ரோடு வழியாக சீறிக்கொண்டு போயிற்று... காலையில் எங்கேயோ தீப்பிடித்திருக்கிறது, அஞ்சாறு தெருப் பொடியன்கள், இன்ஜின் போய் மறைந்த பிறகு, அது போன திசையை நோக்கி சைக்கிளில் வேகமாக மிதித்துக்கொண்டு போகிறார்கள். தீயை வேடிக்கை பார்ப்பதில் என்ன உற்சாகம்... அழுத்தி மிதித்து ஓடுகிறார்கள்...

தீப்பற்றிக்கொண்ட வீட்டில் அகப்பட்டதைச் சுருட்டுகிற களே பரம்தான், அந்த 'பதினாலு முறி' காம்பவுண்டிலும் உள்ளது. போக்கும் புகலும் அத்துப்போய் அங்கேயே குடித்தனம் வச்சிருக் கக்கூடாதுதான். எந்த இடமானாலும் நம்மெ என்ன செய்யப் போவுது என்ற அசட்டு தைரியத்தினால்தான் இப்போ பார்வதி செத்தாளோ?

பதினாலு முறி.

ரெண்டு வருஷமாச்சு அந்த இடத்துக்கு வந்து. ஊரைவிட்டுப் பொறப்பட்டு இந்தச் சாலைக்கடைக்கு வந்து சேர்ந்த பின்பு, முதன் முதலிலே வீடுன்னு ஒண்ணிலே வந்து குடிபுகுந்தது இங்கேதான். அதற்கு முன்னாலே எத்தனை சொந்தக்காரங்க கூப்பிட்டார்கள். யார் வீட்டிலும் போகவில்லை. இன்னொருத்தன் தயவிலே இருக்க ணுமின்னு இருந்தால் அங்கே சமூக ரெங்கபுரத்திலேயே இருந்திருக் கலாமே... சித்திக்கு தடை புகையிலையா வாங்கிக் கொட்டியிருக் கணும். அப்பா சொன்னதுக்கெல்லாம் பெருமாள் மாடு மாதிரி தலையை ஆட்டியிருக்கணும். அவ – சித்திக்காரி, சீலையைத் துவைச்சுப் போடுன்னா போட்டிருந்தாலே போதுமே? இங்கே, தம்பானூர் ரெட்டியார் காம்பவுண்டில் பெரியப்பா மகன் அண்ணன் இருக்கான். அவன் எத்தனை தடவை கெஞ்சிக் கூப் பிட்டான். பாளையம் வீரய்யா ஸ்டோரில் வேலைகூட வாங்கித் தருவதாகச் சொன்னான். போகத் தோணலை... கொத்துவால் தெருவிலே, நாலு அரிசி வண்டி, புண்ணாக்கு வண்டி பின்னாலே போனாலே, தினம் ஒரு ரூவா, ஒண்ணேகால் ரூபா கெடைக்குமே... இதை விட்டு சொந்தக்காரன் தயவுக்குப்போனா அவன் இளக் காரத்தைச் சுமக்கணும். அவன் ஒண்ணெ சொல்வான் ஒத்துக் கிடாது. வேண்டாம் அந்தத் தயவு. அதனாலென்ன – இப்போ சட்டை போட்டுக்கிட்டு டபிள் வேஷ்டி கட்டிக்கிட வேண்டாம்.

ஒண்ணரை ரூபா பனியனும் கைத்தறி நாலு முழ வேஷ்டியும் போதும்...

வந்த புதிசில்; அருணாசல ரெட்டியார்: "ஏமிரே மீ ஊரு சமூக ரெங்கபுரமா?" என்று தெலுங்கில் ஆரம்பித்தார். அதற்கு, "இல்லை முதலாளி நான் நாகர்கோயில்..." என்று முகத்தைப் பார்த்து தமிழில் பொய் சொன்னான்.

"சீ கழுதைப் பயலே... நீ குருவா ரெட்டியார் மகன் லாலே... ஆண்டி, உன் அண்ணன்தானே? பாளையத்திலே ஜவுளிக்கடை யிலே இருக்கானே... தமிழா பேசுதே? உனக்கெல்லாம் ஏண்டா இப்பிடி புத்தி போவுது? சாலைக் கடையிலே சுமடு எடுக்கணும்னு தலையெழுத்து..."

"முதலாளி அதிகம் பேச வேண்டாம். நான் ஒண்ணும் உங்க கடை முன்னாலெ வந்து கைநீட்டல்லியே, இல்லே ஏதாவது சொந்தம், ஜாதீன்னு சொல்லி பணம் காசு கேட்டேனா? ஜோலி செய்தா கூலி கொடுங்க. எனக்கு உங்க உபதேசமும் தயவும் ஒண்ணும் வேண்டாம்..."

அதற்குப் பிறகு சபாபதி கோவில் தெரு பக்கமே போகவில்லை. அங்கே ஏதாவது ரெட்டிகள் கண்டால் சொந்தம் கேட்பான். கிண்ணாரம் விசாரிப்பான். ஏன் ஏதுன்னு சொல்லணும், எனக்குச் சொந்தமா கையும் காலுமிருக்கு. சொந்தக்காரன், இனத்தான், ஒருத்தன் தயவும் வேண்டாம். ஒதுங்கியிருந்தாலும் விடமாட்டான். நல்லா இருந்தாலும் விடமாட்டான்... அப்பபடி எத்தனை ஒண்ணா ரெண்டா, அஞ்சு வருஷம் போனப்பறம்தான் மீசைக்காரர் ரெட்டி யாரிடம் கொஞ்சம் பழக்கம் ஏற்பட்டது. அப்போ சாலையில் சுமடு தூக்குகிற வேலையை விட்டு வந்த சமயம், சீப்பு, கண்ணாடி, கண்மஷி, சாந்து, நூலு, பின்னு, பாச்சாமருந்து, எலி விஷம் – இந்த யாவாரம். தட்டைத் தூக்கிக்கொண்டு பஸ் ஸ்டாண்டிலேயே அலைஞ்சால்கூட பொழுதுக்கு, அசல் போக ரெண்டு ரூபா யார் தயவுமில்லாமெ கெடச்சுப் போகும்... சாயந்திரம் பத்துப் பைசா அலுமினியக் கிண்ணம் அம்பது எடுத்து புத்தரிக்கண்டம் ரோட் டோரத்தில் போட்டுக்கொண்டு பதினைஞ்சு பைசா அப்பிடீன்னு வித்தா ஒண்ணு ரெண்டு அதிலெயும் ஒட்டும். மீசைக்காரரை அலுமினியக் கடையில்தான் பழக்கம். அவரும் ஒரு ரெட்டி யார்தான்னு பிறகுதான் தெரியும். இந்த ரெட்டிப் பயங்களிலே ஒருத்தனுக்குக்கூட மீசை கிடையாது. இவர் கப்படா மீசை வச்சி ருந்தார். ஊரிலுள்ள ரெட்டியார்கள் அவரைத் தள்ளி வைத்திருந் தார்கள். அவர் பெண்டாட்டி எப்பவோ எவன் கூடயோ ஓடிப் போனவளாம்... அவர் இந்த ரெட்டி வர்க்கத்திலேயே சேராமல்

பதினாலு முறியில் ஒரு குடிசையில் தாமசம் என்றறிந்தபோதே மீசைக்காரரிடம் வீரய்யனுக்குக் கொஞ்சம் மதிப்பு தோன்றியது. ஒருநாள் அலுமினியக் கடையில் கண்ணாடிக்காரர் கணக்கனிடம், கணக்கு தீர்த்துக்கொண்டிருந்தபோது – அவர்தான் வீரய்யனுக்கு மீசையை அறிமுகம் செய்து வைத்தார். அதிலிருந்து பழக்கம் வளர்ந்தது...

கடைசியில் அவர் மகள் பார்வதியைக் கட்டிக்கொண்டது...

பஸ் வந்து நின்றது. கொஞ்சம் மலையாளம் படிக்கத் தெரியும். பாளையம் என்று பெரிசாக மலையாளத்தில் எழுதியிருந்தது. நினைவு கலைந்து பரபரவென்று பஸ்ஸில் ஏறினான் வீரய்யன். வெயில் உறைக்க ஆரம்பித்திருந்தது. பாளையம் சர்ச்சுக்குப் போகும் பெண்கள் கூட்டம் பஸ்ஸில் நிறைய ஏறியிருந்தார்கள். பழைய நினைவிலேயே இருந்ததினால் வீரய்யன் சுற்றத்தையே மறந்திருந்தான்.

கடைசி ஓரத்தில் கிடைத்த இடத்தில் அமர்ந்துகொண்டான் வீரய்யன். மனசு திக்திக்கென்று அடித்துக்கொண்டது. என்னவெல்லாம் கேட்கப் போகிறானோ? நீதானே அந்தப் பெண்ணின் புருஷன் என்று கேட்பான். சம்பவம் நடந்த அன்னைக்கு நீ எங்கே போயிருந்தேன்னு கேட்பான். அதுக்கெல்லாம் காரணம் சொல்லணும். ‘உன் பெண்டாட்டிக்கும் உனக்கும் அடிக்கடி சண்டை வருமா? அதனாலே அவ, சாகப் போறேன்னு எப்பவாவது சொன்னதுண்டா... இப்படியெல்லாம் கேட்பான்னு சிவனு அண்ணாச்சி ஒரு சூசமாகச் சொல்லி அதுக்குத் தகுந்தாப்பலே பதிலும் சொல்லியிருக்கிறாரு. அவரு பழைய காங்கிரஸ்காரரு. அகஸ்தீஸ்வரம் உப்பளம் சத்தியாக்கிரகத்திலே எல்லாம்கூட கலந்திருக்கிறாரு. நல்ல நாயஸ்தரு... அவருக்கு எல்லாம் தெரியும். இந்த போலீஸ்காரங்களுடைய மனம் அவருக்கு அத்துப்படி.

இதுக்கு முன்னாலெ ஒரே ஒரு தடவை ஸ்டேஷனுக்குப் போனதுண்டு. அதுவும் இந்தப் பாளையம் ஸ்டேஷனிலேதான். ராத்திரி கடைத் திண்ணையில் படுத்துத் தூங்கினதுக்காக பீட் போலீஸ் பிடித்துக்கொண்டு வந்தான். விடிய விடிய அங்கேயே இருந்தப்பத்தான் – சாராய கேஸில் ஒருத்தனைக் கொண்டுவந்து, ஆள்மாறி ஆள் மாறி உதைத்தார்கள். என்ன உதை, என்னா குத்து, அம்மா – இப்பிடியா? அந்தப் பயமகனும் ஆளு கல்லுளி மங்கன்தான். ‘உம்’ என்று வாய் திறக்கணுமே? போலீஸ்காரன் பிடிச்சபோது கையிலிருந்த சாராய பாட்டிலைக் குளத்தில் வீசி விட்டானாம். தொண்டியில்லை. அந்தக் கோவம். போலீஸ்காரன் ஒவ்வொ

ருத்தனுக்கும்... தொண்டி இருந்திருந்தால், அது நல்லதா, கலப்பா என்று ருசி பார்த்து கேஸ் பதிவு செய்ய வசதியாக இருந்திருக்கும்... ஒரு ஏட்டு தனது மத்தள கால்களுக்கிடையிலே அவன் தலையைக் குனிய வைத்து முதுகில் வாங்கு வாங்கென்று வாங்கினா... 'ஏட்டை யாவிற்கு அடிக்கத் தெரியலே... இங்கே விடுங்க... இதோ இப்பிடிக் குத்தணும். மீசை வேறயா? இப்பிடிப் பறிக்கணும்... என்று இன் னொருத்தர் சாம்பில் காட்டினார்... அதையெல்லாம் கண்டபோது தான் அறியாமலேயே ஒண்ணுக்குப் போய்விட்டது. அப்புறம் விடிஞ்சு இன்ஸ்பெக்டர் வந்ததும், 'படவாக்களா' என்று ஆளுக்குப் பத்துப் பிரம்படி உள்ளங்கையில் பரிசளித்து அவனையும் வேறு சேக்காளிகளையும் போகச் சொன்னார்கள். அதுக்கப்புறம் போலீஸ் ஸ்டேஷனே தெரியாது. சுமட்டு ஜோலியை விட்டு தட்டு தூக்கும் வியாபாரத்திற்கு வாரதுக்கும் இதெல்லாம்தான் காரணம். சுமட்டுக் காரன்னா எல்லாத்துக்கும் ஒரு இளக்காரம். இப்போ வியாபாரி, என்ன இருந்தாலும் வியாபாரி...

இப்போ பார்வதி, உன் கதையைச் சொல்ல போலீஸ் ஸ்டேஷன் ஏறப்போறன்.

ஆலப்புழைக்கு நான் போயிருக்கக் கூடாது, சவம் அந்தப் பதினாலு முறி கூட்டங்கள் மத்தியிலும் வந்து குடியிருந்திருக்கக் கூடாது. ராத்திரியுமில்லாத பகலுமில்லாத எடம். நெடுக எருமைக் கொட்டில் நாப்பது அம்பது மாடுக இருக்கும். எல்லாம் காந்தி ஒட்டல் போற்றியுடையது. கறவக்காரனும், சுமட்டுக்காரனுகளும், பேரீச்சய் பழக்காரனும், சாய அடியு குட்டன் பிள்ளையும் பூக்கட்டுகிற நாணியும் ரேஷன் கடை உண்ணியும் எல்லாரும் அங்கே தான் தாமசம். ஆக ஒரு நெடுந்திண்ணை ஒவ்வொரு குச்சு சாய்ப்பு, உள்ளார. அவ்வளவுதான் வீடு. ராத்திரிக்கு எல்லா வீட்டு ஆம்பிளைக்கும் திண்ணையிலேதான் படுக்கை. ஒவ்வொருத்தனும் ராத்திரி ஒவ்வொரு நேரம் வருவான். கொசுவுக்கு நெருப்பு குண்டுப் புகையிருந்தாலும் கொசுராகம் நொய்யென்று முழங்கும். வைக்கோலும் சாணியும் கலந்த மணம் வேற. கறண்டு விளக்கு கிடையாது. கிணறு கிடையாது. முக்குத்திருப்பத்திலேதான் குழாய் இருக்கிறது. ராத்திரி குளிக்கிறது, துவைக்கிறது, கஞ்சிக்குத் தண்ணி எடுக்கிறது எல்லாம் அங்கேதான். ராத்திரி முன்சிப்பாலிட் டிக்காரன் வரமாட்டான். அதனாலே வெளிக்குப் போய்விட்டு செய்ய வேண்டியதைச் செய்யிறதும் குழாயடியிலேதான்... காம்ப வுண்டு சுவருக்கு அந்தப்பக்கம், புல்லுக்கட்டு விக்கிற சந்தை ஓலைப் புரை அங்கே எல்லா யாவாரமும் நடக்கும். புல்லுக்காரி செல்லம்மா ஒருக்க யாரோ ஒருத்தன்கூட ஒளிஞ்சிருந்தா, எப்பவும் அந்தக் கதை தான். செல்லம்மா இல்லாட்டி, காளி. அவ இல்லியானா, கறவை.

நாயிடு சம்சாரம், கோவிந்து, வரம்பு மொற இல்லே. இல்லையும் காட்டி எதுக்குத்தான் வரம்பு முறை இருக்கு? பார்வதியும் அப்படிப் பட்ட இடத்திலேதானே பொறந்து வளர்ந்திருக்கா. மீசைக்காரரை சும்மா சொல்லக்கூடாது. அவ அம்மாக்காரி மற்றவன்கூட போன துக்கப்பறம் அந்த விபரம்கூட இந்தப் பெண்ணுக்குத் தெரியாமெ கண்ணுக்குள்ளே வச்சு வளத்திருக்காரு. பொண்ணெ குழாயிலெ தண்ணிக்குக்கூட அனுப்ப மாட்டாரு, அம்மாக்காரி கதையைச் சொல்லி ஊர் சிரிக்கிற கேவலம் பெண்ணுக்கும் வரக்கூடாதுன்னு கரிசனம். நாலு மணிக்கெல்லாம் வியாபாரத்திற்குப் போய்விட்டு வீட்டுக்கு வந்திருவாரு. செம்பு பித்தளை செல்லாத காசுக்கு ஈத்தப் பழம் வியாபாரத்திலே கிடைக்கிறதை அலுமினியக்கடை கணக் கனிடம் போட்டுவிட்டு டாண்'ணு வீட்டுக்கு வந்திருவாரு. பார்வதிக்கு முறுக்குச் சுற்றத் தெரியும். அப்பனும் மகளும் ராத்திரி யெல்லாம், நூறு முறுக்காவது சுற்றித் தயாரித்து, காலையில் நாலு சாயாக்கடைக்குப் போட்டுக் காசு வாங்கி வருவார் மீசை. அந்தக் காசுக்குப் பச்சரிசி வாங்கி ஊறப்போட்ட பின்புதான் காலையில் அவர் வியாபாரத்திற்குப் போவார். பார்வதிக்குப் பகலிலே முறுக் குக்கு மாவு இடிக்க, கஞ்சி காச்ச இப்படியே வேலை சரியா இருந்ததினாலே – அவளுக்கும் இந்தக் கூட்டத்தோட ஒட்டாம வாழமுடிஞ்சுது. கடைசியிலே என்னாச்சு? மானம் மானம்னு கரிசனப்பட்ட பார்வதி போயிட்டா? அம்மணக்காரன் ஊரிலே கோவணம் கட்டிப் பொழைக்க முடியுமோ? கொஞ்சம் விட்டுக் கொடுக்க மனசில்லே... அந்தப் பய தடிப்பய மவன். எருமையும் அவனும் ஒண்ணா நின்னு – அவன் வேட்டி கட்டிக்கிட்டிருந்தா தான் அவனெ ஆளெ கண்டுக்கிட முடியும். ஜாதியிலே மறவன்னு சொல்றா. இல்லெ, மலையாளத்துக்காரன் ஈழவன்னு சொல்லுதா எந்த எளவோ? அவன் மலையாளம் பேசுறது கேட்டா அசல் ஈழவன் தோத்துப் போவான். தமிழ் பேசினா பாண்டிக்காரன் சலாம் போடணும். அந்தக் குள்ளயன் – நான் ஆலப்புழைக்குப் போனதைத் தெரிஞ்சுக்கிட்டு பட்டப்பகல்லே சாணி எடுக்க வந்த பார்வதியெ தொழுவிலே மறிச்சு... இவ்வளவுக்கும், பதினாலு முறியிலே, ஆம்பிளைங்க யாருமில்லாமெ இருந்தாலும், பூக் கட்டுற நாணி இருந்திருக்கா, கோவிந்து இருந்திருக்கா... இவளும் கூப்பாடு போட்டிருக்கா. போய் என்னான்னு கேட்டிருந்தா இவ்வளவு வந்திருக்காது. 'இவ என்ன, சினிமாவிலே சாவித்திரி பத்தினி வேஷம் போட்டது போ கெடந்து விளிக்கா – சவம். அம்மாக்காரி மேத்தன் கூட போனா? அறவக்காரன் மறவன் கையைப் பிடிச்சிவிட்டா தேஞ்சா போயிரும்னு–' கோவிந்து சொன்னாளாம்...

ஆக கதை முடிஞ்சு போச்சு. கொஞ்சம் நிதானிச்சிருக்கலாம். நான் வந்தப்புறம் நடந்ததைச் சொல்லி என் கிட்டயாவது ஒரு வார்த்தை சொல்லியிருக்கலாம். ஒரு தடியன் அப்படி நடந்துகிட் டான்னா, அதுக்கு உயிரைப் போக்கிக்கிட என்ன இருக்கு? எனக்கும் கையிருக்கு, நெஞ்சிருக்கு. மறத்தாயளியை நீயா நானான்னா பாத்துக்கிட மாட்டானா? பார்வதி, நீ செத்துப் போனதினாலே நானும் கோழை ஆயிட்டேன்... போறேன் இப்போ... போலீஸ் ஸ்டேஷனுக்கு...

அரமும் அரமும் உரசினால் கின்னரம்னு சொல்லுவா. அப்படி ஆச்சு. ஆலப்புழைக்குப் போனதுகூட அவளுக்காகத்தான். அதிலே மிச்சம் பிடுச்சி ஒரு நூற்றம்பது, இரு நூறு ரூபா கையிலே வச்சிருந்தா, ஒரு கட்டை வண்டி டயர் வண்டி வாங்கித் தன் பெய ருக்கு விடணும்னு அவளுக்கு ரொம்ப நாளா ஆசை. ‘சுமட்டுக் காரன் உண்ணி பெஞ்சாதி தன் பேருலே ரெண்டு வண்டி வாங்கி யிருக்கா. அதனாலே அவ கொடிகட்டித்தான் பறக்கிறா. நீங்களும் இருக்கேளே என்று கிண்டி பேசுவா பார்வதி. கடைசியிலே சேத்து வச்சிருந்த ரூபாயுடன் ஆலப்புழைக்குப் புறப்பட்டாச்சு. பிறகுதான் கதை...

வந்து பார்த்தபோது – பார்வதி போயி ரெண்டாவது நாளு. மீசைக்காரருக்கு இன்னும் மூர்ச்சை தெளியல்லே... என்னவெல் லாமோ பொலப்பம்... சிவனு அண்ணாச்சிதான் எல்லாம் சொன் னாரு. போஸ்ட் மார்ட்டமா மண்ணாங்கட்டியா என்னவெல் லாமோ நடந்திருக்கு...

பஸ் – உலுக்கிக்கொண்டு நின்றது. டவுன் ஹால் திருப்பத்தில் நிற்கிறது பஸ். அய்யோ – ஸ்டேட்யூ தாண்டி வந்திட்டமே... சடபடா வென்று இறங்கியபோது – நல்ல வேளை, கண்டக்டர் கவனிக்க வில்லை. பத்துப் பைசா டிக்கெட்டில் பதினஞ்சு பைசா தூரத்திற்கு வந்தாச்சு... இனிப் பாளையம் ஸ்டேஷனுக்குத் திரும்பி நடக்கணும்...

ஸ்டேஷனுக்குத் திரும்புற இடத்தில், சட்டசபை கட்டிடத்துக்கு முன்னாலே நிறைய கூட்டம்... ஏதோ வேலை நிறுத்தமும் சத்தியாக் கிரகமும் நடக்கிறாப்பிலே... விடிஞ்சதுதான் உண்டு... ‘வேலை கொடு அல்லது சோறு கொடு’, ‘மானம் விற்றுச் சோறு வேண் டாம்... வேலைக்குக் கூலி கொடு...’ என்றெல்லாம் மலையாளத்தில் எழுதிய அட்டைகளைத் தாங்கிய கூட்டம்... ஆபீஸ் நேரம் துவங் கியதும் கூட்டத்தில் கோஷம் முழங்கும்...

‘மானம் விற்றுச் சோறு வேண்டாம்...’ நல்ல மானம்! சமூக ரெங்கபுரத்தில் சித்தியின் தொந்தரவு மானப் பிரச்சனையாக இருந்த

தினால்தான் ஊரை விட்டு ஓடி வந்தது... கடைசியில், மானம் மானம்னு விளையாட்டுத்தனமா பார்வதி தூக்குப் போட்டுச் செத்தா? இப்போ... மானம் என்கிறது என்ன?

ஸ்டேஷனுக்குள் நுழையும்போது காவல் நின்ற போலீஸ்காரன் உறுத்துப் பார்த்தான்... வேறொருத்தன் வந்து "நீதானே பதினாலு முறி கேஸின் ஆள். எஜமான் விளிக்குணு" என்றான்.

உள்ளே எஜமான் இருந்தார்.

"அந்தத் தேவிடியா சிறுக்கியின் புருஷன் நீர்தானாவேய்? இந்தா இந்த பேப்பரிலே எல்லாம் கையெழுத்துப் போட்டுவிட்டுப் போகும்... பிறகு எப்போ கூப்பிட்டாலும் இங்கே வரணும்... தெரியுமா? ஒப்புப் போடத் தெரியுமா? பார்த்துப் போடும்..."

எதற்கு ஒப்பு? மானம், மானம்னு செத்த பார்வதி தேவடியா என்பதற்கா?

★

உம்மிணி

கமுகு விளாகம் முடுக்கில் பெரிய புகையிலைக் கடை கிட்டங்கின் சிமிண்டு திண்ணையில், உடுத்திய அழுக்கு வேஷ்டியைத் தலை முதல் கால்வரை போர்த்திக்கொண்டு 'ழ' போலப் படுத்திருக்கிறான், உம்மிணி. சுற்றிலும் தரையில் அங்கிங்காக ஈ மொய்க்கிறது. மணி எட்டு. காலை வெயில் உம்மிணியின் காலைத் தொடுகிறது. ஓடை கோவிந்தன் சாக்கடையைக் கிளறிக்கொண்டு வருகிறான்... நாற்றம் மூக்கைத் தொளைக்கிறது. போர்வைக்குள் அடங்கிய உம்மிணியின் கால் பெருவிரல் ஆடுகிறது. உம்மிணிக்குத் தூக்கம் கலைந்திருந்தாலும் எழுந்துகொள்ளச் சோம்பல்...

கோவிந்தன், உம்மிணியின் தலைப்பக்கமாக உள்ள கல் மேட்டில், சாக்கடையைத் தூம்பாவால் அள்ளி வைக்கிறான்...

"டேய் உம்மிணீ எழுந்திரேண்டா? இன்னும் ஒனக்கு நேரம் வெளுக்கலியா? இந்த ஓடை நாற்றம் எனக்கே கொடலைப்புடுங்குது. மணம் பிடிச்சுக்கிட்டுத் தலையக்கூடெ மூடிக்கிட்டு ஒறங்குதியா? எணீரேண்டா?"

உம்மிணி போர்வைக்குள்ளேயே ஒருமுறை நீட்டி நிமிர்ந்து கொள்கிறான். தலையைவிட்டுத் துணியை விலக்கி, ஒருமுறை எதிரே தூம்பாவும் கையுமாக நிற்கும் கோவிந்தனைப் பார்க்கிறான்...

"ப்பே எரப்பாளீ எணீற்று முண்டை எடுத்து உடுத்திக் கொண்டு போடா..." என்று உதறுகிறான் கோவிந்தன். அவ்வளவு தான். உம்மிணி சாடி விழுந்து எழுந்துகொள்கிறான். உடுத்தியிருந்த நாறத்துண்டு மேலும் கீழும் தொங்கி அவனது நிர்ணயிக்க முடியாத வயதின் ரகசியத்தைக் கோவிந்தனுக்கு மட்டும் காட்டிவிட்டுச் சட்டென்று சுதாரிப்பில் ஒதுங்குகிறது. உம்மிணி வேஷ்டியை இடது புறம் செருகி உடுத்திக்கொள்கிறான். கொடுவாய் வடிந்த கன்னமும், சீழை புளிந்த கண்களும் பரந்த முகமும் கறுத்த குள்ள உருவமுமாக உம்மிணி எழுந்து நின்று யோசிக்கிறான். 'ஒண்ணுக்குப் போவதானால் எங்கே போறது.' கோவிந்தன் நிற்கும் போது, ஓடைக் கரையில் போனால் அவன் வாயிலிருந்து ரெண்டு சுண்டைக்காய்

ஏச்சுக் கேட்கவேண்டும். என்னதான் மழுங்கல் புத்தியானாலும் உம்மிணிக்குக் கோவிந்தனையும் அவனது தூம்பாவின் நீண்ட மரக்கைப்பிடியையும் காணும்போது பயம்தான். காலையில் தினமும் கோவிந்தன்தான் உம்மிணிக்குத் திருப்பள்ளி எழுச்சிக்கு வந்தாகணும்! சமயங்களில் கொஞ்சம் ஆழ்ந்த தூக்கமானால், தூம்பா கைப்பிடியின் சூடு உம்மிணியின் சட்டிமண்டையைப் பதம் பார்த்துவிடும்...

"உம்மிணீ போடா போய் வல்ல வீட்டிலையும் வல்லதும் வாங்கிக்குடி... உனக்கெல்லாம் வேறே என்ன கவலை. நேரம் வெளுத்தாச்சு. இனி இந்தக் கமுகு விளாகம் தெருவிலே ஏதாவது அய்யர்மாரு வீட்டிலெ உனக்குக் கஞ்சிக்குக் கஞ்சி கிடைக்கும். ஒனக்கெல்லாம் என்ன கவலை... வீடா குடியா புள்ளையா குட்டியா...? போடா போய் வல்ல வீட்டிலேயும் கேளு... ஜோலி நடக்கட்டும்..."

உம்மிணி கோவிந்தனைப் பார்த்து ஒருமுறை இளித்தான். ஒரு கொட்டாவி விட்டான். கண்ணை நெருடித் திறந்து திறந்து பார்த்தான்.

"சீ எரப்பாளீ பல்லெ காணிக்காதே... ஒரு மாசமாவுமா பல்லு தேச்சு. வல்ல, ஓணம் தீவாளிக்குப் பல்லு தேச்சு என்ன இப்போ ஆவணும்... பதினாயிரம் பணத்துக்குள்ள ஆனையே பல்லு தேக்க லியே... கர்மம்..." என்று தனக்கே சொல்லிக்கொள்வது போலச் சொல்லிக்கொண்டு, படிஞ்ஞாறு பக்கமாக சாக்கடையைத் தூம்பா வால் இழுத்துக்கொண்டு போனான் கோவிந்தன். அவன் வளைவு திரும்புவதுவரை பார்த்துக்கொண்டிருந்த உம்மிணி அவன் தலை மறைந்ததும், ஓடைக்கரையிலேயே குந்தவைத்து உட்கார்ந்தான். இனி அடுத்தாற்போல் என்ன செய்யவேணும் என்ற யோசனை யுடன், ஓடைக் கரையிலிருந்து எழுந்த உம்மிணி, கையையும் காலை யும் பரபரவென்று இழுத்து இழுத்துச் சொறிந்தான், சொறிந்தான். சொறிந்த இடத்தில் திருநீற்றுக் கோடுகள்போல வெள்ளைக் கோடுகள் விழுந்தன. பரபரவென்று வளர்ந்திருந்த செம்பட்டைத் தலையைச் சொறிந்துகொண்டான். நீட்டி ஒரு முறை துப்பினான். கண்களை நெருடி விழித்துப்பார்த்தான். பிறகு, எதையோ தீர்மானம் செய்து கொண்டவன்போல நேராக மரக்கடை முதலாளியின் மேட்டுவீட்டை நோக்கி நடந்தான். அங்கே வாசலில் போய் நின்று, "அம்மா, அம்மா, பழையது உண்டுமா? உம்மிணியாக்கும்..." என்று சத்தம் கொடுத்தான்.

"வந்திட்டான் விடியக்காலம். விருந்துக்கு ஆள் வந்திட்டார். லேய் உம்மிணி... பழையது நீ இங்கே எடுத்து வச்சிருக்கிற மாதிரி

யில்லா வந்து நிக்கே... நில்லு நில்லு கொஞ்சம் நில்லு, கை ஒழியட்டும்...”

வீட்டினுள்ளிருந்து அந்தப் பெண்குரலைக் கேட்டதும், உம்மிணி, கோணல் பல்லை இளித்துத் தனக்குத் தானே மீண்டும் ஒருமுறை சிரித்துக்கொண்டு, முதுகில் வந்தமர்ந்ததை அடிப்பது போல் சட்டென்று திரும்பி முதுகைத் தட்டிக்கொண்டு... அழுக்கு வேஷ்டியை இன்னும் கொஞ்சம் முறுக்கி உடுத்திக்கொண்டு, என்ன வெல்லாமோ சேஷ்டைகளுடன் ஓரிடத்தில் நிற்காமல் கால்மாறிக் கொண்டிருந்தான்... கொஞ்சநேரத்தில் வீட்டினுள்ளிருந்து ஒரு பெண், சட்டியில் கஞ்சியுடன், வெளியே வந்தவள், ஒரு இலைத் துண்டையும் கையில் கொடுத்தாள்...

“உம்மிணி கஞ்சியைக் குடிச்சுக்கிட்டு போயிராதே... அந்த லட்றினை கொஞ்சம் கழுவி விட்டிட்டுப் போ. பிரஷ்ஷும் சுண் ணாம்புப் பொடியும் எடுத்து வச்சிருக்கு... கேட்டியா...?”

இலையிலிருந்து சொட்டும் பழைய கஞ்சியை வாயில் திணித்த வாறு தலையசைக்கிறான் உம்மிணி.

கமுகு விளாகம் முடுக்கின் எந்த வீட்டில் நுழைந்தாலும் உம்மிணிக்கு இந்த மாதிரி கஞ்சி உபசாரமும், அதற்கேற்ற அந்த மாதிரி வேலைகளும் கிடைக்கும்... காலைப்பொழுதின் இந்த நித்யா கண்டம் முடிந்து, மரக்கடை ரோட்டு வழியாகச் சாலைக்கு வந்தால், அவனுக்குச் சாலைக் கம்போளம் சொந்த வகை மாதிரிதான். வெற்றிலை பாக்குக் கடை சாயபுவிடம் போனால், ரெண்டு வாய் வெற்றிலையும் – ஒரு துண்டுப் பாக்கும் கிடைக்கும். அதை வாயில் ஒதுக்கிக்கொண்டு முறுக்கான் கடைப்பக்கம் வந்தால்; “டேய் உம்மிணி பைப்பிலே போய் ஒரு பானை தண்ணி எடுத்திட்டு வாடா. இந்தா எலுமிச்சம் பழத்தோல் கிடக்குது, எடுத்துக்கோ. பானையை நல்லா தேச்சு மண்போகக் கழுவீட்டு தண்ணி கொண்டா. ஒன் கையைப்போட்டுத் தண்ணியை அளையாதே. நாலுபேர் குடிக்கவேண்டிய தண்ணியாக்கும்... வந்ததும் – பாத்தியா உனக்கென்று நல்ல கனிஞ்ச பழமா எடுத்து வச்சிருக்கேன், தருவேன்...” என்பான் கடைக்காரன், சாயிப்பு. உம்மிணி முகத்தில் அந்த இனிப்பு மலரும்!

“எடா உம்மிணீ, நீ எதுக்கெடுத்தாலும் இப்பிடி சிரிக்காதே. உன் சிரிப்பைக்கண்டு... சம்பக்கடைக்கு வரும் பெண்ணுகளெல் லாம் மயங்கி விழுந்திரப்போவுது...” என்பான் சுமை தூக்கும் குட்டப்பன்.

சாலைக் கம்போளத்தில் காலையில் கடைகள் எல்லாம் திறந்து வாசல் கூட்டி எடுத்து வைக்கும் மும்முரம் முடிந்துவரும்போது,

மணி பத்துக்குமேல் ஆகும். கம்போளத்தில் வெளியூர் வியாபாரிகள் வந்து கடைகளில் வியாபாரம் களைகட்ட அப்பிடி இப்படியென்று பதினொன்றுக்கு மேல் நேரமாகும். அதுவரைக்கும் சுமட்டுக்காரர் களுடன், உம்மிணி, சக்குபாய் கடைச் சந்து நிழலில், பேப்பர் படித்துக் காட்டும், கை வண்டிக்காரன் பட்டாளம் பாக்கர பிள்ளை யிடம் போய், அமர்ந்துகொள்வான். பாக்கர பிள்ளை தினமும் கேரள கௌமுதி பேப்பருடன் உட்கார்ந்து உரக்கப் படிக்க ஆரம் பித்தாரானால் அந்தத் தோரணையே ஒரு பிரசங்க பாவனையில் தொனிக்கும்... படிக்கத்தெரியாத குட்டப்பனுக்கும் உண்ணிக்கும் எல்லாம் பாக்கரபிள்ளைதான் அரசியல் ஆசான். உம்மிணிக்கு, பாக்கரபிள்ளை படித்துக்காட்டுவதின் 'இனம்' இன்னவென்று தெரியாவிட்டாலும், படிக்கும்போது, பாக்கரபிள்ளையின் பழைய நரைத்த மீசையின் துடிப்பையும் வாய்க்கோணலையும் ரசமாக, வாய்திறந்து கேட்டுக்கொண்டிருப்பான்.

"டேய் உம்மிணி, இந்தா இந்தப் பீடிக்குக் கொஞ்சம் நெருப்புப் பற்ற வச்சிட்டு வா..." என்று அங்கேயும் ஒரு வேலை உம்மிணிக்குக் குட்டப்பனோ, பாச்சாவோ யாரேனும் சொல்வார்கள். உம்மிணி இளித்துக்கொண்டு பீடியுடன் எழுந்து போவான், அதற்கிடையே.

"உம்மிணீ, கிள்ளீப்பாலம் ஆற்றுக்கு எருமையைக் குளிப் பாட்டப் போவலாம் வாடேய்..." என்று அப்பு சாயக்கடை மாட்டுக்காரன் கோலப்பன் வந்து கூப்பிடுவான். அப்போ மணி பதினொன்று தாண்டியிருக்கும். உம்மிணியும் கோலப்பனும் மாடு களை விரட்டிக்கொண்டு ஆரியசாலை முக்குத் தாண்டும்போது பக்தானந்தர்ஆசிரமத்து பிட்சை கோஷ்டி பஜனைப் பாடலும் – முக்கோண வடிவ மஞ்சள் கொடியுமாக செந்திட்டையிலிருந்து கிழக்கே கோட்டை ஆசிரமத்திற்குத் திரும்பிக்கொண்டிருப்பார்கள்... அவர்களது, "ஹரே ராம ஹரேகிருஷ்ண கிருஷ்ண கிருஷ்ண ஹரே ஹரே..." நாமாவளியைக் கேட்கும்போது உம்மிணிக்கு, இன்ன வென்று தெரியாத ஒரு ஏளனச் சிரிப்பு தோன்றும்... அவனும் தனது கொச்சை நாக்கால் – "அதே ராம அதே கிஸ்ண..." என்று கேலியாகச் சத்தம் போடுவான். பஜனைக் கோஷ்டி, பிட்சாட னத்தில் கிடைத்த சிறிய பைமூட்டை அரிசியையும் சுமந்துகொண்டு பரப்பிரம்மச் சிந்தையுடன் ஏதுமறியாமல் போய்க்கொண்டிருப் பார்கள்!

"எடேய் உம்மணி, ஆசிரமத்திலே உள்ள சாமிமாரெ பரியாசம் அடிக்காதெடா..." என்பான், கூட வரும் கோலப்பன். உம்மிணி அந்த இளித்த முகத்தைக் கோலப்பனுக்குக் காட்டுவான். அவ் வளவுதான்!

72 ❀ கடைத்தெருக் கதைகள்

உம்மிணிக்குச் சொந்தமில்லை, நாடு இல்லை, ஊரில்லை. பெயர்கூட, எதையாவது சொல்லி அவனைக் கூப்பிட வேண்டு மென்பதற்காக சாலைக் கடையில் யாரோ வைத்த பெயர்தான். உம்மிணிக்கு வயசென்னவென்பதும் யாருக்கும் நிர்ணயமில்லை. கொஞ்சகாலமாக சாலைக்கடையிலும், கமுகுவிளாகம் முடக்கிலு மாகத் திரிகிறான். பட்டம் தாணுப்பிள்ளை கொடி பிடிச்சு சத்யாகிரகம் செய்யிற காலத்திலேயே – அதாவது திவான் சி.பி. காலத்திலேயே உம்மிணி சாலைக் கடையில் உண்டு. அப்போதும் இந்த அழுக்கு முண்டு, காவிப்பல்லு, வழித்த சிரிப்பு, பரட்டைத் தலை, புளிச்ச கண்ணு, இந்த லட்சணம்தான். குளிப்பு இல்லை. பல் தேய்ப்பு இல்லை. உடுத்திய முண்டு தவிர அரையில் அரைஞாண்கூட இல்லாத வெறும் ஆள் உம்மிணி. இரவு இரண்டாவது ஆட்டம் சினிமா விடுவது வரையில் சாலைக்கடையிலும் புத்தரிக்கண்டம் மைதானத்திலும் இப்படியே சிரித்துக்கொண்டு, துண்டு பீடி பொறுக்கிப் புகைத்துக்கொண்டு, தெருமாடுகளுக்குப் பின்னால் – அதுகளின் கொழுத்த புஜங்களைக் குத்தி விரட்டிக்கொண்டு – பகலில், பத்மனாப சாமிகோயில் பாத்திரக் குளக்கரை அரசமர நிழலில் படுத்துறங்கி – அல்லது அரச மரங்களில் தொங்கும் வௌவால் தோரணங்களை வேடிக்கை பார்த்துக்கொண்டு... இப்படியே இரவு எப்பொழுதாவது குமுகுவிளாகம் முடுக்கு புகையிலைக் கிட்டங்கித் திண்ணையில் வந்து படுத்துக்கொள்வான். படுத்து – உடுத்திய துணியைக் கால் முதல் போர்த்திக்கொண்டு சுருண்டு விட்டால், பிறகு இடி இடித்தாலும் மழை பெய்தாலும், பிரளயமே வந்தாலும் – விடிந்து வெயில் பட்டால்தான் உம்மிணிக்குத் தூக்கம் கலையும். இல்லாவிட்டால், காலையில் கோவிந்தனோ, தெருக் கூட்டும் செல்லம்மையோ யாராவது வந்து எழுப்பி விட வேண்டும்.

“இருந்தால் அந்த உம்மிணியைப்போல் ஒரு கவலையும் இல்லாமல் இருக்க வேண்டும். கோடிப் பணமிருந்தால்கூட உம்மிணியைப் போல் கவலையும் காரியமும் இல்லாமல் வாழ முடியாது” என்று சாலையில் காரியமாகவும் சிலர் சொல்வதுண்டு.

அன்று உம்மிணி வந்து படுக்கும்போது இரவு வெகுநேரம் ஆகியிருந்தது. ரெண்டு மணிக்கும் மேலிருக்கும். அன்று செந்திட்டை அக்ரகாரத்தில் பெரிய வீடொன்றில் கல்யாணம். கூட்டான் சோறும் கதம்பச் சோறுமாகப் பகல் பன்னிரண்டு மணிக்கே உம்மிணிக்கு நல்ல விருந்து... நல்ல மணமுள்ள சாப்பாடு. சாம்பார் மணம் இப் பொழுதும் இருக்கிறதா என்று உம்மிணி படுத்தவாறே கையை ஒரு முறை மோந்து பார்த்துக்கொண்டான். நல்ல கதம்ப ஏப்பமாக இன்னும் வந்துகொண்டிருந்தது. உண்ட மயக்கத்தில் பகல்

நாலைந்து மணி வரையில் பாத்திரக்குள மர நிழலில் படுத்துத் தூங்கிவிட்டதினால் – ராத்திரி வந்து படுத்தபோது தூக்கம் வர வில்லை. உம்மிணிக்குப் பாட்டுப் பாட வேண்டும் போல் தோன்றி யது.

சுறு சுறு கண்ணா
சுக்கற கண்ணா
பற பற சொறிய,
மாக்கிறி சொறியா...

என்று கொஞ்ச நேரம் ராகம் போட்டுப் பாடிப் பார்த்தான். பிறகு கொஞ்சம் கவிழ்ந்து படுத்துப் பார்த்தான். அங்குமிங்குமாகக் கொஞ்சம் 'கோவிந்தா' உருண்டான். முதுகில் எறும்பு கடிப்பது போலிருந்தது. எழுந்து உட்கார்ந்து வேஷ்டியைக் கொண்டு முதுகைத் துடைத்து, சிமெண்டு தரையையும் ஒரு தட்டுத் தட்டி விட்டுப் பின்பு படுத்தான். முடுக்கில் சந்தடி இல்லை. ஒரே இருட்டு. எல்லை மெயின் ரோட்டில் நிற்கும் நைட்லைட்டில் நிறைய பூச்சிகள் வந்து புகை வட்டம் எழுப்பியிருக்கிறது. மேலாங்கோட்டுக் கோயி லின் காவல் நாய் குரைப்பது கொஞ்சமாகக் கேட்கிறது. கூர்க்கா பிரம்பைத் தட்டிக்கொண்டு பெரியரோடு வழியாகப் போகிறான். உம்மிணி அப்படியே படுத்திருந்தான். கொஞ்சநேரம் கழிந்தபோது அருகில் யாரோ வருவதுபோல் சத்தம் கேட்டது. உம்மிணி அப்படியே படுத்திருந்தான்.

“இங்கே வாயேன். இந்தத் திண்ணையில் எடமிருக்கு...” பெண் குரல்.

“ஆரோ படுத்திருக்காப்பிலே இருக்கே...” முரட்டு ஆண் குரல்.

“ஆருமில்லே... அந்த உம்மிணிப்பயதான். இப்போ அவன் மேலெ சூடு வெள்ளம் கொண்டு ஊத்தினாலும் அவன் ஒணர மாட்டான்...சீக்கிரம் வா...”

பிறகு கொஞ்ச நேரம் சத்தமில்லை. உம்மிணி மெல்லத் தலைத் துணியை விலக்கிவிட்டுப் பார்க்கிறான்... பக்கத்தில்தான்... அவனுக்கு என்னவோபோலிருந்தது. என்ன இது...? உள்நாக்கில் வழவழப்பு ஊறியது... உம்மிணிக்கு உள்ளங்காலிலிருந்து உச்சி வரை யில் ஒரு சிலிர்ப்பு வாரிட்டது... அவன் ஒருக்களித்துப் படுத்துக் கொண்டு, இன்னும் நன்றாகச் சுருண்டு படுக்கிறான்.

“பய அனங்குறானே?” – ஆண் குரல்.

“அனங்கினா என்ன? அது ஒரு மண்டுச் சவம். சட்டுனு ஆவட்டும்...” பெண்ணின் அலட்சிய பதில், காரியத்தில் கண்ணான பதில்.

உம்மிணிக்கு அன்று இரவு முழுதும் உறக்கமே வரவில்லை. உறங்காமல் சொப்பனம், சொப்பனமாக வந்தது. எல்லாம் பச்சை பச்சையான சொப்பனங்கள்!

அன்று விடியற்காலையில் பால்கார அண்ணாச்சி பால் கொண்டு போவதற்கு முன்னாலேயே விழித்து எழுந்து திண்ணை யில், கழுத்திற்குக் கீழ் போர்த்திக்கொண்டு, தஞ்சாவூர் பொம்மை மாதிரி அமர்ந்திருந்த உம்மிணியைக் கண்டதும், பால்கார அண்ணாச்சிக்கே ஆச்சரியமாக இருந்தது.

"என்னடே உம்மிணி, உனக்கு இன்னைக்கு ஆறு மணிக்கே விடிந்திருக்கே... ஏன் உறக்கமில்லையோ?"

உம்மிணியின் பதில் இளிப்பு, காலை மங்கலில் அண்ணாச் சிக்குத் தெரிந்ததோ என்னவோ? அவர் பால் தூக்குடன், முடுக்கைத் தாண்டிப் போய்விட்டார்.

அன்று பகல் உம்மிணிக்கு ஒன்றுமே ஓடவில்லை... காலையில் நெய்க்கடை அய்யர் வீட்டில் கொஞ்சம் ஏதோ வாங்கிச் சாப்பிட்டு விட்டுச் சாலைக்கு வந்து, பட்டாளம் பாக்கர பிள்ளையின் பேப்பர் கச்சேரிக் கூட்டத்தோடு வந்து உட்கார்ந்துகொண்டான்.

"கேட்டயாடே உம்மிணீ, வேப்பநாட்டுக் காயலிலே தோணி கவுந்திட்டுதாம்... பதினைந்து பேர் குளோஸ்... போட்டும் தொலை யட்டும். அவ்வளவும் ரேஷனரிசி மிச்சம்..." என்று உம்மிணிக் காகவும் ஒரு நியூஸை வாசித்துக் காட்டுவதுபோல, பாக்கரபிள்ளை, உம்மிணியைப் பார்த்துச் சொன்னான். உம்மிணி எதை அறிந் தான்... அவன் 'அந்த' பிரமையிலேயே இருந்தான்.

தூப்புக்காரி செல்லம்மை ரோட்டோடு போனபோது அவளைக் கவனித்துப் பார்த்தான். விஜய மோகினி மில்லுக்குப் போகும் ஐந்தாறு 'விடலை'ப் பெண்களின் நெஞ்சையும் பின்புறத் தையும் ஆணி வைத்து அடிப்பதுபோல் பார்த்தான்...

"டேய்... அடி பலே... உம்மிணி ரோட்டிலெ போவும் பெண் ணுங்களே சயிட்டு அடிக்கிறான்..." என்று உரக்கக் கூப்பிட்டு விசிலடித்தான் சுமட்டுக்கார குட்டப்பன்.

"போங்கடா பயக்களெ. இனி அவன் ஒருத்தன்தான் பாக்கி. அவனையும் சப்பட்டை ஆக்காதீங்க. அவன் கொஞ்சம் நாக்கும் மூக்கும் இல்லாதவன்... இங்கே நம்ம கூட்டத்திலே மரியாதை யாயிட்டுப் பொழைச்சிக்கிட்டுப் போவட்டும்..." என்று பட்டாளம் பாக்கர பிள்ளை மற்றவர்களை விரட்டினார். என்ன இருந்தாலும் உம்மிணிக்கு ஏதோ கொஞ்சம் சரியில்லையென்பதை எல்லோரும் கவனித்தார்கள்.

“என்னடா உம்மிணி, உனக்கென்ன தலைவலியோ காய்ச்சலோ அடிக்குதோ? பேசாமெ போய் கொஞ்சம் எங்கயாவது படுத்து ஒறங்கீட்டு வா… இந்தா பத்துப் பைசா, அப்பு கடையிலெ ஒரு சாயை குடிச்சுக்கோ…” என்று முறுக்கான் கடைக்காரர் கொடுத்த பைசாவுடன், உம்மிணி, பத்மதீர்த்த குளக்கரையில் பெண்கள் குளிக்கும் படித்துறைப் பக்கமாகப் போய் வாயைப் பார்த்துக் கொண்டு உச்சி வெயில் வரைக்கும் நின்றான்… வெயில் இறங்கியதும் பத்மனுபா தியேட்டர் பக்கம் வந்து நின்று பெண்கள் போவதைக் கவனித்துக்கொண்டு நின்றான். அன்று பூராவும் உம்மிணிக்குப் பசியில்லை. தாகமில்லை… என்னமோ ஒரு மந்தம்…

இப்பொழுதெல்லாம் உம்மிணிக்கு உறக்கத்தில் நடுநடுவே விழிப்பு வருகிறது. விழித்து எழுந்திருந்து திண்ணையெல்லாம் பார்க்கிறான்… முதுகைச் சொறிந்துகொள்கிறான். காதைக் குடைந்து கொள்கிறான். பிறகு படுத்துக்கொண்டால் சொப்பனம், சொப்பனமாக வருகிறது… சுருண்டு மடங்கிப் படுத்துக்கொள்கிறான். கால் துடைகளுக்கிடையில் கைகளை அமுத்திச் சொருகிக்கொண்டு உறங்க முயற்சி செய்கிறான். இப்பிடியே உம்மிணியின் வெறும் நாட்கள் போகின்றன.

தலைவழியாகப் போர்த்திக்கொண்டு சுக நித்திரையில் ஆழ்ந்திருக்கும் உம்மிணியின் தலைப்பக்கத்து வெறும் தரையில், அப்பொழுதுதான் பெற்ற குழந்தை ஒன்றும் குலையும் நிணவுமாக செத்துக் கிடக்கிறது. பால்கார அண்ணாச்சிதான் விடியற்காலையில் இந்தக் காட்சியை முதன் முதலாகக் கண்டது. பிறகென்ன? கமுகு விளாகம் தெருவில் குழாயில் தண்ணீருக்கு வந்த பெண்கள் எல்லாம், பயந்து அரண்டு போய் தண்ணீர் எடுக்காமலேயே வீட்டிற்குள் ஓடிப்போய்விட்டனர். செய்தி அறிந்து, பெரிய ரோட்டிலிருந்து ஆட்களும் தூக்கம் கலைந்த சுமட்டுக்காரர்களும் முடுக்கில்வந்து குழுமியபோதும் உம்மிணிக்கு உறக்கம் கலையவில்லை… இதற்குள் போலீசுக்கு மணம் எட்டி ஆள் வந்துவிட்டது… போலீஸ்காரன் ஒருவனின் லத்திக்கம்பு உம்மிணியின் காலைப் பதம் பார்த்தபோதுதான், உம்மிணி வாரிச் சுருட்டிக்கொண்டு எழுந்து பார்க்கிறான்.

எழுந்து நின்ற உம்மிணிக்கு, கூட்டத்தையும் போலீஸ்காரர்களையும் பார்த்தபோது, ஒரு கணம் வேஷ்டி கட்டிக்கொள்ளவே மறந்துவிடுகிறது…

“வேட்டியை உடுடா கழுவேறிமோனே…” என்ற போலீஸ்காரனின் அதட்டலில் சட்டென்று வேஷ்டியை உடுத்திக்கொண்ட உம்மிணி பேந்தப் பேந்த முழிக்கிறான்…

"யாரடா இதை இங்கே கொண்டுவந்து போட்டது…?" உம்மிணி அப்பொழுதுதான் எல்லாவற்றையும் பார்க்கிறான்… கூட்டம் முடுக்கு நிறைந்து வழிகிறது.

"நான், ரெண்டாவதாட்டம் சினிமா பார்த்துவிட்டுப்போகும் போதும் இங்கே ஒண்ணும் இல்லியே… இந்தப் பய உம்மிணியைக் கூட காணல்லே…" என்று கூட்டத்தில் யாரோ சொன்னார்கள்.

"இந்தப் பயலுக்குத் தெரியாமெ ஆரும் இதெ இங்கே கொண்டு வந்து போட்டிர முடியாது."

"அவனுக்கு என்னப்பா தெரியும். அவன் ஒரு வாய்பொளந் தான், அப்ராணி…"

"அப்ராணியா… நல்லா ரெண்டு பூசை கொடுத்தா இவனும் சொல்வான்… ராத்ரிபூரா இங்கே கெடக்கக்கூடிய இவனுக்குத் தெரியாமலா… இங்கே வாடா கழுவேறி… ராத்ரி நீ எப்ப வந்து படுக்க வந்தே…?"

மீசைக்காரர் தடியன் ஏட்டின் கேள்வி உம்மிணிக்கு ஒன்றுமே புரியவில்லை… அவன் அந்த வளித்த சிரிப்பைக் கொஞ்சம் அவனுக்குக் காட்டிவிட்டுக் கூட்டத்தைப் பார்த்தான். பரிதாபமாக இருந்தது.

"அங்கெ என்னடா நோட்டம்… நீ ராத்ரி எப்ப வந்து படுத்தே…?" லத்தியை ஓங்கினார் ஏட்டு.

"அறிஞுடா. அங்கத்தே…"

"அறிஞுடா… எல்லாம் அறிய வைக்கிறேன்… அங்கே கொண்டு போய்க் கேட்டால் எல்லாம் தானாக அறியவரும்… நானூற்றி மூணு… இவனை பாக் செய்துக்கோ…"

பிறகு ஒருமணி நேரம் ரெண்டுமணி நேரமாக மகஜர் தயாரா யிற்று… குழந்தையின் நீளம், இனம், உருவ வர்ணிப்பு, அது கிடந்த திண்ணை, காட்சி விபரம் எல்லாமாக பத்து இருபது முழுநீளக் காகிதத்தில் கேஸின் வரலாறு தயாரித்து, பால்கார அண்ணாச்சி, மரக்கடைக்காரர் இன்னும் இரண்டுபேர் சாட்சி ஒப்பங்களிடச் செய்தார்கள். பிறகு உம்மிணியை மேற்கொண்டு விசாரணைக்கு வானில் ஏற்றிக்கொண்டு போகச் சொல்லிவிட்டு, தடயத்தை ஓலைப் பாயில் சுருட்டி போஸ்ட்மார்ட்டத்திற்கு அனுப்பினார்கள்.

முடிந்தது.

உம்மிணியையும் அழைத்துக்கொண்டு வான் புறப்படத் தயாராயிற்று. எதிரே பக்தானந்தர் ஆசிரமத்து பிட்சாடன கோஷ்டி

நாம பஜனத்துடன் வந்துகொண்டிருந்தது. பஜனை கோஷ்டி காரியமே கண்ணாகப் போய்க்கொண்டிருக்கிறது. உம்மிணியின் கண்களில் நீர் நிறைக்கிறது.

போலீஸ் ஆரவாரம் போனதும், கூட்டத்திலிருந்து பல அபிப் ராயங்களும் வெளிவருகின்றன.

“பாவம் அந்தப் பய வாயில்லாதவன். அவனை என்னத்துக்கு போலீஸ் கொண்டு போவுது?”

“வாயில்லாதவன் ஆனதினாலெதான் அவனெ போலீஸ் கொண்டுபோவுது. இல்லாவிட்டால் இந்த முடுக்கிலெயும் எத்தனை பெரிய மனுஷங்க இருக்கிறா, அவங்களை யாராவது ஏதாவது கேட்டாளா? நல்ல நியாயம். எவ, எவன் கூடெ போயி பெத்து கொன்னு இங்கே கொண்டு வந்து போட்டாளோ...? இப்போ பாவப்பட்ட இந்தப் பயலெ புடிச்சிக்கிட்டுப் போவுது...”

கூட்டம் கலைந்து போயிற்று.

சாயங்காலம் ஒரு ஐந்து மணிக்கெல்லாம், உம்மிணி, கிழக்கே கோட்டையிலிருந்து, நடக்க முடியாமல் நடந்து தள்ளாடித் தள்ளாடி வருகிறான்... குட்டப்பன்தான் முதன்முதலில் அவனைக்கண்டது... உடனேயே சாலைக்கடையில் அத்தனை பேரும் உம்மிணியை வந்து சூழ்ந்துகொண்டார்கள். பட்டாளம் பாக்கரபிள்ளையும் உண்ணியும் சாயக்கடைக்காரனும் வந்து அவனிடம் ஒவ்வொன்றாகக் கேட் டார்கள்.

“என்னடா உம்மிணீ அங்கே கூப்பீட்டுப் போய் என்னடா செய்தா...”

“கேக்கணுமா? பாரேன் பயலுக்கு முகமும் முதுகும்... நல்லா வெளுத்து வாங்கியிருக்கானே... அவங்க கையிலெ கெடைச்சா, பின்னே தொண்ணூறு நாள் எண்ணிக்கிட வேண்டியதுதான். பாவம் பய அதுக்கெல்லாம் இவனையா கெடச்சுது...”

யாரோ உம்மிணிக்கு, பால் விடாத வெறும் சாயா ஒரு கிளாஸில் வாங்கிக் கொண்டுவந்து கொடுத்தார்கள்.

உம்மிணி அந்தச் சூடான கண்ணாடி கிளாஸை இரண்டு கையாலும் வாங்கி, சாயாவை மெல்ல ஒருவாய் குடித்தான்... குடித்து விட்டு எல்லோரையும் ஒருமுறை பார்த்து அந்த வழிந்த சிரிப் பொன்றைக் காட்டினான்.

“சிரிக்காதெடேய் உம்மிணி. உனக்கெ இந்தச் சிரிப்பெ காணும்ப தான் மனசு சங்கடப்படுது. போவட்டும் சாயை குடி, பொலையாடி

மோன்மாரு நல்லா சாத்தியிருக்கான். அவன் மோரையும் கண்ணும் பார்த்தாலே தெரியுதே..." என்றார் பட்டாளம் பாக்கரபிள்ளை.

"நாளைக்கு இந்த அநியாயத்தைப்பற்றி 'கேரள கௌமிதி' ஆசிரியர் கடிதம் பகுதிக்கு ஒரு லெட்டர் எழுதணும். நம்மாள் எல்லோரும் ஒப்புப் போட்டு அனுப்பலாம்... இதுக்கெல்லாம் கேட்பார் கேள்வி உண்டுமான்னு அறியணுமே..." என்றான், முறுக்கான் கடைக்காரன்.

"அப்பிடி ஏதாவது சொல்லணுமானா காலையிலே மகஜர் எழுதினபோதே, போலீஸ்காரன்கிட்டெ இவன் பாவமாக்கும், இவனைப் பிடிச்சுக்கொண்டு போகவேண்டாமென்று சொல்லி யிருக்கலாமே..."

"அங்கே காலையில் அந்தக் கலவரத்திலெ எவனாவது வாயைத் தொறந்திருந்தா நீதாண்டா, செத்துப் போன அனாதப் பிள்ளைக்குத் தகப்பன்னு, சொன்னவனையும் இழுத்திட்டுப் போயி ருப்பான். போலீஸ்காரன் நியாயம் அப்படித்தான்..."

"சரிசரி கொஞ்ச நேரம் அவனெ சும்மா விடுங்க... அவன் கொஞ்சம் மூச்சுவிட்டுக்கொள்ளட்டும்..."

அந்தச் சம்பவத்திற்குப் பிறகு உம்மிணி ஒரு மாதிரியாக மாறி விட்டான்... இப்போவெல்லாம் கமுகு விளாகம் புகையிலைக் கிட்டங்கித் திண்ணைக்குப் போவதில்லை. எந்தக் கடைத்திண்ணை யில் இடம் இருந்தாலும் அங்கே படுத்துக்கொள்வான்... ஒவ்வொரு வீட்டிலும் போய் கஞ்சிக்கென்று நிற்கமாட்டான்... சாலைக் கடையிலும் கூட்டத்தோடு சேராதவன்போல் ஒதுங்கி ஒதுங்கி நின் றான். யாராவது ஏதேனும் வேலை சொன்னால், உறங்கிக் கொண்டே வழிநடப்பவன்போல ஊர்ந்துகொண்டே ஒவ்வொன் றையும் செய்வான். அழுகல் பழமோ, பால் விடாத சாயையோ, எது கிடைக்கிறதோ அதை வாங்கிக்கொள்வான்...

"உம்மிணி போலீஸ் ஸ்டேஷனிலிருந்து வந்ததிலிருந்து அவனுக்கே அந்தப் பழைய மஜா எல்லாம் போயிட்டுது... பாரேன் அவனெ, தூங்கிக்கிட்டே நடக்கான்..." என்றான் குட்டப்பன்...

கொஞ்ச நாட்களாக உம்மிணியை சாலைக்கடையில் எங்கும் காணவில்லை. அவனைப் பழையபடியும் போலீஸ்தான் வந்து பிடித்துக்கொண்டு போய் என்னவோ செய்திருக்க வேண்டுமென்று சிலர் சொன்னார்கள். இல்லை, அனாதை விடுதியான வஞ்சி பூவர் பண்டுக்குப் பிடித்துக்கொண்டு போயிருக்கலாம்; அல்லது அந்தப் பாத்திரக்குளத்தில் விழுந்து செத்திருப்பான். அப்படி ஒருத்தன்

செத்தால் சாலைக்கடையில் ஒரு குஞ்சுக்காவது தெரியாமல் இருக்காதே...? என்னமோ ஏதோ உம்மிணியைக் காணவில்லை! அப்படியாக, சாலைக்கடையும், கமுகு விளாகம் வாடிக்கை வீடுகளும், உம்மிணியென்றொருவன் இருந்தான் என்பதை மறந்துவிட ஆரம்பித்தபோது, திடீரென்று ஒரு வெள்ளிக்கிழமை, உம்மிணி வந்தான். ஆனால், பழைய உம்மிணியாக இல்லை. புதிய உம்மிணி!

வெள்ளிக்கிழமை பிட்சாடனத்திற்குப் போய்விட்டு சின்ன சாக்குப் பைகளில் அரிசியும் வெண்கல உண்டியல்களுமாக வந்து கொண்டிருந்த பக்தானந்தர் ஆசிரமத்து பஜனைகோஷ்டி பக்தர்களின், கடைசி ஆளாக, முட்டளவு எட்டும் மஞ்சள் நிற மந்திரத் துண்டும் உடுத்தி மொட்டைக்கோலத்தில் உடம்பெல்லாம் விபூதி அணிந்து, வெண்கல உண்டியல் பாத்திரத்துடன் வந்துகொண்டிருந்தான், உம்மிணி!

ஹரே ராம ஹரே கிருஷ்ண

கிருஷ்ண கிருஷ்ண ஹரே, ஹரே...

பஜனை கோஷ்டி சன்னதி முக்கைத் தாண்டிப் போய்க்கொண்டிருந்தது. உம்மிணியின் புதிய அவதாரத்தின் ரகசியமறியாத சாலைக் கடைக்காரர்கள் பிரமிப்பில் ஆழ்ந்தனர்!

★

பாச்சி

பாச்சி செத்துப்போனாள். வாழ்வு அநித்யம் என்று சொல் வார்கள். அது உண்மைதான். பாச்சி செத்துப் போவாள் என்று கனவில்கூட நினைத்ததில்லை. மனத்தால் தீண்டிக்கூடப் பார்க்காத ஒரு பயங்கரம் நிகழ்ந்திருக்கிறது. பாச்சி செத்துப்போனாள்! நாணு விற்கு எல்லாவற்றின் பேரிலும் வெறுப்பாக வந்தது. 'சே. என்ன வேண்டிக் கிடக்கிறது? போச்சு எல்லாம் போச்சு.'

கடைத்தெரு முழுக்க சூன்யமாகக் கிடக்கிறது. இன்னும் நன்றாக விடியவில்லை. தேங்காய் மட்டை ஏற்றிய வண்டிகள், எறும்புப் பட்டாளம்போல நீளமாக ஊர்ந்து செல்கின்றன. சக்கரங்கள், அச்சுக் கோலில் டக்டக்கென்று மோதிக்கொள்ளும் சத்தம் தொலை வரை நீளக் கேட்கிறது. சாலைக்கடைகள் ஒன்றுமே திறக்கவில்லை. அப்புவின் புட்டுக் கடை மட்டும், திறந்து வாசலில் தண்ணீர் தெளித்துவிட்டுப் போனான் பையன். உள்ளே, சாயாத் தட்டில் கரண்டி மோதுவதும், பாய்லரின் உள்ளே கரி வெடிக்கும் சத்தமும் கேட்கிறது.

பாச்சி செத்துப் போன விஷயம் யாருக்காவது தெரிந்திருக்குமோ? தெரிந்திருந்தாலும் யாருக்கென்ன? நாணுவிற்கு மனசு இருப்புக்கொள்ளவில்லை. நேற்று இரவு இரண்டாவது ஆட்டம் சினிமா விட்டு ஆட்கள் போகும் போதெல்லாம்கூட பாச்சி சுறு சுறுப்போடுதான் இருந்தாள். அதற்குப் பிறகு என்ன நடந்து விட்டது. சந்துபொந்துகளிலிருந்து ஏதாவது விஷப் பூச்சி தீண்டியிருக்குமோ? ராத்திரி – லாரியிலோ – மோட்டாரிலோ அடிபட்டிருக்குமோவென்றால் அதுக்கான ஊமைக் காயம்கூட பாச்சியின் உடம்பில் இல்லை. என்ன மறிமாயமோ, விடியக்காலம் பார்த்த போது – பாச்சி காலையும் பரப்பி, நாக்கையும் துருத்திக்கொண்டு இந்தக் கிடைதான்...

நாணுவிற்கு நெஞ்சை வலிப்பது போலிருந்தது. இப்படி திடுதிப்பென்று அவஸ்தையில் விட்டுவிட்டுப் போய்விட்டாளே... இனி என்ன இருக்கிறது? ஒன்றுமே இல்லை. எல்லாரும் போய் விட்டார்கள்... இனி யாருமில்லை...

பாச்சி செத்துப்போனாள்.

“என்ன நாணு மேஸ்திரி. உன் பாச்சி செத்துப்போச்சே. அட அநியாயமே... இப்படியுமா? ராத்திரி பாரேன், நான் சினிமா பாத்துக்குட்டு வரச்சேகூட பாச்சியை இங்ஙனே பார்த்தேன். சே... உன் காரியந்தான் இப்போ திண்டாட்டமா போச்சு...”

துக்கம் விசாரித்த சோனியை நிமிர்ந்து பார்த்தான் நாணு. அவன் பரட்டைத் தலையும் காக்கி நிக்கரும், காதருகில் பீடியின் துண்டு மிச்சமும், பல் தேச்சால் பல்லு தேஞ்சாபோயிடும்? பாச்சிக்கு இவனைக் கொஞ்சமும் பிடிக்காது. நேற்றைக்கு முன் னால்கூட இவனெ கடிச்சு உருட்டாத கொறை. நாணு மட்டும் இல்லாமலிருந்தால் மேலும் விசேஷமெல்லாம் நடந்திருக்க வேண்டி யது. நல்ல காலம் அப்படி ஒண்ணும் தலைமிஞ்சவில்லை... ‘இந்தா பாச்சி நம்ம சோனி. அவனை வெரட்டாதே...’ என்று தட்டிக் கொடுத்த பின்னர்தான் பாச்சி அடங்கினாள். கிட்டங்கியில் அரிசி வண்டிகள் வந்து நின்றபோது, இவன், இந்த சோனி, மறு ஓரம் மாடுகளுக்குப் பின்புறமாகப் போய் பதமாக நின்றுகொண்டு, குத்துக் கம்பால், துவர்த்து மடியில் – சாக்கிலிருந்து அரிசியைச் சரித்துக் கொண்டிருந்தான். கிட்டங்கிக்கு வந்த பின்பு படி அரிசி போனா லும், பெட்டி திராசில் எடை பார்க்கும் சங்கர அண்ணாச்சிக்கு, நாணுதான் பதில் சொல்லணும். அதனாலே ஒரு ஈ, காக்காயைக் கூட நாணுவும் பாச்சியும் சேர்ந்துகொண்டு அண்டவிடுவதில்லை. சோனிப்பய ஆளைவிழுங்கி ஆயிற்றே. எப்படியோ புகுந்து விட்டான்... பாச்சிக்குத்தான், திருட்டென்றால் மூக்கில் மணக்குமே. எல்லாமே ஒரு நிமிஷம்தான். காலாற எங்கேயோ போய்விட்டு வந்துகொண்டிருந்த பாச்சி, அப்படியே மாடுகளின் கால் இடுக்கு வழியாக ஒரு பாய்ச்சல், குத்துக் கம்பும், துவர்த்து முண்டுமாக சோனி அகப்பட்டுக்கொண்டான்.

‘நாணு அண்ணே... நாணு அண்ணேன்...’ என்ற சோனியின் அலறிய குரலைக் கேட்டு, ஒண்ணுக்குப் போயிருந்த நாணு ஆணிப் புற்றுக் காலும் செருப்புமாக ஓடிவந்ததினால், காரியம் மிஞ்ச மில்லை.

சும்மா சொல்லக்கூடாது. பாச்சி மிகமிக புத்திசாலி!

சோனி துக்கம் விசாரித்துவிட்டு அவன் போக்கில் போனான். அவனுக்கென்ன? ஒரு தொல்லை விட்டுது. இந்த நாணுச் சனிய னும்கூட ஒழிஞ்சுபோனால், சரக்கு வண்டிகளின் மிச்ச அரிசியை வைத்தே ஜீவனம் நடத்திவிடலாம். இப்போ என்னடாவென்றால் நாலணாக் காசுக்கு ஒரு அந்தர் கனம் மூட்டையைச் சாலையிலிருந்து

மேட்டுக் கடை வரைக்கும் சுமையா சுமையென்று தூக்கவேண்டி யிருக்கிறது.

பொழுது விடிந்துகொண்டேயிருந்தது. கிட்டங்கியின் ஓட்டு முகப்பில் மாடப்புறாக்கள், வரிசை வரிசையாக வந்து அமர்ந் திருந்தன. தினமும், இந்த அழகான புறாக்களுக்கு நிறைய அரிசி மணி இங்கே கிடைக்கும். என்ன ஜோர் புறாக்கள், கழுத்து வெட்டி நடக்கும்போது பளபளவென்று பஞ்சவர்ணம் வீசுகிறது... பாச்சிக்கு இந்தப் புறாக்களிடம் வெகு சிநேகம்... பத்துப் புறாக்கள் அரிசி பொறுக்கிக்கொண்டிருக்கும்போது, கண்ணாம்பூச்சி விளையாட்டில் தாச்சியைத் தாவிப் பிடிப்பது போல, பாச்சி லபக்கென்று ஒரு தாவல் தாவுவாள். படபடவென்று அத்தனை புறாக்களும் பறந்து ஓட்டு வளைவில் ஏறிக்கொள்ளும்... ஏச்சுப்பிட்டோமே என்கிற பாவனையில் பொட்டுக் கண்களை உருட்டி உருட்டி பாச்சியைப் பரிகசிக்கும். கிட்டங்கித் திண்ணையிலேயே அமர்ந்திருந்து பீடிப் புகையின் லயத்தில் நிலை மறந்திருக்கும் நாணுவிற்கு வெகு சந்தோச மாக இருக்கும். பாச்சியும் புறாக்களும் தொட்டுப்பிடித்து விளை யாடும் விளையாட்டு நடத்துகிறார்கள்! பாச்சி, 'போனால், போகிறது. அடுத்த தபா ஒரு புறாவையாவது பிடிக்காவிட்டால் பாரேன்' என்கிற பாவனையில் முகத்தையும் தொங்கப் போட்டுக் கொண்டு, பொடி நடையாக – நாணுவின் காலடியில் வந்து, 'இப்போ என்ன வந்துவிட்டது?' என்பதுபோலப் படுத்துக்கொள் வாள்.

"புறா பறந்திருச்சா பாச்சி?" என்று, பாச்சியின் தாடையைத் தூக்கி முகத்தை ஆராய்வான் நாணு. 'போயேன், ஆமாம்...' என் கிறது போல முகத்தை அவன் கையிலிருந்து வழுக்கிக்கொள்வாள் பாச்சி.

"படு போக்கிரி நீ... கிட, அங்க..." என்றவாறு பீடியைத் தூர எறிந்துவிட்டு, ஆணிப்புற்றுக் காலை செருப்புகளுக்குள் நுழைத்துக் கொண்டு மெல்ல எழுந்து அப்பு டீக்கடைக்கோ, எங்கோ போவான் நாணு.

அந்தப் பாச்சி செத்துப்போனாள்.

வெயில், சேட்டுவின் கிட்டங்கிக் கட்டடத்தின் முகப்பிற்கும் மேலே வந்துவிட்டது... முக்கு ரோட்டில் பலசரக்குக் கடைகள் திறக்கப் பையன்கள் சாவியுடன் வந்து காத்து நிற்கின்றனர். யாரோ ஒருவன், ராத்திரி கண்ட சினிமாவில் நாகேஷின் தமாஷ்பற்றி உரக்கப் பேசுகிறான்... ஒம்பதுமணிச் சங்கு இன்னும் கேட்கவில்லை போல...

நாணுவிற்கு என்ன செய்வதென்றே தெரியவில்லை. பாச்சியின் முகத்தில் ஈக்கள் வந்து மொய்த்துக்கொண்டிருந்தன. அதைப் பார்க்க நாணுவிற்கு எப்படியோ இருந்தது. மெல்ல எழுந்து தலைக் கட்டு முண்டை அவிழ்த்துப் பாச்சியின் முகத்தில் மூடினான். பிறகு பாச்சியின் பின் கால்களைச் சேர்த்துப் பிடித்து மெதுவாக இழுத்து வெயில்படாத இடமாகக் கிடத்தினான். 'அம்மாடியோ என்ன கனம் கனக்குது...'

ஓடைக்காரன் கோவிந்தன், தூரத்திலேயே சாக்கடையைத் தள்ளிக்கொண்டு வந்துகொண்டிருந்தான். பழக்கடைத் தெரு, அழுகல் ஆரஞ்சுகளும் எலுமிச்சம் பழங்களும், தக்காளி அழுகலும், முட்டைக்கோசு பழுத்த இலைகளும், வைக்கோல் சருகும், சாக் கடைத் தண்ணி நாற்றத்தில் வேகமாக ஒழுகி வந்துகொண்டி ருந்தது... இனி ஆகவேண்டியதைப் பற்றி கோவிந்தனிடம்தான் யோசனை கேட்க வேண்டும். அவன் உபாயம் சொல்வான். ஆனா லும் அவன் படுபாவி. அவனும், அவன் குள்ள உடம்பும் சாக்கடைத் தூம்பாவையும் பிடித்துக்கொண்டு முண்டு முண்டாகக் கைகளும், ரெண்டு பெரிய பன் ரொட்டியைப் பதிச்சு வைச்சது போலப் பரந்த நெஞ்சும்... மீசையும்... எப்பவும் சிவந்த கண்ணுதான்... படுபாவி. எரக்கமே கிடையாது. கருமடம் சேரியில் எந்தச் சாவு நடந்தாலும் கோவிந்தன் வழி சொல்வான். அன்றொரு நாள் ஒரு எருமை மாட்டை, கை வண்டியில் காலை கையைக் கட்டிப்போட்டு லொப லொபவென்று, ரோட்டு வழியாக இழுத்துக்கொண்டே போனான். அதைக் கொண்டுபோய் உரித்துத் தோலை விற்பான். இறைச்சியைச் சேரியில் எல்லோருக்கும், எட்டணா பங்கு, ஒரு ரூபா பங்கு என்று விற்று முதல் செய்வான். கொம்புகளை, பழவங் காடு தந்த வேலைக்கடையில் நல்ல விலைக்கு விற்பான்... சே என்ன ஜன்மமோ? சாயந்தரமானால், வாற்றுச் சரக்கு வயிறு முட்ட விட்டுக்கொண்டு, கிள்ளிப் பாலம், மாதவி வீட்டில் விழுந்து கிடப்பான்.

அந்தத் தடிமாடனிடம்தான் போய், பாச்சிக்கும் வழிகேட்க வேண்டும். பாச்சியிடம் என்ன இருக்கிறது. அவன் விற்றுப் பண மாக்க?

"என்ன நாணு மேஸ்திரி. நின்னுக்கிட்டிருக்கீங்க? ஏது உங்க பாச்சி காலை நீட்டிட்டாப் போல இருக்கு... நல்ல வேளை என் மண்வெட்டிக் காம்பாலே அது வாயைப் புளக்க வேண்டியது... சில்லறை அக்கிரமமா, இந்தச் சாலைக்கடையிலே அது செய்தது...? ஆமா எப்படி செத்தது? யாராவது மருந்து வச்சுக் கொன்னிருப் பாகளோ? லாறியோ வண்டியோ அடிபட்டாப்பலே தெரியலியே... செத்தப்பறம் பாக்கும்போது பாவமாத்தான் இருக்கு..."

“எப்படி செத்ததோ. வெடியக்காலம் பார்த்தா என் விரிப்பின் பக்கத்திலே இப்படிக் கெடக்குது... ஓரமா இருக்கட்டும்னுதான் அப்படி இழுத்துப் போட்டிருக்கேன்... இப்போ என்ன செய்யிறது கோவிந்தா... உன்னைப் புடிச்சாத்தான் சங்கதி நடக்கும்...”

“செய்யிறது என்ன? கிடக்கட்டும் இங்கியே... நான் முக்கு வரைக்கும் ஓடையை இழுத்துவிட்டுவிட்டு, கைவண்டியையும் கொண்டுகீட்டு வாரேன் சங்கதியெல்லாம் சரி. சேட்டுக்கிட்டே நம்ப பங்கு மட்டும் குறையாமெ வாங்கித் தந்திரணும்... உன் கருமாதி காரியம் பாத்துக்கோ... வரட்டா... சாயந்தரம் கொஞ்சம் ‘மினுங்கணும்.’

மினுங்குதல் என்றால் அவன் பாஷையில் வாற்றுச் சரக்கை வயிற்றில் நிரப்பணுமென்று அர்த்தம்.

கோவிந்தன் சாக்கடைத் தண்ணீரைக் குப்பை கூளத்தோடு நீளத் தூம்பாவால் தள்ளிக்கொண்டே போனான். புழுங்கிய ஆரஞ்சு, அழுகல் சரக்குகளின் வாடை மூக்கைத் துளைத்தது.

கீழ்க் கோடியில் கடைகளைத் திறந்துகொண்டிருந்தார்கள். பையன்கள் பலகைக் கம்பிகளை உருவி எடுக்கும் சத்தம் கேட்டது. பெரிய கடைகளின் இரும்பு ஷட்டர்கள் கற கறவென்று ஓசையுடன் மேலே எழும்புகின்றன.

இன்று புதன்கிழமை. வள்ளக்கடவிலிருந்து அரிசி வண்டிகள் வராது. செவ்வாய், வெள்ளியென்றால், இந்நேரத்திற்கு முன்னால், சரக்கு ஏற்றிய வண்டிப் பட்டாளம் சன்னதி முக்கிலிருந்து ஆரிய சாலை ஜங்ஷன் வரைக்கும் நீண்டிருக்கும். அந்தப் பாச்சிக்கு இப்படி வந்திருந்ததென்றால் எக்கச்சக்கமாக இருந்திருக்கும். நல்லவேளை இன்று புதன்கிழமை. தினமும் பஜாரில் பெரிய கடையைத் திறப் பதற்கு முன்னால், கிட்டங்கியை ஒருமுறை பார்க்க வரும் சேட்டு கூட இன்னும் வரவில்லை. பாச்சி இந்த மட்டில் யோகம் செய்தவள் தான். நல்ல நாள் பார்த்து செத்திருக்கிறாள்.

‘ஹூம் போய் விட்டாளே’ நாணுவிற்கு, அந்தப் பக்கம் இந்தப் பக்கம் போய் ஒரு சாயா குடிக்கவேண்டுமென்றோ என்னமோ – ஏன் ஒரு பீடி பற்ற வைக்கவேணுமென்றோகூடத் தோணவில்லை. என்ன இருந்தாலும் கேவலம் ஒரு... சே அப்படியா? இந்த மாதிரி வாயில்லாப் பிறவிகளிடம் இருக்கிற அன்பும் சிநேகமும் விசுவாச மும் மனுஷப் பிறவிகளிடம் எங்கே இருக்கிறது... எவ்வளவு கால மாக இது கூடவே வாழ்ந்திருக்கு. ஒரு நேரம் இல்லாவிட்டால் மறு நேரம் விட்டுப் பிரிஞ்சு இருந்ததில்லை. காலுக்கு ஆணிப்புற்று பிடிச்சு இவ்வளவு காலமாச்சு. தெரிஞ்சவங்க, முகம் கண்டவங்க

யாரும் ஏன் – என்ன என்று கேட்டதில்லை. எல்லாத்துக்கும் இந்தப் பாச்சிதான். அவளால்தான், கிட்டங்கிக் காவல்கார வேலை கிடைச்சது. அன்றாடத்துக்குப் பஞ்சமில்லை. சொந்தமா பந்தமா? யார் இருக்கிறா? ஒருத்தருமில்லே... அப்பிடியே நாள் போவுது. இந்த ஜன்மத்துக்கிட்டே ஒரு பிடிப்பு... ராத்திரியெல்லாம் பக்கத் திலேதான் படுத்துக்கிடக்குது... காலை நக்குது முகத்தை எட்டி எட்டிப் பார்க்கிறது... விசுவாசம்... பற்றுதல் மறக்க முடியமாட்டேன் என்குது...

கிட்டங்கி பேட்டைக்குள் சமாசாரம் நடந்ததினால் பஜார் பயகளுக்கு இன்னும் விஷயம் எட்டவில்லை. சுமைகூலி குட்டப் பனும், வேலாயுதனும், கையில் சாக்கு தூக்கும் கொக்கி ஊக்குடன் எப்பிடியோ பேட்டைக்குள் வந்துவிட்டார்கள்... 'என்ன நாணு அண்ணே. கோவிந்தன் சொன்னான், உன் சரக்கு செத்துப் போச் சாமே? சீக்கிரமா சேட்டுக்கு ஆள் அனுப்பு... முளை பாயி வைக் கோல் எல்லாம் நாங்க ஆச்சு...' என்று பரிகாசம் செய்துவிட்டு, அப்புவின் சாயக்கடைக்குள் நுழைந்துவிட்டார்கள். அங்கேயும் உள்ள புட்டு, பயர், பப்படம் சாப்பிட்டுக்கொண்டிருந்த யாரெல் லாமோ – இதைச் சொல்லி உரக்கச் சிரிப்பதாக நாணுவிற்குத் தோன்றியது. சவத்துப்பயலுக!

'ஆக்கங் கெட்டவனுக. அவனுகளுக்கென்ன? கால் நல்லா இருந்த காலத்திலே, நாணு மேஸ்திரின்னா முக்குக்கு அந்தப் பக்கம் தான் நிற்பான். இப்போ நாணு அண்ணேன்னிட்டு சங்காத்தம் கேக்க வாறானுக... டேய்! நாணுவுக்கு காலுக்குத்தான் ஆணிப் புற்று... கைகளைப் பார்த்தாயா அதுக அப்படியேதான் இருக்கு... பதனமிருக்கட்டும்..."

பாச்சியின் மேல் ஈக்கள் அதிகரித்துக்கொண்டிருந்தன. சுவருக்கப்பால் அந்தப் பக்கம் தடுப்பட்டிக்கடைத் தெரு, அதனால் தான் இவ்வளவு மொத்த ஈக் கூட்டம்.

'பாச்சி! ஒரு மூணு நாலு வருஷமிருக்குமா நீ நம்மகிட்டே வந்து...?

...பாச்சி வந்த புதுசில்தான், கால் ஆணிப் புற்றுக்கு சக்கிலிய னிடமிருந்து செருப்பு வாங்கினது. சேட்டுக் கடை வாசலிலேயே நேரம் முச்சூடும் உக்காந்திருந்தா, ராத்திரிக்கி எட்டணா தருவாரு. சிலபேர் பத்தணா தருவாரா...? நல்லா இருந்த காலத்திலே கிட்டங்கி அட்டிச் சரக்கு அத்தனையும் ஒற்றை ஆளா நின்றுகூட அடுக்கி வச்சதுண்டு. அப்போவெல்லாம் நல்ல ஆங்காரம் இருந்தது. கால் நோக்கோடு வந்தாலும் எல்லாம் ஒவ்வொண்ணா அஸ்தமிச்சுப்

போச்சு. உடுத்த கைலிதான். மறுதுணிக்கு வருஷக் கணக்குகூட ஆகும். சிரங்கு வந்தா குரங்குதான் என்று சொல்லுவாங்களே; அதேபோல ஆச்சு... ஒரு வேலையும் செய்ய முடியாது. முக்கி முனகி ஒரு மூட்டையைத் தலையிலெடுத்தால் கால் ஆணியும் செருப்பின் மேல் சவாரியுமாக நடக்கவா முடியும்? நாணுவா சாக்கு தூக்குகிறான்? முக்குத் தாண்டி வருமுன்னாலே – விடிஞ்சு பூசை போட்டாகுமே–' என்று பேச்சு பதிந்து போயிற்று. சேட்டுவுக்கும் தினப்படி சக்கரத்து வியாபாரமாக எட்டணா பத்தணா அளக்கிற துன்னா நாளா வட்டத்திலே கசந்துதான் போவுது... அப்போ பட்டினிதான்...

இந்த வாக்கிலேதான் ஒரு நாள், தேங்காய் தொண்டு வண்டி ஒன்றின் பின்னால் யாரோ கழுத்தில் கயிற்றைக் கட்டி விரட்டி விட்டிருந்த பாச்சியைக் கண்டது. மொள் மொள் என்று அழுது கொண்டு வண்டியின் வேகத்துக்கு கால்களை கீல் ரோட்டில் உரசிக் கொண்டு இழைந்து வந்த பாச்சியை நாணு கண்டான். பாச்சிக்குப் பாச்சியென்று யார் பெயர் வச்சது? அப்புவா? வேலாயுதனா? யாரோ? கிள்ளிப்பாலம் மாதவி வீட்டில் ஒரு சண்டி 'சரக்கு' வந்திருந் தாள். அவளிடம், வேலாயுதன், குட்டப்பன், அப்பு – இவனுகள் பாச்சா ஒண்ணும் பலிக்கவில்லை. அவள் பெயர்தான் பாச்சி. அந்தச் சரக்கு சுலபத்தில் தமக்கு மசியாத ஆத்திரத்தைத் தீர்த்துக் கொள்ள அவன்களில் யாரோதான், பாச்சிக்கு, அந்தப் பெயரை வைத்தது. யார் வச்சால் என்ன? நாணுவிற்குப் பாச்சியைப் பிடித்துப் போயிற்று. அவளை வண்டியிலிருந்து அவிழ்த்துவந்து அப்பு சாயாக் கடையிலிருந்து ஒரு இணுக்கு புட்டு வாங்கிக் கொடுத்தான்... சிரட்டையில் காப்பி வாங்கிக்கொண்டிருந்தான்... பிறகு ஒவ்வொரு நாளும் தனக்குக் கிடைக்கிறதில் பங்கை பாச் சிக்கும் கொடுத்தான், நாணு. இதுதான் சிநேகிதங்கிறது. நாணு கிட்டங்கித் திண்ணையில் விரிப்பை விரித்துப் படுக்கும்போது பாச்சியும் அருகில் வந்து ஒண்டிக்கொள்வாள். விரட்டினாலும் போகாது. அடித்தாலும் நகளாது. பிறகு என்ன செய்ய? போகப் போக எல்லாம் சரியாகப் போய்விட்டது. பாச்சிக்கு நாணு துணை. நாணுவுக்கு, பாச்சி துணை என்றாயிற்று. பாச்சி இப்போ நன்றாக வளர்ந்துவிட்டாள். எல்லாரையும் சிநேகம் பிடித்துக்கொண்டாள். அப்புகடைத் தொட்டியிலிருந்து, மீன் கறி விருந்து, எலும்புத்துண்டு விருந்து, சாம்பார், தயிர்சாத கதம்ப விருந்து, எல்லாம் கிடைத்தது. அப்படியாக இருந்தபோதுதான் அந்தச் சம்பவம் நடந்தது.

ராத்திரி ஒரு மூணு நாலு மணியிருக்கும். தெருவில் கூட லைட் இல்லை. பவர்கட் என்று சொல்லி ரோட்டு விளக்கையெல்லாம் அணைத்திருந்தார்கள். கிட்டங்கி வாசலில் நாணுவிற்கு அருகில்

படுத்திருந்த பாச்சி திடீரென்று எழுந்து – கிட்டங்கியின் பின்புறச் சுவர்ப் பக்கமாக ஓடி விழிந்துபோய்க் குலைக்க ஆரம்பித்தது. இந்தப் பக்கம் நின்று குலைத்தது. அந்த ஓரமாக நின்று குலைத்தது. காலைக் கீழே பிறாண்டிப் பிறாண்டிக் குலைத்தது. நாணு படுத்திருக்கிற பக்கமாக வந்து, ‘வாயேன், வந்து பாரேன்…’ என்கிற மாதிரி குலைத் தது. விழித்துக்கொண்ட நாணு, ‘எந்திரிக்கணுமா வேண்டாமா’ என்ற சோம்பலின் தர்க்க நினைவில் ஒருகணம் தயங்கினான். பாச்சி விட்டால்தானே? குலைப்பது அதிகமாயிற்று. ‘என்னமோ காரண மில்லாமல் பாச்சி குலைக்காதே.’ சட்டென்று எழுந்து செருப் பையும் மாட்டிக்கொண்டு, நடந்து வந்து பார்த்தப்போம், கிட்டங்கி யின் பின்புறச் சுவரோரமாக நின்றிருந்த ரயினேஜ் கம்பம் வழியாக – ஓட்டைப் பிரித்து உள்ளே ஆள் இறங்கியிருப்பது தெரிந்தது… பிறகென்ன – அப்பு கடையிலிருந்து ஆட்களைத் தட்டி எழுப்பி, காலைக் கறவைக்கு சைக்கிளில் போய்க்கொண்டிருந்த அஞ்சாறு பால்காரர்களையும் கூட்டிக்கொண்டு வந்து பார்த்தபோது திருடன் வசமாகச் சிக்கிக்கொண்டான். சேட்டு வீட்டிற்கு சைக்கிளில் ஆள் போய், அவர் காரைப் போட்டுக்கொண்டு வந்து, போலீசுக்கு போன் பண்ணி – மகஜர் தயார் பண்ணி, துவர்த்து மூண்டு பொட்ட ணத்தில் கட்டிய அரிசி தொண்டி சாமானுமாக திருடனைக் கொண்டு போகும்போது விடிய விடிய பத்து மணிக்குமேல் ஆயிற்று. ரோட்டில், சன்னதி முக்கிலிருந்து ஆரிய சாலை வரை ஒரே கூட்டம். நாகர்கோயில் பஸ்கள் மெதுவாக நிறுத்தி கூட்டத்திற்குக் காரணம் கேட்டுவிட்டுப் போயிற்று. பஜாரில் திருடன் புகுந்து அதைக் கண்டுபிடிப்பதென்றால் சாதாரண காரியமா?

“யார் கண்டுபிடிச்சது?”

“நம்ம நாணுதான். அவன் இங்கே திண்ணையிலேதானே ராவும் பகலும் குடியிருக்கான்…”

“நாணுவா? காலும் செருப்புமா அவன் எப்பிடி கள்ளனைக் கண்டுபிடிச்சான்?”

“அது தெரியாதா? அவன் சரக்கு பாச்சிதான் முதல்லே ஆளைப் புடிச்சுக் கொடுத்திருக்கா. பிறகு கேக்கணுமா?

“ஓகோ அப்படியா…?”

சேட்டுவிற்கு ரொம்ப சந்தோஷமாகப் போய்விட்டது. சின்னத் திருட்டோ, பெரிய திருட்டோ… ஓட்டைப் பிரிச்சு இறங்கிறதானால் சாமான்யமா? லட்சக்கணக்கில் அட்டிச் சரக்கு இருக்கிற இடத்தில் திருடன் என்றால்…? அதிலிருந்துதான் நாணுவிற்கு மாதச் சம்பளக் கணக்காயிற்று.

கிட்டங்கி காவல், சம்பள வேலை, எல்லாம் பாச்சியாலே தானே –

கடை கண்ணியெல்லாம் சாத்தி, ஆட்களெல்லாம் போய்விட்ட பின்பு, சந்தடி ஓய்ந்து, பாச்சியும் தெரு விருந்துக்கெல்லாம் போய்க் களைத்து – ஆடி ஆடி, நாணுவின் விரிச்சாக்கில் வந்து ஒண்டும் போது ராத்திரி ஒருநேரம் இருநேரம் ஆகிவிடும். நாணுவும் ஒரு சுருள் பீடியைப் புகைத்துக்கொண்டு, அப்படியே 'கடவுளை தரிசித்துக்கொண்டு' கிடப்பான். பாச்சி வந்து அருகில் ஒண்டியதும், நாணுவிற்கு ஒரு சமாதானம் பிறக்கும். இனிக் கொஞ்சம் தூங்கலாம். பாச்சி இருக்கிறாள்.

"இன்னைக்கு இவ்வளவு நேரம் எங்கே போயிருந்தே பாச்சி?"

பாச்சிக்குப் பேச்சில்லை. நாணுவின் கைகளை உராசிக் கொண்டு, முகத்தைத் தொங்கத் தொங்க விடுவாள். செல்லம் கொஞ்சுவாள்... முணுமுணுவென்று மூளல் வாசிப்பாள்...

"பாச்சி, நீ மட்டும் இல்லேன்னா நான் இதுக்கு முன்னாலே என்னமோ ஆயிருப்பேன். உன் புண்ணியத்திலே சேட்டு சம்பளம் போட்டுக் கொடுத்தாரு. இப்போ பாரு, குட்டப்பன், வேலாயுதன், அப்பு ஒருத்தனாவது சீண்ட வருணுமே? சொகம்... பாச்சி நீ என்னெ விட்டுப் போயிராதே தங்கம்?"

பாச்சி மூச், மச்சென்று என்னதான் சொல்வாளோ? இப்போ ஒரு நாளா ரெண்டு நாளா? நாணுவிற்கு மாசக் கணக்கு, வருஷக் கணக்கு தெரியாது. ஓணத்திற்கு – ஓணம் வரும்போது... 'ஒரு வருஷம் போனதே தெரியவில்லை' என்ற எண்ணம் தோன்றும். எவ்வளவோ காலமாச்சு...

ரேசன் வந்தது. குட்டப்பன் பட்டாளத்திற்குப் போயிட்டான் அதுக்குப் பொறவு. 'இம்புட்டுப் பொடியனா வந்த உண்ணி, இப்போ பெரிய சுமட்டுக்காரனாயிட்டான். அவன் கையிலும், சாக்குத் தூக்கிற ஊக்கு வந்துவிட்டது. அப்பு சாயக்கடையில் அவன் மச்சினன், கொஞ்சநாள் வந்து கல்லாவில் இருந்தான். அப்பு, பால்காரி ராஜம்மாவோட சிநேகம் பிடிச்சான். அவள் கர்ப்பமாக வந்து கடை நடையில் நின்று சிலவுக்குக் காசுகேட்டு வழக்கெல்லாம் நடந்தது... எவ்வளவோ சங்கதிகள் நடந்திருக்கு. சாலை ரோடு கொத்திக் கிளறி ரெண்டாவது தடவை தார் போட்டார்கள்... வண்டி, பஸ் எல்லாம், அட்டக்குளங்கரை ரோட்டு வழியாகத் திரும்பிப்போயிற்று.

பாச்சி செத்துப்போனாளே!

நாணுவிற்கு மனம் ரொம்ப வலித்தது. காலை வெயில் உடலைச் சுட்டது... சேட்டு, மஸ்லின் முழுக்கை ஜிப்பாவும், பாளைத்தார் வேஷ்டியுமாக காரில் வந்திறங்கி, கிட்டங்கி வாசலைத் திறந்து – டிரைவர்தான் பெரிய பூட்டுகளைத் திறந்தான் – குனிந்து, வாசல் பலகையைத் தொட்டுக் கும்பிட்டுவிட்டு உள் நுழைந்தார். பாச்சி செத்த விபரம் அவருக்குத் தெரிந்திருக்காது. சொல்லணுமே?

கோவிந்தன் வந்துவிட்டான். கை வண்டியைக் கடகடவென்று இழுத்து நடையில் கொண்டு வந்து நிறுத்தியபோது நாணுவிற்கு நெஞ்சு பக்கென்றது. வண்டியில், வெல்ல மூடை, கட்டி வந்த பாயொன்று ஈ மொய்க்க விரித்திருந்தது. பாச்சியைக்கொண்டு போகப்போகிறான்.

அப்போதான் சேட்டு கவனித்தார்.

"நாணு. என்ன கோவிந்தன், வண்டியோட வந்திருக்கான்... கிட்டங்கிச் சந்திலே பெருச்சாளிக கண்டா செத்துக்கிடக்கா... அதுக்கெதற்கு வண்டியும் பாயும்...?"

"இல்லே எஜமானே... நம்ம பாச்சி நேத்து ராத்திரி செத்துப் போச்சு... நாணு மேஸ்திரி மொகத்தை எஜமான் பார்க்கலெ போல..." கோவிந்தன்தான் செய்தியைச் சொன்னான்.

சேட்டு அப்பொழுதுதான் நாணுவைக் கவனித்தார்.

"அய்யோ நம்ம பாச்சியா? எப்படி செத்தது? அடப் பாவமே... நல்ல புத்தியுள்ள பிராணியாச்சே... எப்படி?"

"ராத்திரியெல்லாம் கிட்டக்கத்தான் படுத்திருந்தது. விடிஞ்சு பாத்தா இப்படி. எந்தப் பாவி செய்தானோ?" நாணு அழுதானோ? குரல் எழும்பவே இல்லை...

சேட்டுவிற்கு மேலும் துக்கம் விசாரிக்கப் பிடிக்கவில்லையோ என்னமோ?

"கோவிந்தா நீதானே கொண்டுபோறே... எல்லாத்தையும் போல இதையும் கடப்புற மணலிலே எறிஞ்சிராதே. உங்க சேரி, கருமடத்துப் பக்கமா, ஒரு குழியெடுத்து அதை நல்ல மொறையிலே புதைச்சிரு. பாவம். நல்ல புத்தியோட இருந்தது. மனுஷப் பிறவிகளைக் காட்டிலும் நல்லாத்தான் திரிஞ்சுது... சும்மா சொல்லக்கூடாது... இந்தக் கடையிலே கணக்கனிடம் இந்தச் சீட்டைக்காட்டி அஞ்சு ரூபா நீ வாங்கிக்கோ... மடிச்சிராதே..."

நாணுவிற்கு அப்படியே அமிழ்ந்துபோனது மாதிரி இருந்தது. ஆணிப்புற்றுக் காலின் செருப்பைப் பறித்துக்கொண்டு, கல்லுத்

தரையில் நடக்கவிட்டது போல வாதனையாக இருந்தது. இதுதான் கடைசி... பாச்சியை கோவிந்தன் கொண்டு போகப் போகிறான்...

பாச்சி போகப் போகிறாள்.

இன்னும் யார் இருக்கிறா? சின்னப் பிராயத்திலேயே அம்மா, மேத்தன்கூட ஓடிப்போனது, அப்புறம் அப்பன் எறச்சிக் கடை சண்டையிலே வெட்டுப்பட்டுச் செத்தது... பத்து பதினெட்டு வயசு வரையில் கருமடம் சேரியில், புல்வெட்டி விற்று, எருமைகளைக் குளிப்பாட்டிக் கொடுத்து வாழ்ந்தது... அப்புறம் சாலைக் கடைக்கு வந்து சுமடு தூக்கிப் பிழைத்தது... வருஷங்களாயிற்று. கடைசியிலெ, கால் ரெண்டிலும் ஆணிப்புற்று வந்ததுக்கப்புறம், நடக்கமாட்டாமெ, கிட்டங்கித் திண்ணையே கதின்னு கிடந்தது... எல்லாம் போச்சு. பாச்சி செத்துப் போனா... பாச்சியோட எல்லாம் போவுது. இனி ஒண்ணுமில்லே...

“நாணு மேஸ்திரி, துவர்த்து வேணும்னா எடுத்துக்கோங்க... உங்க சரக்கெ வண்டியிலே ஏத்தப் போறேன்...”

நாணுவிற்கு ஒன்றுமே தோன்றவில்லை. பேசாமல் நின்றான்.

“மேஸ்திரிக்கி சங்கடம்தான்... நவருங்க அப்பா... என்ன கனம், எளவு...”

கோவிந்தன் பாச்சியை வண்டியில் எடுத்துப் போட்டான்.

நாணு, பாச்சியைக் கடைசியாக ஒருமுறை பார்த்தான். திறந்த வாய் முந்திரிப் பருப்புச் சிதறல் போல வெள்ளை வெளேரென்று பற்கள் வெளியே தெரிகின்றன... ஈக்கள் விடாமல் மொய்க்கின்றன... கால்கள் நாலும் விரிந்துகிடக்கின்றன... ராத்திரியெல்லாம் தன் விரிப்பில் கிடக்கும் அதே கோலம்...

வண்டியை, கோவிந்தன் கடகடவென்று இழுத்துக்கொண்டு போனான். சேட்டு ஒருமுறை வந்து பார்த்தார். கார் டிரைவர் – காரினுள் இருந்தவாறே லேசாக அலட்சியமாகக் கொஞ்சம் பார்த்தான்...

பாச்சி செத்துப்போனாள்.

நாணு வெறுமையில் நின்றான். வெயில் ஏறிக்கொண்டிருந்தது!

★

தூக்கம் வரவில்லை

மாடசாமிக்குத் தூக்கம் வரவில்லை. குப்புறப்படுத்தும் பார்த்தான், நிமிர்ந்து சரிந்து, ஒருக்களித்து எல்லாம் படுத்துப் பார்த்தான். தூக்கம் வராமல் மிகவும் கஷ்டப்பட்டான். எழுந்திருந்து சுவரோடு சாய்ந்து முழங்காலில் முகத்தைக் கவிழ்த்துக்கொண்டு இருந்து பார்த்தான். கொசு சங்கீதமும் சாக்கடை நாற்றமும், ஓலைச் சுவருக்கப்பால் கொட்டிலின் சாணி சுகந்தமும், மண்டைக்குள் கனத்தது. நெஞ்சு சுத்தம் இல்லாவிட்டால் தூக்கம் எப்படி வரும்? மாடசாமி பேசாமல் எழுந்திருந்து திண்ணை இருட்டில் வந்து சாய்ந்து இருந்தான். பத்து மணிக்கே வந்து படுத்தது. எதிரே கொட்டிலில் மாடுகளைத் தண்ணி காட்டி, வைக்கோல் கலைத்துப் போட்டுவிட்டு சின்னான், விடை கேட்டுப் போயும் எவ்வளவோ நேரமாகியிருந்தது. "மாடசாமி, படுத்துத் தூங்கு. மனசைப்போட்டுக் கொமஞ்சுக்கிடாதே. என்ன இருந்தாலும் பெத்தவ செத்துப்போனா மனசு கேக்காதுதான். அதுக்கிப்போ என்ன செய்ய முடியும்? எல்லாம் விடிஞ்சாத் தெரியும் வெளிச்சம் படுத்துத் தூங்கு" என்று அவன், சாதாரணமாகச் சொல்லிவிட்டுப் போய்விட்டான்...

இருட்டுதான் நிறைந்திருந்தது, தூரத்து ரோட்டின் ஆரவாரம் எட்டாத இடம். தென்னை மரங்கள், கிளி மரம் நடுவே மாட்டுக் கொட்டில் ஓலைச்சுவர் தடுப்பிற்குத் தள்ளினாற்போல சின்ன ஓலை வீடுதான். வானத்தில் நிறைய நட்சத்திரங்கள் இருந்தன. சவுக்கந்தோப்பிலிருந்து ஓட்டுப்பூச்சி சில்லிட்டுக்கொண்டிருந்தது. கொட்டிலில் மாடுகள் கால்மாறிக்கொள்ளும் அரவமும் கழிவுகள் நடத்தும் சலசலப்பும் எப்பொழுதாவது கேட்டது.

மாடசாமி எழுந்து உட்கார்ந்தவனுக்கு வயிற்றைப் பசிப்பது போல் இருந்தது. எழுந்து நடந்து முக்கிற்குப் போனால், தியேட்டர் முனைக் கடை இன்னும் திறந்துதான் இருக்கும். பன்னும் வெறும் சாயாவும் சாப்பிடலாம். ஆனால், பசி இருந்ததே தவிர எதுவும் தின்ன வேண்டும் போல் தோன்றவில்லை. ஓலைச்சுவர் மூங்கில் தூணில் இருட்டோடு அப்படியே சாய்ந்திருக்கத்தான் தோன்றியது.

காலையில் சுடுகாட்டில் எல்லாம் நடந்து முடிந்துவிட்டது. சின்னானும் இன்னும் தெரிந்தவர்களும் யாராரெல்லாமோ உதவி செய்து எல்லாக் கிரியைகளும் முடிந்துவிட்டன...

அம்மாவிற்கு எண்பது வயசிற்கும் மேலிருக்குமா? இன்னும் கூட இருக்கும். தலையில் நரை மயிர்கூட இல்லை. மொழு மொழு வென்று எண்ணெய் மொட்டை, வடித்த காதுகளும், குண்டுக்குள் விழுந்த பழுப்புக் கண்களும் பல்லே இல்லாத – துளித்த – அசிங்கம் வழியும் வாயும், மார்புக்குத் துணியில்லாமல் இடுப்புக்கு மட்டும் பேருக்குக் கந்தல் சுற்றிக்கொண்டு, 'டேய் மாடசாமி டேய் மாட சாமி...' என்று தொண தொணத்த இம்சை இன்று காலையில் சுடுகாட்டின் கருமாதிகளுடன் அஸ்தமித்துவிட்டது.

"மாடசாமி, என்ன தொந்திரவும் இம்சையும் தந்தாலும் பெத்தவ போயிட்டா மனசு சங்கடப்படத்தான் செய்யும். நீ பதறாமெ காரியம் பாரு... அவ்வளவுதான். அவ கஷ்டமாவது இன்னையோட தீர்ந்ததா நெனைச்சுக்கவேன்..."

வறட்டியை அடுக்கிய சகதிப் பூச்சினிடையே புகை சுருண் டெழுந்து சுடுகாட்டின் பத்தல் வேலிகளை மண்டுவது வரையில் பார்த்துக்கொண்டிருந்தான்...

"ராத்திரி பத்துமணிக்கெல்லாம் எங்கிட்டே கேட்டாளே, தம்பி சின்னு மணி என்ன ஆச்சு, என் மகன் மாடசாமி வர்ற நேரமாச் சான்னு எப்பவும் போல நல்லாத்தானே கேட்டா... அதுக்குள்ளி யும் 'பாரேன்... என்னெக் கேட்டா அவ இப்படியாகக்கொண்டு கிடந்து சீரழியாமை செத்தது எவ்வளவோ நல்லது பாத்துக்கோ..."

பத்து மணிக்கு மேலெ ஆச்சு. ஒரு வியாபாரமும் நடக்கல்லெ. சவம், அந்தக் கரைச்சலோட வந்தேன். நாயக்கர் கடையிலெதான், கடனுக்கு பொட்டணம் சாப்பாடு வாங்கியாந்தேன்... பகல்பூரா நான் கூட ஒருவாய்த் தண்ணி குடிச்சிருக்கமாட்டேன்... வந்தா, இது பகல் பூரா படுத்திருந்திட்டு நான் எதுன்னாச்சியும் கொண்டு வரும்னு காத்துக் கெடக்குமேன்னு பொட்டணத்தைப் பிரிச்சு வச்சேன்... கீழாலெ உன்னெப் பார்த்தேன். நீ மாடுகளுக்குத் தண்ணி காட்டிப்பிட்டுப் போயிட்டே போலத் தெரிஞ்சுது... சின்னக் கலசத்திலெ பைப்பிலேர்ந்து குடிக்கத் தண்ணி கொண்டாந்தேன். இந்தா அம்மா சாப்பிடுன்னு, எழுப்பி உட்கார வச்சேன். பேர்பாதி சாப்பிட்டிலேயே, வெளிக்கு வருது மாடசாமீன்னா, ஒண்ணும் புதுசா தோணல்லே... எந்திச்சுக்கோன்னு கையைக் குடுத்தேன்... வாந்தி வாந்தியா கக்கினா... அம்பிட்டுதான். இந்தா போச்சுன்னு சுருண்டு விழுந்தா... பொறவுதான் நீ வந்துட்டியே..."

இன்னும்தான் தூக்கம் வரவில்லை.

நடந்தது ஒவ்வொன்றாக, திகட்டித் திகட்டி மனவட்டத்தில் வந்தது. காலில் எறும்பு ஊர்வதுபோல நமைச்சல் தோன்றியது. குனிந்து காலை வருடிவிட்டுக்கொண்டான். இருட்டுதான் நிறைந்து கிடந்தது. “மாடசாமி, உன்னெ முப்பத்தி அஞ்சு வயசிலியும் சோறும் சொகுசுமா வளத்தினேனடா. இப்போ கண்ணவிஞ்சு போச்சு. காலு நடக்க முடியல்லே. நீ கொண்டுவர்ற சோத்துப் பொட்டணத் துக்கு ஆலாப் பறந்து கெடக்கேன். கட்டிப் போட்ட நாயாட்டம் ஆயிப்போச்சே மாடசாமி...” இருட்டிலிருந்து அம்மாவின் வார்த் தைகள் நட்சத்திரப் பொட்டுகளாக ஊர்வது போலிருந்தது...

மனதை எங்கெல்லாமோ வலித்தது. நேற்றிரவு இதே நேரம் திண்ணையில் சின்ன விளக்கு வெளிச்சத்தில், அம்மா கால் நீட்டிக் கைகளை ஒதுக்கி, கழுத்துவரை வெள்ளைச் சீலைபோர்த்தி நெற் றிக்கு விபூதிக்கோடும், கழுத்துக்கு அரளிப்பூமாலையுமாகக் கண்ணை அடைத்து நீட்டியிருந்தாள். ‘மாடசாமி பொட்ணம் சோறு கொண்டு வந்தியாடா?’ என்று கேலியாகக் கேட்பது போலி ருந்தது.

முப்பத்தி ஐந்து வயது வரையில் மாடசாமி, கோயில் மாடு வாழ்க்கை வாழ்ந்தவன். சின்ன வயதில், அப்பா பாம்பு கடித்துச் செத்துப் போனதாகச் சொல்லிக் கேள்வி. ஆனாலும் அம்மா, வெள்ளைச் சீலை உடுத்திப் பார்த்ததில்லை. கீறச்சேலை, கலர்ச் சேலைதான், மேலுக்கொன்று இடுப்புக்கொன்றாகக் கட்டிக் கொள் வாள். ஒரே பிள்ளை மாடசாமிக்காக அம்மாக்காரி தோசை சுட்டு விற்றாள். நாலு வீடுகளுக்குப் புழுக்கவேலை செய்தாள். அப்பளம் இட்டு, கடைகண்ணிக்குப் போட்டாள். முறுக்கும் வேனல் வத்தல் வடகமும் கொண்டு நடந்து வந்தாள். பிள்ளைக்கு வயசு வந்த பின்பும், பிள்ளை, கைப்பிள்ளைதான் எனக்கு அவன் ஒண்ணு தானே. நான் இருக்கிற மட்டும் அவன் போக்கு, அப்பறம் அவன் ஆண்பிள்ளைதானே ‘கடவுள் விட்டவழி’ என்ற கிழவியின் அர வணைப்பில் – மாடசாமி, சீட்டிச்சட்டை போட்டுக்கொண்டு மூணு பிளே சினிமாவும் ஆரியசாமி கோவில் அரசமர நிழலில் மூணு சீட்டும் குலாம் பரிசும் ஆடிக்கொண்டும், ஆற்றுக் கடலில் குளிக்க வரும் முண்டு உடுத்தியவளையும் புல்லுக்காரிகளையும், கண்ணு அடித்துக்கொண்டும் திரிந்தான். ‘மாடசாமிக்கு அவன் அம்மா இருக்கிற காலம்வரைக்கும் ராஜகாரியம்தான்’ என்றார்கள். முப்பது வயசிற்குமேல் ரெண்டு மூன்றுதரம் யாரோ மலையாடிச்சி பெண்ணை வீட்டிற்கு அழைத்து வந்து ராத்தங்கல் நடத்தியதற்குக்கூட, அம்மாக்காரி பெரிசு பண்ணவில்லை. “அவன் பிள்ளைதானே

‘மாடசாமி உனக்கு இதுவேண்டாமடா’ என்னு கண்டிச்சு விட்டேன். இப்போ தம்பி தங்கக்கம்பி. ஒரெண்ணத்தைக்கூட வீட்டிற்குக் கூட்டிக்கிட்டி வரமாட்டான். ஆம்பிளெப் பிள்ளெ வெளியே நாலுவிதமாத்தான் இருக்கும்... இப்போ எனக்கு ஒரே கவலை. எனக்கும் வயசாச்சு. நாலு நாள் பாயிலெ படுத்துக்கிட்டா என் பிள்ளெ என்ன செய்வான்னுதான் விசாரமா இருக்கு...” என்று சொல்லும் கிழவிக்கு, ‘நல்ல ஆம்பிளெப்பிள்ளை பெத்தெ போ...’ என்று சொல்லும் பழிப்பு விளங்கவே இல்லை.

மாடசாமிக்கு, ஊர் உலகம், தெரிந்ததோ என்னவோ? அவன் வாட்ட சாட்டமாக வளர்ந்தான். கடா மீசையும் க்ஷேக்கும் வைத்துக் கொண்டான். கோழியும் மாங்காயும் கலர் படம் போட்ட கைலியும், சிவப்புச் சட்டையும், கழுத்துக்கு கர்சீப்பும் கட்டிக்கொண்டு ஊரெல் லாம் சுற்றி வந்தான்.

ஒரு நாள் ராத்ரி வீடேறி வந்தபோது – ஒருநாளும் இல்லாத திருநாளாக அம்மாக்காரி பாயில படுத்துக் கிடக்கிறாள். முக்கூட்டு எண்ணெய் காலில் தடவியிருக்கும் மணமும், எண்ணெய்க் குப்பியும் சிம்னி விளக்கும், அடுப்புப்பற்ற வைக்காத சூன்யமும் கண்ணிற்குப் படுகிறது.

“ஏன் படுத்திருக்கே? கஞ்சி வைக்கலியா?” என்று கேட்டான்.

“கழியலேடா மாடசாமி. காலு ஒரு அடி எடுத்து வைக்க முடி யல்லே. வாத இழுப்பு என்று சொன்னா. எண்ணெய் வாங்கித் தடவியிருக்கேன்... மாடசாமி. காலையிலேயே போனவன். ஒரு விவரம் சொல்லணும்னா உன்னெ எங்கேன்னு தேடுவது... ஒம் அப்பன் சாவும்போ இருந்தது மாதிரி நெட்டுக்கு வளந்திட்டே... இனி என்னெக் கொண்டு ஆகாது. எப்பிடியாவது, ஒன் பாட்டெ நீ பாத்துக்கோ. அதுபோக மிச்சமிருந்தா ஒருவாய்த் தண்ணி தந்தா குடிச்சுக்கிடுவேன். இல்லாட்டா அதுவும் வேண்டாம்...”

மாடசாமிக்குக் காலடியிலிருந்து மண்பெயர்ந்து போவதுபோல நிலைதடுமாறியது.

ரெண்டு வருஷமாகவும் அந்தத் தடுமாற்றம்தான். கடைசியில், நேற்றிரவு எல்லாம் அஸ்தமித்து காலையில் சுடுகாட்டுப் புகையுடன் எல்லாம் முடிந்துவிட்டது.

‘அம்மா...’ என்று வாய்விட்டுப் பொங்கினான் மாடசாமி. இருட்டு சளைப் பூச்சி சலங்கை சங்கீதத்துடன் ஏச்சுக்காட்டிக் கவிழ்ந்து கிடந்தது!

இன்னும் தூக்கம் வரவில்லை.

ரெண்டு வருஷமாகக் கஞ்சிக்கென்று பாடுபட இறங்கியபோது தான், உலகம் எவ்வளவு பெரிசென்று தோன்றியது. ஆட்கள் எவ்வளவு செட்டு என்று பட்டது. காசுக்கு என்ன மதிப்பென்று விளங்கியது. வயித்துப் பசியின் சக்தி தெரிந்தது. அரசமரத்தடி சீட்டுக் கச்சேரி சகாக்களும் காசு பிடுங்கி பெண் சிநேகிதமும், பீடி புகைத்து, சட்டையும் பவிசுமாக உலாத்தியதெல்லாம் பிள்ளை விளையாட்டென்று நிதர்சனமாயிற்று. ஆரம்பத்திலெல்லாம் அம்மா, மிச்சம் வைத்திருந்த பித்தாளை இட்லிப் பானை, வாணலிச் சட்டி, இரும்புத் தேங்காத்துருவி, விறகு தறிக்கும் வெட்டுக் கத்தி, இப்படி ஒவ்வொன்றாக, காயலான் கடை, அடகுக்காரி வீடு என்று கொஞ்சம் கொஞ்சமாக விற்றுக் கொறித்தான். ஆர்யவைத்யன் எண்ணெயும், மண்சட்டி கஷாயமும் அம்மாக்காரியை இன்னும் ஓலைப்பாயில் அடித்துதான் போட்டது.

“மாடசாமி இது பக்கவாதம். உங்க அம்மைக்கென்ன சின்ன வயசா? கொஞ்சமாவது ரத்த ஓட்டம் இருந்துதுன்னா நாடியைப் பிரிச்சு நவரைக்கிழி சிகிச்சை கூடப்பாத்து ஆளெ தேத்தீரலாம். இது சாறுபிழிஞ்சு சக்கையான கதை... இனி இந்தப் படுக்கைதான். நீதான் இனிமே அதுக்கு, கைய்யி, காலு அல்லாம்...” என்று கையை விரித்துக் காட்டிய வைத்தியர்தான் மாடசாமியை வெளியுலகிற்கு இழுத்து விட்டது.

கொஞ்சநாள் மாடசாமி, மாட்டுத்தரகு வேல்சாமி கூடப் போய் வந்தான். அது அசந்தவன் தலையில் மிளகு அரைக்கிற வியாபாரம். மாசம் ஒரு வியாபாரம் தேறி வந்தால் – கிடைத்த அஞ்சு பத்தில், கைய்யாள், மாடசாமிக்கு, காபி சாயா சிலவிற்குத்தான் கண்டது... பிறகு, அரிசி மண்டிப் பக்கம், லோடு தூக்கிவிடுகிற வேலைக்குக் கைகொடுத்துப் பார்த்தான். அது ஆளை அமுத்தும் வேலையாகப் போயிற்று. ரேஷன் போடுகிற வாரத்தில், ரெண்டு நாள் கழுத்தை முதுகில் அழுத்தும் சுமை வேலை இருக்கும். ரெண்டே ரெண்டு தரம் டீ குடித்து, செமத்தியா ஒரு மிலிட்டேரி சாப்பாடும் சாப்பிட்டு மிச்சம் பார்த்தால், வீட்டில் அம்மாக்காரிக்கு அறுபதுகாசு சாப் பாட்டுப் பொட்டணம் வாங்க – அஞ்சு, பத்துப் பைசா குறைச்சல் பட்ட கதைதான்!

“மாடசாமி உனக்கு வேண்டாமடா இந்த மூட்டை தூக்குகிற யாவாரம். எப்படி ராஜாவாட்டம் இருந்துது என் பிள்ளை. இப்போ, இளைச்சு துரும்பா போயிட்டியே...”

“யேய் அம்மா... பாயும் படுக்கையுமா விளுந்தும் உனக்கு இந்த புத்திதானா? அட, நல்லாத் திரிஞ்ச காலத்திலியும், பிள்ளை பிள்ளை இன்னு கொட்டி, இப்போ இடுப்பு வளையமாட்டேங்கிது...

இன்னும் உனக்கு ராத்திரி கஞ்சிக்கென்ன செய்வே... அப்பன் சம்பாத்தியமா கொட்டிக் கெடக்குது?"

"மாடசாமீ, என் கதி, இப்படியா ஆவணும்? கண்ணு அவிஞ்சு போயிருந்தாக்கூட தவந்துபோய் ரெண்டு வீட்டுக்கு எச்சிக்காட்டி யாவது உன்னெ காப்பாத்தீருவேனே... இப்போ என் பிள்ளை, என் முன்னாலேயே எலும்பும் தோலுமா போறான்... நான் அடிச்சுப் போட்ட பெணமாட்டம் விளுந்து கெடக்கிறேன்..."

மாடசாமிக்கு, அம்மாவின் குரல் இருட்டிலிருந்து நெருப்பாகச் சுற்றி அடிப்பது போலிருந்தது...

'அம்மா, உன்னை நான் கொன்னே போட்டேனே அம்மா...' என்று விசித்தான். இருட்டில், பக்கத்துச் சுவருக்கு அப்பால் பால் மாட்டுக் கொட்டடியில் யாரோ சின்ன விளக்குடன் வந்து மறைவது தெரிந்தது.

'அட விடியிற நேரமாச்சு போல இருக்கே. மாடு கறக்க ஆள் வந்திட்டுதே' – என்று எண்ணினான். ஆனாலும் எழுந்திருக்கத் தோன்றவில்லை. மனதை வலித்துக் குடையத்தான் செய்கிறது. உடம்பு வலியாக வலித்தது. ஆனாலும் தூக்கந்தான் வரமாட்டேன் என்கிறது...

– தொடர்ந்து பட்டினி. ஒட்டுக் குடிசையின் ஓலைக்கூரை. ராத்திரி மழையில் திண்ணையும் சாக்குப் படுக்கைகளும் எல்லாம் தெப்பமாக ஈரமாகியிருந்தது. அம்மாக்காரியின் எலும்பும் தோலு மான உடம்பு குளிரில் நடுங்கிக்கொண்டு ஓலைப்பாயில் சுருண்டி ருந்தது. மாடசாமி, கந்தல் கிழிசல் துணிகளையெல்லாம் எடுத்து அம்மாவுக்குப் போர்த்திவிட்டு வெறும் தரையில் வெறிக்க வெறிக்க உட்கார்ந்திருந்தான். மாடசாமியின் புதிய வியாபாரச் சரக்குகள் மூலையில் அட்டைப் பெட்டியில் தொய்ந்துபோய் அடங்கியிருந்தது. தெரிந்தவர்கள், முகம் அறிந்தவர்கள், இப்படியாகக் கிடைத்த உதவி யில், மாடசாமி சின்னதாக ஒரு வியாபாரம் ஆரம்பித்தான். 'எது எடுத்தாலும் அரை ரூபா' வியாபாரம். சீப்பு, சோப்பு, பாசிமாலை, அலுமினியக் கிண்ணம், பீங்கான் தட்டு, பாச்சா உருண்டை, எலிசம் காரி பொட்டணம், இப்படி என்னென்னமோ... மாத முதல் தேதி வாக்கில், கச்சேரித் தெரு முனையில் சாய்ங்காலவேளை உட்கார்ந் திருந்தால் பத்து பதினைஞ்சு ரூபாய்க்கு விற்கும். முதல் போக ரெண்டு மூணு ரூபாய் தேறும். அம்மாவுக்கு சாப்பாடு, பலகாரம். கால்மேலுக்கு எண்ணெய், எல்லாம் போக பீடி, மறுநாள் காலை சாயாவிற்கு ஏகதேசமாகத்தான் மிஞ்சும். இதில் வியாபாரத்தில் பழைய சகாக்கள் யாரேனும் ஒன்று அரை கடன் வாங்கினால்

முதலுக்கு மோசம் வந்துவிடும். ஆக பதினைஞ்சு தேதி கழிந்ததா னால் பாடு எக்கச்சக்கம்! எது எப்படியானாலும் ராத்திரி பெட்டி யோடு திரும்பும்போது, திண்ணையில் 'வழிமேல் விழிவைத்து' படுத்திருக்கும் அம்மாவுக்கு சாப்பாட்டுப் பொட்டணம் வாங்கித்தரத் தவறுவதில்லை. இருபது தேதியிலெல்லாம், மாடசாமி, தன்வயிற் றுக்குப் பட்டினி காட்டிவிட்டு அம்மாவுக்குச் சோற்றுப் பொட்ட ணம் கொண்டு வருவான். வரவர அம்மா பாடு ஒரு தொந்தர வாகவே அழுத்த ஆரம்பித்தது. தள்ளாமையும் – இல்லாமையும் அதிகரிக்க அதிகரிக்க அம்மாவிடம், அற்பத்தனம் வளர்ந்து வருவதை அவன் உணர்ந்தான். 'மாடசாமி,' இந்தச் சோற்றுப் பொட்டணம் ஒரு வாய்க்கு காணமாட்டேங்கிது... நீ நெறைய ஓட்டலிலே சாப்பிட்டிருப்பே. அறுபது பைசாவுக்கு ஒரு பொட்ட ணம் சோத்தை வாங்கி இந்தான்னு கொண்டு வந்து வச்சுப்பிட்டு கடன் தீந்துதுண்டு பீடியைப் பத்தவச்சுக்கிட்டு போறே – இங்கே வயிற்றைக் காந்துது' என்று சொல்லும்போது மாடசாமிக்கு நெஞ்சுக் குள் பற்றி எரியும்.

"இந்தா பேசாமெ உள்ளதெ தின்னுக்கிட்டு கெட. இல்லாட்டா செத்தாவது தொலை..." என்பான்.

"ஆமடா இத்தனை வயசு வரைக்கும் உன் கட்டைக்கு உழைச்சு, சோறும் சொகுசுமா வளத்தினேன், உன்னியே. இப்போ என் கும்பிக்குக் கஞ்சி ஊத்த வக்கில்லே... நானா சாவணும்..." "ஆமா நான்தான் செத்துத் தொலையணும். அப்பத்தான் என் கர்மம் தீரும்." இதுபற்றி சலித்துக்கொள்ளும் மாடசாமிக்கு, தொழுவத்து சின்னானோ, பீடிக்கடை தாணுவோ சமாதானம் சொல்வார்கள்.

"மாடசாமி அவளும் உன்னை அப்படித்தான் பார்த்தா... அதுக்கு நீயும் ஒண்ணும் கொறை வைக்கல்லே. நீ பட்டினியா இருந்தும் அம்மாகாரிக்கு வாங்கிக் கொடுக்கிறதெல்லாம் எங்க ளுக்குக்கூட தெரியுந்தான். பாவம் வயசாளி. நோக்காடு வேற. ஏதாவது சொல்லத்தான் செய்வா. அம்மாவாச்சே..."

"பெத்தவளாச்சேன்னுதான் நானும் கட்டிக்கிட்டு அழுவுறேன். இல்லெ, என் ஒரு கட்டைக்கு என்ன வேணுமன்னே ரயிலோ, காரோ ஏறி எங்கியாவது கண்காணாத இடத்துக்குப் போயிட்டா கூட நிம்மதியா எம்பாட்டைப் பாத்திக்கிடுவேன். சவன் அம்மா வாச்சேன்னு பார்த்தா வர வர கல்லைக் கட்டிக்கிட்டு ஆத்திலே குதிச்ச கதையாப் போச்சு. இன்னைக்கு நாலு நாள் ஆச்சுண்ணே, சரியா ஒருவாய் அரிசிச் சோறு சாப்பிட்டு. சாயாவும் பீடியுமா வயித்தை எரிச்சு வச்சுக்கிட்டிருக்கேன். இந்தக் கிளட்டு ராட்டுக்கு ஒரு நாளாவது பொட்டணம் இல்லாமெ வந்திருக்கேனா கேளு...

இருந்தும் பேசற பேச்சு கேட்டா... பெட்டியிலே மூட்டைப் பூச்சி மருந்து கூட விக்கிறேன். ஒரு சின்ன சீசாதான். வாயிலெ கவுத்திக் கிட்டு செத்துப் போயிரலாம் போல இருக்குது..."

"மாடசாமி, இப்படித்தான் அப்பா இருக்கும். பெத்தவ. வயசாளி. ஒவ்வொண்ணையும் கண்டும் காணாமெதான் போணும்..."

"இல்லண்ணே. இதைக் கையைப் பிடிச்சி, பதம், எதமா தாங்கி, ஒண்ணுக்கா, வெளிக்கா, எல்லாத்துக்கும் கொண்டுபோய் விட்டு தண்ணியை ஊத்தி சீலையை உடுத்திவிட்டு, சோத்தை வாங்கிக் கொடுத்துப் படாத பாடெல்லாம் படுதேன். என்னப்பாரு, நல்ல துணி ஒண்ணு கட்டிக்கிட இல்லெ. தலைமுடி வெட்டிக்கிடணும்னு ஆறுமாசமா நெனைக்கேன்... எதுக்கு நான் இப்பிடி நாறணும்...? மாடசாமிக்கு அழுகையே வந்துவிடும் போலிருந்தது. பல்லைக் கடித்து முகத்தைத் திருப்பிக்கொண்டான்.

தரித்திரம் பிடுங்கித் தின்றது. அம்மாக்காரிக்கு அஞ்சாறு நாளாகக் காய்ச்சல் கண்டிருந்தது. அன்று சற்றுக் குறைந்திருந்தது. விடிந்ததும், கண்ணை முழித்து சோறு கேட்டாள். நெருப்பாகக் காய்ச்சல் கொளுத்திய போதெல்லாம், மாடசாமி மனசுக்குள் வேண டாத தெய்வமில்லை. 'சாமி கடவுளே, எப்பிடியும் எடுத்திட்டுப் போயிரணும். கெடந்தா அவளுக்கும் பாடு. எனக்கும் சங்கட்டம்' என்று வியாபாரத்திற்குக்கூடப் போகாமல், ரூபாய் கிடைத்த இடத் தில் ரூபாய், பைசா கிடைத்த இடத்தில் அதையும் வாங்கிச் செல வழித்தான். கடைசியில் என்னவென்றால், ஆறாவது நாள் கண்ணை முழிச்சி சோறு கேக்கறா. காய்ச்சலும் குறைஞ்சிருந்தது. மாடசாமிக் குத்தான் கண்ணை இருட்டியது. வியாபாரப் பெட்டியில் இனி மிச்சம் எதுவுமில்லை. அஞ்சாறு பொட்டணம் பாச்சாசம்காரி வில்லைகள், மூட்டைப்பூச்சி மருந்து நாலு சீசா... நல்லா விக்கிற பொருள் ஒன்றுமில்லை...

அன்று – மாடசாமி அம்மாவுக்கு சாப்பாடு வாங்கிக் கொடுத் தான். சுவரோடு சாஞ்சிருந்தது, காலை நல்லா நீட்டி, வசதியா இருந்து, கோழி தவிடு விழுங்குகிற மாதிரி வாரி வாரித் திணிச்சு சாப்பிட்டா. சின்னக் கலசம் நிறைய வெந்நீர் குடிச்சா...

"அப்பா மாடசாமி, இனிநான் கொஞ்ச நாளைக்கொண்ணும் சாக மாட்டேண்டா..." என்று சந்தோஷமாகச் சொன்னாள்.

"வேண்டாம் நீ சாக வேண்டாம். இப்பிடியே என்னைக் கொஞ்சம் கொஞ்சமா கொல்லு... கடைசியிலே அதுதான் நடக்கப் போவுது. நீ கெடப்பே. நான் அற்பாயுளிலே போவப் போறேன்..."

மறுநாள் பெட்டியைத் தூக்கிக்கொண்டு வியாபாரத்திற்கென்று போன மாடசாமிக்கு, என்ன செய்வதென்று ஒன்றுமே விளங்க வில்லை. கச்சேரி முக்கில் மைல்கல் பக்கத்தில் பெட்டியை அவிழ்த்து, பிளாஸ்டிக் காகிதத்தைப் பரப்பி அதில் மிச்சமிருந்த பாச்சா வில்லைகளையும், மூட்டைப்பூச்சி மருந்து சீசாக்களையும் எடுத்து வைத்தான்... ரோட்டில் வண்டி, கார்கள், மாடி பஸ், ஸ்கூட் டர், விதவிதமான ஆட்கள் போகிறார்கள், வருகிறார்கள். மாலை நேரம் மங்கி, அந்திப் பொழுது, பிறகு இருட்டு வந்தது. தெருவெல் லாம் விளக்குகள், இருட்டுக்கு மாலையிட்டு ஜகஜோதியாக்கி யிருந்தது.

மாடசாமியின் மனதில் இருட்டுத்தான் கவிந்திருந்தது. ஒரு பைசாவிற்குக்கூட விற்பனையாகவில்லை. யார் வீட்டிலும், பாச்சா தொந்திரவோ, மூட்டைப் பூச்சித் தொல்லையோ இல்லாமல் போயி ருக்கும்... 'காலையிலேயே போனியேடா மாடசாமி... பசி, சிறு குடலை, பெருங்குடல் திங்கிது... தெரியுமே நீ வெறுங் கையோட தான் வந்திருக்கே... பாவி, சண்டாளா, பெற்ற தாயைப் பட்டினி போடுதியே... நீ நல்லா இருக்கமாட்டே. ஆம்பிளையாடா நீ...'

மாடசாமி, ஒரு தீர்மானத்தோடு எழுந்தான். பெட்டியைக் கட்டி தலையில் வைத்துக்கொண்டான். நாயிடு கடையில், கெஞ்சிக் கூத்தாடி, 'இனிமே ஒரு நாள்கூட கேக்கமாட்டேன் நாயிடு அண்ணே... அப்பிடி கேட்டா ஏண்டா நாயேன்னி காறி மூஞ்சி மேலெ துப்பு; இன்னியோட சரி. இனி உன் பாக்கியைக் கொடுத் திட்டுதான் கேப்பேன். இப்போ ஒரே ஒரு பொட்டணம் சாப்பாடு கொடு' என்று கேட்டு வாங்கிக்கொண்டு இறங்கிய மாடசாமி, முக்கு தாண்டியதும், நாயிடு: 'பாவம் அவன்கூட சாப்பிட்டிருக்க மாட்டான். கிளவி சாகவும் மாட்டாமல் திண்ணையும் ஒழியாமல் கழுத்தறுக்குது... என்னதான் இருந்தாலும் பெத்தவ, பட்டினி கெடக்க பொறுக்கல்லே...' என்று சொல்லிக்கொண்டார்.

மாடசாமி வந்தபோது கிழவி முனகிக்கொண்டுதான் படுத் திருந்தாள் –

"அம்மா" என்று கூப்பிட்டான்.

"வந்திட்டியாடா மாடசாமி, எவ்வளவு நேரமா பசிச்சுச் செத் துக்கிட்டிருக்கேன். என்ன கொண்டாந்தே... மொதல்லே கால் களுவக் கொண்டாந்து விடு... சாப்பாட்டுப் பொட்டணமா கொண்டாந்தே..."

மாடசாமி, அம்மாவை இருட்டில் கொண்டுபோய் சுவரைப் பிடித்து உட்கார வைத்துவிட்டு வந்தான்...

எல்லாம் முடிந்த பின்பு பிரித்து வைத்திருந்த பொட்டணத்தை ஆவலோடு எடுத்து பொக்கு வாய் நிறைய அமுக்கிச் சாப்பிட்டாள்.

மாடசாமிக்குக் கண்ணையும் நெஞ்சையும் அடைப்பது போலி ருந்தது.

– சாப்பிட்டவள், வாந்தி வாந்தியாகக் கக்கினாள். 'அய்யோ அய்யோ' என்று வயிற்றையும் நெஞ்சையும் பிடித்துக்கொண்டு புரண்டாள். தலையைப் பிராண்டினாள். கண்ணை மலர்க்க மலர்க்க விழித்தாள்... 'மாடசாமி மூச்சை தெணறுதுடா... தண்ணி... தண்ணீ... என்று குரல் எழும்பாமல் கத்தினாள்... கடைசியில் வாயை வாயைத் திறந்தாள்... ஆவென்றாள்... கை தளர்ந்து சரிந்தது, கழுத்து குழைந்து தலை தொங்கியது...

'அம்மோவ் உன்னைக் கொன்னுட்டேன்... மூட்டைப் பூச்சி மருந்து சோத்திலே நெறையத்தான் கலந்தேன். நாலு சீசா மிச்ச மிருந்ததையும், நீ வெளிக்குப் போயிருந்தப்போ சோத்திலே கொளப் பினேன். ய....ம்...மோ...வ்... உன்னை நான் தீத்தே கட்டிட்டேன்... எனக்கும் மூச்சு முட்டுதே...'

– படக்கென்று கண்ணைத் திறந்தான் மாடசாமி. நன்றாக விடிந்திருந்தது. தொழுவத்துச் சின்னான், எதிரே சிரித்துக்கொண்டு நின்றிருந்தான்.

"உக்காந்திட்டே தூங்கிக் கனவு கண்டியா மாடசாமி? அம்மா செத்த ஞாபகம் நல்லா போகல்லே போலிருக்கு... அம்மோன்னு கத்தினியே..."

மாடசாமிக்குத் தூக்கிவாரிப் போட்டது.

"அம்மோன்னு மட்டுந்தான் கத்தினேனா? இன்னும் என்ன வெல்லாமோ பிதற்றினேன்போல இருக்கே..."

"என்னமோ நான் ஒண்ணும் கேக்கல்லே. அம்மோன்னு சத்தம் கேட்டுது. எட்டிப் பார்த்தேன்... நீ தூங்கி விழுந்து எழறே. அவ்வளவுதான்... மனசைப் போட்டு அலட்டிக்கிடாதே. எல்லாம் உனக்கும் நல்லதுதான். கிளவி போய்ச் சேந்துட்டா. இனி ஆக வேண்டிய உன் வேலையைக் கவனி... ஆமா."

சின்னு போய்க்கொண்டிருந்தான்... தன் மனதின் அந்தரங்கம் எங்கே அவன் புரிந்துகொண்டானோ என்ற சந்தேகத்தோடு, எழுந்து நின்று வேஷ்டியை உதறிக் கட்டிக்கொண்டான் மாடசாமி!

★

கோமதி

கோமதி நல்ல கறுப்பி. ஆனால், நல்ல மதமதத்த உடம்புக்காரி. திமிலெல்லாம் சும்மா அப்படி நந்திக்காளை மாதிரிதான். கைமுஷ்டி அளவுக்கு மேல் வளரவே வளராத குட்டைக் கொம்புகள். பரந்த முகம், யானைத் தும்பிக்கை மாதிரி திரட்சியான கை கால்கள். வெயில் அசைவில் பளபளக்கும் சரீரம். பால்மடி திரட்சியில், சிந்தியும் ஜேர்ஸியுமெல்லாம் கோமதியிடம் சேவகம் செய்ய வேண்டும். இத்தனைக்கும் கோமதி மலடு. ஆனால், இருந்தால் என்ன?

கோட்டை, ஸிட்டி பஸ் நிலையம் முதல் மேலப் பழவங்காடி ஓவர்பிரிட்ஜ் வரையில் உள்ள மெயின் ரோடு வட்டாரம், பிள்ளையார் கோயிலின் முன்புற மைதானம், கோட்டையினுள் சுவாமி கோயில் குளக்கரை, ஆனந்தாஸ்ரமச் சுற்று வட்டம், அரசமரத்தடி – இதெல்லாம் கோமதியின் சாம்ராஜ்ய ஆதிக்கத்தில் சேர்ந்தது. ஆனால், அவசியம் அத்யாவசியமாக கோமதியைச் சந்தித்தே ஆக வேண்டுமென்றால், கோட்டையின் இடதுபுறம் நெடிதுயர்ந்து நிற்கும் பஸ் ஸ்டாண்டு அருகிலுள்ள காற்றாடி மரத்தடியில்தான் பார்க்க வேண்டும். புத்தரிக்கண்டம் மைதானத்தில் காந்தியார் சிலை வைத்த 'பார்க்' வந்த பின்பு, ஸ்தல பெரியதனக்காரர்களான, கண்டன் வாசுவும் ஜாளிமணியனும் தலைக்கட்டு வேலப்பனும், முண்டாசு அவிழ்த்து வேர்வை துடைத்துக்கொண்டு கோமதி படுத்திருப்பதற் கருகில்தான் இளைப்பாற வருவார்கள். இதில் அவர்களுக்கு இரட்டை வசதி இருந்தது. இளைப்பாற ஒதுக்குப் புறத்திற்கு ஒதுக்குப் புறமாச்சு, பஸ்ஸுக்கு நிற்கும் இளசுகளை நோட்டம் விட்டது மாதிரியும் ஆச்சு. கோட்டை போலீஸ்காரர்கள் இவர்களுக்கு வாடிக்கைக்காரர்கள் ஆனதினால் அந்த வகையில் கவலையில்லை. பொதுஜனங்கள்தான் கழுதையாயிற்றே!

கோமதி, கோட்டை வட்டாரத்து 'கோயில் மாடு' என்பதை விட, கண்டன் வாசுவுக்கும் ஜாளிமணியனுக்கும் இஷ்ட தோழி யாகத்தான் உலாத்தி வந்தாள். மணியன் கோயில் சோற்றுப் புரையி லிருந்து சோத்துக் கட்டியும் காசு அதிகமுள்ள நாட்களில் பாயசக் கட்டியும்கூட வாங்கிக் கொடுப்பான். வாசு முறுக்கான் கடைகளில்

சேரும் பழத்தோல்களையெல்லாம் திரட்டி வந்து ஒவ்வொன்றாக கோமதியின் கடைவாயில் திணித்து ஊட்டிவிடுவான். சிலசமயம் கப்பைப் பழம் என்ற செவ்வாழைப்பழம்கூட வாங்கி வந்து கொடுப் பான். என்ன இருந்தாலும், கோமதிக்கு வாசுவைவிட, மணியனிடம் பற்று அதிகம் இருந்தது. சில மத்தியானப் பொழுதுகளில் கோமதி யின் மடிமேல் தலைவைத்துப் படுத்திருக்கும் மணியனை கோமதி ஒரு வால் அசைவால்கூட உபத்திரவம் செய்வதில்லை.

கோமதியின் சுதந்திரமான உலாத்தல் பஸ், இதர வாகனங் களின் போக்குவரத்திற்கும், அப்பாவிகளான பாதசாரிகளுக்கும் இடையூறு விளைவிக்கிறதென்று எத்தனையோ முறை கோட்டை போலீசுக்குப் புகார் போவதுண்டு. கார்ப்பரேஷன் கமிஷனர் வரைக் கும்கூட செய்தி எட்டியதுண்டு. பயன் என்ன? ஒரு போலீஸ் கான்ஸ்டபிளுக்கோ, ஒரு முனிசிபல் சிப்பாய்க்கோ, கோமதியை அணுகிப் பார்ப்பதற்குக்கூட சந்தர்ப்பம் கிடைத்ததில்லை. ஏனென் றால் இந்த மாதிரி அலமலங்கான சந்தர்ப்பங்களில் கோமதிக்கு எப்படியோ ஞானோதயம் ஏற்பட்டுவிடும். தன்னை கார்ப்பரேஷன் கொட்டடிக்குக் கொண்டு போகக் கயிற்றுடன் தூதுவன் வருகிறா னென்றால், அன்று பூராவும் கோமதி வட்டாரத்தில் வலை போட் டால்கூடக் கிடைக்காது. இரண்டு நாளில் நிலைமை தெளியும் போது கோமதி தார் ரோட்டில் குளம்பு தாளமிட ஒய்யார நடை நடந்து வருவாள். பஸ் ஸ்டாண்டில் படுத்துப் புரள்வாள், ரோட் டின் குறுக்காக குலுக்கிக்கொண்டு ஓடுவாள். பள்ளிக்கூட சிறுசுகள் பயந்து ஒதுங்க, தலை குலுக்கித் துள்ளி வருவாள். மத்தியானம் தன் சகாக்கள் மணியன், வாசு சமேதராக காற்றாடி மர நிழலில் இளைப்பாறுவாள். தந்திரம், சமயோசித புத்தி, வீரம், வீறாப்பு, விஸ்வாசம், சரசம், சண்டித்தனம் இதிலெல்லாம் கோமதி புத்திரிக் கண்டம் ‘தொழில்காரிகளை’ விட பதின்மடங்கு கெட்டிக்காரியாக விளங்கினாள். இல்லாவிட்டாலும் மனிதஜென்மம் ஒருவகையா என்ன?

கோமதிக்கு இந்தக் கோட்டை வட்டாரமும் சுற்றமும் புல்லுக்கு நிகராகிவிட்டிருந்தது. யாராவது புது போலீஸ்காரனோ, பாத சாரியோ அவளை நோண்டி விரட்டியடித்தால் சந்தடிமிக்க முக்கு ரோடாயிற்றே? திக்கென்று ஏதாவது எசகுப்பிசகு நடந்துவிடும். பாவம் அதற்கு கோமதி என்ன செய்ய முடியும்? அவர்கள் விரட்டும் போது அவள் குளம்பு தெறிக்க ஓடுவாள். குழந்தையைக் கையைப் பிடித்துக்கொண்டு வரும் பெண்பிள்ளையோ மார்மேல் புத்தகங் களை அணைத்துக்கொண்டு வரும் ஆப்சாரிக் கன்னிகளோ அதைக்கண்டு பயந்து ஒதுங்குவார்கள். பஸ் வந்துவிடும். சைக்கிள் வரும். லாரிகள் வந்து பிரேக் அடித்து ஒதுங்கும். இமைப்பொழுதில்

ஏதேனும் ஒரு மோதல் சம்பவம் நிகழலாம். கோமதி ஒன்றுமே அறியாமல் கணபதிகோயில் கோட்டைப் பக்கமோ, குளத்தங்கரைப் பக்கமோ போய் ஒதுங்குவாள். இங்கே முச்சந்தியில் அவள் 'பழி' உடைத்து வாரிக்கொண்டிருப்பார்கள். "அந்தக் கடா மாட்டை போலீசாலேயும் அடக்க முடியாது. சனியன் இப்படி ஒண்ணும் அறியாதவங்களைச் சங்கடத்திலே மாட்டிப்புடுதே" என்று குரல் வரும்.

"ஆமா கார்ப்பரேஷனிலிருந்து பவுண்டு கட்டி வச்சிருக்காங்க. ஆளுக வேற இருக்குது. சவம் ஒரு தெரு மாட்டெக் கட்டிப்போட வக்கில்லேன்னா கேவலமாத்தானே போச்சு. எத்தனை கட்சிக் காரங்க இந்தப் பழவங்காடி மைதானத்திலே வந்து பிச்சிருவேன் புடுங்கிருவேன்னு பொதுஜன சேவை பேசீட்டுப் போறா. இது இந்த நடுரோட்டிலே மனுஷன் மூக்கு நுனியிலே நடக்கிற அநீதி, கேக்க நாதியில்லே."

"ஆரப்பா அது பெரிய அநீதியைக் கண்டுட்டது. அது வாயில்லாத பிராணி. அது பேசாமெ அந்த மரத்து மூட்டிலேதானே படுத்துக்கிடந்தது. வேலீலே போறதெப் புடிச்சு காலிலெ விட்டிட்டு கொடையுது கொடையுது என்றால் என்ன புண்ணியம்? அதன் வாலைப்புடிச்சுத் திருகி விரட்டினா பாவம் அது என்ன செய்யும்? அதுக்கு பஸ் வரும்னு தெரியுமா? பள்ளிக்கொடம் போற பிள்ளையின்னு தெரியுமா? பிராண வெப்ராளத்திலே அது பாஞ்சு வரத்தான் செய்யும். மனுஷங்களுக்கே தலைக்கு வெளி இல்லேன்னா மிருகம் அது என்ன செய்யும்?" இந்த நியாயம் பேசுவது? ஜாளி மணியோ, கண்டன் வாசுவோ, அவங்க சேக்காளிகளில் யாராகவாவது இருக்கும். அந்த முரட்டு நியாயத்தின் முன் போலீஸ்காரன்கூட 'அதுவும் சரிதான்' எனும் தோரணையில் தொப்பியைக் கழற்றித் தலையைத் துடைத்துக்கொண்டு ஒதுங்கிப்போய்விடுவான்.

கோமதி கோட்டை முக்கில் ரொம்பச் சின்ன வயதில் வந்து சேர்ந்தவள். 'கூவக்கரெ மடத்தில்' ஏதோவொரு சாஸ்திரிகளுக்கு திவஸதானமாக வந்த சொத்து, கோமதி. அமாவாசிக்கெடுவில் அவள், வாலைத் தூக்கிக் கத்தும்போது எல்லாம் சாஸ்திரி பொலி மாட்டுக்காரனிடம் அவளை அழைத்துப்போகத் தவறியதேயில்லை. ஆனால், என்ன செய்வது? அப்பேர்ப்பட்ட கராச்சி இணைக்குக்கூட கோமதியைத் தாயாக்க வலுவற்றுப் போய்விட்டது. அப்போது தான் சாஸ்திரிகளுக்கு, தானம் கிடைத்த பொருளின் மேல் சந்தேகம் வந்தது. அவர் வெட்டினரி டாக்டரிடம் கோமதியை இழுத்துக் கொண்டு போனார். உள்ளங்கை நெல்லிக்கனி போல உண்மை வெளிவந்தது. கோமதி மலடு!

சாஸ்திரிகள் பாவம். யானையைக் கட்டித் தீனி போட அவரால் முடியவில்லை. யாராரோ அறுவைக்காரர்கள் வந்து கேட்டார்கள். சாஸ்திரிகளின் அகத்துக்காரிக்குக் கிடைத்த விலையில் சனியனைத் தள்ளிவிடுவதில் விருப்பம்தான். ஆனால், வேதம் படித்த சாஸ்திரிகள் கோமதிக்கு பயந்தார். ஒருநாள் இரவோடு இரவாக கோமதியின் தும்பை அறுத்து ‘எக்கேடோ போ’ என்று விரட்டி விட்டார்.

பாவம் கோமதி, தெருவுக்கு வந்தாள். வந்த புதிதில் அவள் வாய்க்கு வந்ததையெல்லாம் தின்று வைத்தாள், வரவர தெருவாசகம் பழகப்பழக குப்பைக் காகிதங்கள், எச்சில் இலைகள்கூடத் தின்றாள். பஸ் ஸ்டாண்டில் வரிசையாக தினத்தாள்கள், கலர் கலராக சஞ்சிகைகள் எல்லாம்கூட அந்த பேப்பர் பையன்களிடம் புடுங்கித் தின்றாள். அசட்டையாக பஸ்ஸுக்கு நிற்கும் பெண்களின் புடவை நுனிகளை ருசிபார்க்க முயன்று அடிபட்டு ஓடியதும் உண்டு. அகப்பட்ட நுனியை சுவைத்துப் பார்த்ததும் உண்டு. இப்படியாக கோமதிக்கு முச்சந்தி பெரியதனக்காரர்கள், ஜாளிமணியன் கோஷ்டியினரின் பரிச்சயம் கிட்டியபோது கோமதி ஓரளவு மரியாதைக் குட்டியாக மாறியிருந்தாள். அவர்கள் கோமதிக்கு உதவியது போல அவர்களுக்கு கோமதியும் பல வகையிலும் உதவியாக இருந்தாள்.

தேர்தல் காலத்தில் புத்தரிக்கண்டம் மைதானத்தில், தினம் தவறாமல் கட்சிக்காரர்களின் பொதுக்கூட்டம் திமிலோகப்படும். வடக்கே இருந்து பெருந்தலைவர்களெல்லாம் வந்து சொற்பொழி வாற்றுவார்கள். ஒரு சமயம் காளைச்சின்னக் கட்சிக்காரர்களின் கூட்டம் ஒன்று நடந்துகொண்டிருந்தபோது – யாரோ கோமதியின் பளபளத்த கறுப்பு உடம்பின் மேல் பெரிய சுண்ணாம்பு எழுத்துகளால், ‘என் கணவருக்கு வோட்டு இல்லை’ என்று எழுதிக் கூட்டத்திடையே விரட்டிவிட்டார்கள். கோமதி – பாவம், கூட்டத்தின் கூச்சல் நடுவே அகப்பட்டபோது மிரண்டு ஓட ஆரம்பித்தாள். அவ்வளவுதான் கண்ணீர்ப்புகைப் புரளியில் அகப்பட்டது போல கூட்டம் சிதறி ஓடியது. கடைசியில் காரணம் ஆராய்ந்த தலைவர் முன்னால் கோமதியைச் சுட்டிக்காட்டியபோது, அவளது மேனியில் பொறித்திருந்த வாசகங்களைப் பார்த்து புன்முறுவல் செய்யத்தான் முடிந்தது. அந்த முறை காளைக் கட்சிக்காரர்கள் உண்மையிலேயே ஓட்டுப்பெறாமல் போய்விட்டார்கள். அதிலிருந்து வட்டாரத்தில் கோமதியின் மதிப்பு அதிகமாயிற்று!

கிழக்குக் கோட்டையின் சந்தடியும், பிளாட்பாரக் கடைகளும், சிட்டி பஸ்நிலையம் விரிவுபட்ட நிலையும், நிரந்தர நாடக அரங்கின் தோற்றமும், கோட்டைச் சுவரை இடித்துப் புதிதாக அமைந்த

ஹோமியோ ஆஸ்பத்திரியும் காந்தி பார்க்கும் எல்லாம் ஆகிவந்த போது – நாற்சந்தியின் கலகலப்பு முன்னதைவிட அதிகமாயிற்று. இதையெல்லாம் கோமதிக்கும், அவள் சகாக்களான ஜாளிமணி கோஷ்டியினருக்கும், பஸ்நிலையத்து மத்தியான ஓய்வெடுப்பு அசாத்தியமான காரியமாக இருந்தது. இதில் கோமதியை அதிகமாக விரும்பும் மணியன்தான் ரொம்ப கவலைப்பட்டான்...

இந்த அலமலங்கள் காலகட்டத்தில்தான் அந்தச் சம்பவம் நடந்தது... பஸ் நிலையத்து சிமிண்டு கூரைக் கொட்டகையின் ஓரத்தில் இருக்கும், வெற்றிலை பாக்குக் கடை – செக்ஸ் புத்தகக் கடைகளுக்கும் அப்பால், ஹோமியோ ஆஸ்பத்திரிக்கும், கோட்டை மதிலுக்கும் ஓரத்தில் குப்பைமேட்டுப் பகுதியில், கோழிக்கூடு போலத் தகரப் புரையொன்றில் ராத்திரிவாசம் மட்டும் செய்யும் தொழில்காரிதான் சம்பவத்தை அம்பலமாக்கியவள்!

இரவில், கோமதி அந்தத் தகரக் கொட்டகைப் பக்கம் ஒரு ஓரமாக அசை போட்டுக்கொண்டு படுத்திருப்பாள். இருட்டு வாக்கில் கோமதி அங்கே படுத்திருப்பது தெரிந்தவர்களுக்குத்தான் தெரியும். அன்றிரவு தொழில் காரியத்தைத் தேடிவந்த 'கிராக்கி' ஒருவன் இருட்டில் கோமதி மேல் தடுக்கி விழுந்தான். விழுந்தவன், கோமதியின் காதலனிடம் செம்மையாக உதை வாங்கிக்கொண்டு தகரக் கொட்டகையில் தஞ்சமடைந்தான். "அடி ஆத்தாடி இங்கே மாடும் தொழில் நடத்துற சங்கதி தெரியாமை தெரியாத்தனமாப் போய் விழுந்துட்டேனே" என்ற அவனது பரபரப்பு – விடிந்த போது பெரிய விஷயமாக உருவெடுத்தது. கோமதிக்குக் கட்டிச் சோறும், காரியமும் பார்க்கும் ஜாளிமணியனுக்கு கோமதி மேல் சுமத்திய இந்த 'அபாண்டம்' சகிக்க முடியாத காரியமாகப் போய் விட்டது. அவன் அந்த இரவுக் கிராக்கிக்காரனிடம் காரியம் கேட்க வந்தபோது பேச்சு முற்றி சங்கதி பெரிசாகிவிட்டது. "டேய் எங்க ளுக்கு பைசா கொடுத்தால் நல்ல மனுசப் பொண்ணுக கெடைப்பா. உன்னப் போலத்தவனுகளுக்கு ஓசிலெ பணியெடுக்கணும்னா, மாடுதான் லாய்க்கு... இதுக்கு என் மேலே ஏன் ஏறுறே" என்று அவனும் விடாமல் கேட்டான். கண்டன்வாசு, ஜாளிமணி, தலைக் கட்டு வேலப்பன் எல்லோருமாகச் சேர்ந்தபோது, ரசாபாசம் முற்றியது. கூட்டமும் கூடிவிட்டது. போலீஸ்காரர்களுக்கு என்ன செய்வது என்று தெரியாததினால் – லத்திக்கட்டையால் கோமதியை நாலு வாங்கு வாங்கி முக்கை விட்டு விரட்டத்தான் முடிந்தது. கூட்டமும் எள்ளிநகையாடிக்கொண்டு கலைந்து போயிற்று.

மறுநாள் காலையில், மறுபடியும் முருங்கை மரத்தில் என்பது போல கோமதி பிரசன்னமானாள். இந்த மாதிரி நிலையில்தான் கோமதி பிரச்சனை பெரிய காரியமாக எல்லோருக்கும் பட்டது.

இருபத்திநாலுமணி நேரத்தில் கோமதியைப் பிடித்துக் கட்டி பவுண்டில் அடைக்க வேண்டியது அல்லது குடப்பனைகுன்னு அனிமல் ஃபாமுக்கே கொண்டுபோயிர வேண்டியது என்று சிட்டி டிராபிக் போலீஸ் கமிஷனரிடமிருந்து ஆர்டரையும் வாங்கிக்கொண்டு, கார்ப்பரேஷன் சிப்பந்திகள் வெள்ளைக்கயிறு, கம்பி கப்படாவுடன் வந்து நின்றார்கள். ஆனாலோ? காரியத்தில் இறங்கியபோதுதான் கோமதியைப் பிடிப்பது எவ்வளவு பெரிய காரியமென்று பட்டது. கார்ப்பரேஷன் சிப்பந்திகள் இரும்புக் கம்பிகளும், விரல் கனத்து நூல் கயிறுமாக, வித்தை பதினெட்டும் பயிற்றியும்கூட கோமதி சுருக்கில் விழுவதாக இல்லை. பிடரிப் பக்கம் போனால், மஞ்சு விரட்டுக்காளை போலக் குலுக்கிக்கொண்டு ஆளை உதறியெறிந்தாள். கயிற்றை வீசிக் கால்களைச் சுருக்கிடச் செய்த சாகஸம்கூடப் பலிக்கவில்லை. கயிற்றை வீசும்போது பந்து போல் துள்ளி, கால்களைச் சொடக்குவிட்டுக்கொண்டு வேறு பக்கம் ஓடினாள். முச்சந்தியாயிற்றே, கூட்டம் 'ஜே'யென்று கூடிவிட்டது. கோமதிக்கு வட்டாரத்தைவிட்டுத் தப்பித்துப் போவதும் முடியாத காரியமாயிற்று. மனுஷப் புத்திசாலிகளின் வித்தைகளுக்குப் போக்குக் காட்டி, அசந்துபோன அவள் வாயிலிருந்து நுரை வழியலாயிற்று. இரண்டு மூன்று தரம் சாணி வேறு உதிர்த்தாள். அம்'மோவ்' என்று, கொலைக் குரலாக, அலறினாள். கழுத்தை வளைத்துக் கொண்டு – கொம்புகளைக் காட்டி, திமிறிப் பாய்ந்து பார்த்தாள். கூட்டம் விலகி நின்று கூக்குரலிட்டதே தவிர, விலகி வழிவிடுவதாக இல்லை. கோமதி வசமாகச் சிக்கிக்கொண்டாள். இனித் தப்பிப்பது ஆகாது காரியம் என்று ஜாளிமணியும் வாசுவும் கண்டனும் கூட மனத்தளர்ந்து போனார்கள். ஜாளிமணி தான் திக்பிரமை பிடித்தவனாகக் கூட்டத்தோடு நின்று கோமதியின் போராட்டத்தை, வேதனையோடு கவனித்துக்கொண்டிருந்தான். 'பரவாயில்லை கோமதி பணிஞ்சு போயிடு. பவுண்டிலேதானே அடைப்பாங்க... உத்தரவாதம் கொடுத்து நான் உன்னை மீட்டுறுவேன்' என்று வாய்விட்டுத்தான் சொல்லவில்லை.

"டேய், என்ன நீங்க இந்தப் பொட்டை மாட்டைப் பிடிக்கிறதுக்கு இந்தக் குதிரை வேட்டை நடத்துறீங்க – அந்த – ஜாளி மணியன்தானே நிக்கிறான். கயித்தை அவன்கிட்டே கொடுத்தா பேசாமெ அதை இழுத்து வந்து உங்க கையிலே கொடுத்திட்டுப் போறான். அதுக்கில்லாமெ முச்சந்தியிலே இந்தக் கூட்டம் போட்டுக்கிட்டு எத்தனை பெரிய எடைஞ்சல்... இந்தாப்பா மணியா, கயித்தை வாங்கிட்டுப் போய் காரியத்தை முடிச்சுக் கொடுத்திரு..." இந்த அதிகாரத்தோரணை – அங்கே வந்து சேர்ந்த டிராபிக் போலீஸ் இன்ஸ்பெக்டரின் குரலாக வந்தபோது – மணியன்கூட

அசந்துதான் போனான். ‘அட கடவுளே! கடைசியிலே நான்தானா – கோமதியைப் பிடிச்சுக் கட்ட நேரணும் என்று எண்ணியவன்; “இல்லை, எஜமானே, என்னையும் இந்த அறம் பெறந்த மாடு இடிச்சுத் தள்ளீடும்” என்று மறுத்துப் பார்த்தான் மணியன்.

“ஒன்னே ஒண்ணும் செய்யாது. அப்படிச் செய்தா – இந்தா பாத்தியா – துப்பாக்கி ரெடியாத்தான் இருக்கு – இப்போ நீ பிடிச்சுக் கொடுக்காட்டா கடைசி வழி அதுதான்... சவம், கேவலம் ஒரு மாட்டை ஒழிச்சுக்கட்டலையானா என்ன இது பெரிய மடத் தனமாயில்லா போயிடும். இத்தனையும் நாள் பார்த்தாச்சு. இதுதான் கடைசி... உம், உம், கயிற்றை எடுத்துக்கோ...”

என்ன செய்வான் அவன்? ஸ்காவிஞ்சர் கையிலிருந்து கயிறு அவன் கைக்கு மாறியது – மிரண்டு ஓரமாக கால்களை உதறிக் கொண்டிருந்த கோமதி இந்தக் காட்சியைப் பார்க்கிறாள். அவள் காதுகள் சட்டென்று சிலிர்த்து மேலெழுகின்றன... நிமிர்ந்து நின்று கயிற்றோடு தன்னைநோக்கி வரும் மணியனைப் பார்த்துக் கொள் கிறாள்... அவ்வளவுதான். தொபுக்கட்டீரென்று நின்ற நிலையில் கீழே விழுகிறாள்... கண்கள் மேல் செருகி வெள்ளை விழிகள் மட்டும் பரபரக்கின்றன.... திடும்திடுமென்று கால்கள் நாலு திசை யிலும் தறிகெட்டு நிமிர்ந்துவிட்டன... வாயில் நுரை பெருக்கிடு கிறது... பெரிய வயிறு... ‘பம் பம்’ மென்று வேகமான துருத்திபோல மூச்சு வாங்குகிறது. வால்பக்கத்தில் சாணி தள்ளுகிறது... அவ்வளவு தான்!

“அய்யோ பாவம். அந்த வாயில்லா ஜீவனைப் படாதபாடு படுத்தி – அது நீட்டி நிமிர்ந்துவிட்டதே... நாயை அடிச்சானாம் பீயைச் சுமந்தானாங்கிற கதையாச்சு... இனிக் கூட்டா அழுங்க” என்று ‘கோ’ கொட்டியது கூட்டம்.

மணியனுக்குத்தான் அம்போவென்று ஆகிவிட்டது. ‘ஐயோ கோமதி. நான் நினைக்கவில்லையே – நீ இப்பிடி தளந்திருவேன்னு. அப்படி என்ன உனக்கு நின்ன நெலையிலே வந்துட்டுது என்று எண்ணியவாறு – கோமதியின் அருகில் போய் முகத்தை உற்றுப் பார்த்தான். மனங் கலங்க – அவள் வாயில் இன்னும் நுரைத்து வழியும் திரவத்தைத் துடைத்தெறிந்தான். வயிற்றைத் தடவினான். கால்களை நேர்செய்து வைத்தான். பாதி மூடியிருந்த கண்களைப் பார்த்தபோது புருவமட்டத்தில் கருவிழிகள் படபடவென்று ஆடு வது தெரிந்தது. “இன்னும் சாகவில்லை. யாராவது மிருக டாக்டரைக் கூட்டி வந்தா தேவலை” என்று சொன்னான் அவன்.

"ஆமாம் இதுக்குப்போய் இனி டாக்டரு... சரிதான், சனியன் ஒருவழியாத் தொலைஞ்சுது. எதுக்கும் குடப்பனைகுன்னுக்குக் கொண்டு போகலாம். பொழைச்சா பவுண்டிலே அடைக்கிறது, இல்லே, கடப்புற மணல்காடு இருக்கவே இருக்குது..." என்று அதிகாரக் குரல் வந்தது.

"யாரப்பாது. வாணியங்குளம் சானிட்டரி ஆபீஸிலே போய் வண்டி கொண்டாங்க. சீக்கிரம். நடுரோட்டிலே கெடக்குது, சனியன்... ஆளுங்க எட்டிப் போங்க சார்.. இனியென்ன வேடிக்கை பார்க்கிறது வேண்டிக் கெடக்குது..."

கதை ஒருவாறு அரைகுறைப்பட்ட அஸ்வாரஸ்யத்தில் கூட்டமும் கொஞ்சம் கொஞ்சமாக விலக ஆரம்பித்தது. அந்தி சாய்ந்து இருட்டும் நன்றாகக் கவிழ்ந்திருந்தது. பழவங்காடி பிள்ளையார் கோயில் மணி கம்பீரமாக ஒலிக்க ஆரம்பித்திருந்தது. கோட்டையுள் – காற்றாடி மரங்களிலிருந்து வெளவால்கள் கூட்டம் கூட்டமாக கிழக்குப் பக்கமாகப் போய்க்கொண்டிருந்தது. ஸிட்டி பஸ்கள், கார்கள், சைக்கிள்கள், வண்டிகள், பாதசாரிகள் போய்க்கொண்டும், வந்துகொண்டுமிருந்தன. நிரந்தர நாடக அரங்கின், நியான் விளக் கொளி – கோமதி படுத்திருந்த பக்கத்தில் கொஞ்சமாக இருட்டைக் கழுவிக்கொண்டிருந்தது. ஜாளிமணியன் தாலியறுக்கப் போகும் மங்கையைப் போலத் தலைகுனிந்த வண்ணம் கோமதியின் அருகி லேயே நின்றிருந்தான். உடன் நின்ற கார்ப்பரேஷன் ஸ்காவஞ்சர் இரண்டுபேரும், நின்ற சோர்வை ஆற்றிக்கொள்ள பீடி புகைக்க ஒதுங்கி நின்றார்கள்.

ஜாளி, கோமதியின் முகத்தையே பார்த்துக்கொண்டிருந்தவன் சட்டென்று கண்களைத் திறந்து, மெல்ல சுற்றும்முற்றும் பார்ப் பதைக் கண்டதும் வியப்படைந்தான். மறுகணம் கோமதி மெல்ல தலையைத் தூக்கிப் பார்த்தது. அருகில் நிற்பது ஜாளிதான் என்பதைத் தீர்மானித்துக்கொண்டதும், மெல்ல உடம்பை ஒதுக்கி, கால் களைச் சீராக்கி சட்டென்று எழுந்து நின்றது. ஒரு கணம்தான் பீடிப்புகையின் ஸ்வாரஸ்யத்தில் ஸ்காவஞ்சர்கள் திரும்பிப் பார்ப் பதற்குள் கோமதி, பிடித்தாளே ஓட்டம்... மெயின் ரோட்டில் நேராக வடக்கு நோக்கி, குளம்பு தெறிக்க ஓடினாள். "யாரப்பா, பிடிங்க அந்தத் தந்திரக்கார மூதேவியை" என்றபோது ஜாளியும் கோமதி யைத் தொடர்ந்து ஓடினான். திடுதிப்பென்று நடந்தேறிவிட்ட நிகழ்ச்சியை ஒருவாறு ஊகித்துக்கொண்ட பஸ் ஸ்டாண்டு கூட்டமும் கொஞ்சதூரம் பின்னால் ஓடியது.

வடக்கேயிருந்து பழவங்காடியை நோக்கி, மாபெரும் கட்சி ஊர்வலம் ஒன்று வந்துகொண்டிருந்தது. கோமதியும் பின்னால்

ஓடிவந்த ஜாளியும் ஊர்வலம் முக்கு தாண்டுவதற்குள் திருப்பத்தைக் கடந்து ஓடிவிட்டார்கள். துரத்தி வந்த ஸ்காவஞ்சர்களும் போலீசும், உதிரிகளும் ஊர்வலத்திற்கு முன்னால் தேங்கி நிற்கும்படி ஆயிற்று.

ஒவ்வொரு கோஷமாக விஸ்தாரமான மொழியில் உருவிட்டுக் கொண்டு, கொடிகளை வீசியவாறு ஊர்வலம் முக்கு தாண்டிச் செல்ல ஒரு மணி நேரமாயிற்று, பிறகென்ன?

பிறகு, கோமதியையும், பின்னால் ஓடிப்போன ஜாளி மணியையும் பழவங்காடி வட்டாரத்தில் யாருமே பார்க்கவில்லை. ரெம்ப நாள் கழித்து பன்னிரண்டு மைல் அப்பாலுள்ள நெய்யாற்றின்கரை என்னும் இடத்தில் மணியையும் கோமதியையும் தெருவில் பார்த்ததாக டிரான்ஸ்போர்ட் டிரைவர் ஒருவர் சொன்னதாகச் சொன்னார்கள்.

★

நொண்டிச் சாக்கு

“அய்யா, சாமி... ரெண்டு காலும் இல்லாத மொடவன் அய்யா... ஒங்களெப்போல ஓடியாடிப் பாடுபட முடியாத பாவி அய்யா. ஒரு ரெண்டு பைசா, அஞ்சு பைசா தர்மம் செய்யுங்க, தரும தொரையிங்களே, பாடுபட முடியாத நொண்டி சாமி, ஒரு தர்மம் போடுங்க புண்யவாங்களே...”

அன்னியூர் சந்தை பஸ் புறப்பட்டுப் போவதற்கு இன்னும் சிறிது நேரமே பாக்கியிருந்தது. நொண்டி துரைப்பாண்டி தனது மரக்கால் துணைகளைக் கையிடுக்கில் ஊன்றிக்கொண்டு, பஸ்ஸைச் சுற்றிச் சுற்றி வந்து, தன் தொழில் முறை வசனங்களை – கேட்போர் மனம் உருகும் வண்ணம், இறங்கிய குரலில் இழைந்தும் நயந்தும் பொழிந்துகொண்டிருந்தான்.

“புளியங்குடி, மானாசத்திரம். தோப்புக்கடவு... ஏறுங்க, ஏறுங்க. ஆரு சாமி அது டிக்கட் வாங்கிக்காமெ எங்கே ஓட்டம்? இந்தாம்மா பெரியம்மா உங்களெத்தான்... தோ இங்கே டிக்கட் வாங்கிக்கிட்டு பஸ் உள்ளார போய் ஒக்காரு... அட, சில்லறை கொண்டா சாமி... இதென்ன பெரிய தொந்திரே... புளியங்குடியா? அறுவது காசு, கொண்டா ஜல்தி...” பஸ்ஸிற்கு வெளியே சிறிய கும்பலின் இடையே கண்டக்டர் கதறிக்கொண்டிருந்தான். காக்கி உடையில் அவனது குட்டை உருவம், கூட்டத்திற்கு வெளியே தெரியவில்லை.

“சாமி, தர்மவான்களே...” என்ற துரைப்பாண்டியின் குரல் தான் இரைச்சலை எல்லாம் மீறி இன்னும் அழுத்தமாகக் கேட்டது. பஸ்ஸின் இடதுபுறத்து முன்வரிசை இருக்கையில் அமர்ந்திருக்கும் அந்தத் துப்பட்டித் தலைப்பாகைக்காரரிடம், இன்றும் வழக்கம் போல, துரைப்பாண்டியின் சாகசமும் இரங்கற்பாவும் எதுவும் பலிக்கவில்லை.

“அடே போப்பா. எத்தினிவாட்டி சொல்றது. சில்லறை இல்லை போ” என்று, இடது உள்ளங்கைக் குழியிலிருந்து எதையோ எடுத்து சுவாரஸ்யமாகக் கொறித்துத் தின்றவாறு அலட்சியமாகப் பதில் சொன்னார், துப்பட்டிக்காரர்.

“பத்துப் பைசா கொடு சாமி, சில்லறை நான் தாறேன். ஒரு நொண்டி மொடவனுக்கு தர்மம் செய் சாமி. புண்ணியமுண்டு. நானும் உங்களெப்போல ஓடியாடிப் பாடுபட முடியாதவன் சாமி...”

துரைப்பாண்டி விடாக்கண்டன் என்றால், அந்தத் துப்பட்டி தலைப்பாகைக்காரர் கொடாக்கண்டனாகவே இருந்தார்.

கண்டக்டர் ரைட் கொடுத்துவிட்டான். பஸ்ஸும், அந்தப் பதினைந்து நிமிஷ நேர ஓய்வு போதாததுபோல, சிணுங்கி கனைத்து, புகையை உமிழ்ந்து, ஒரு உலுப்பு உலுக்கிக்கொண்டு புறப்பட்டுச் சென்றது. பஸ் வந்து நின்ற எங்கள் காவடியூர் பஞ்சாயத்தின் செம்மண் ரோட்டில் கழிவுப் பொருள்போல ஆயில் மிச்சமும், டயர்களின் தடமும் தெளிந்து கிடந்தன. பஸ்ஸைச் சுற்றி நின்று தங்களது சின்னஞ்சிறிய வியாபார முறைகளைப் பிரயோகித்துக் கொண்டிருந்த, பலூன்காரன், நிலக்கடலைக்காரன், இஞ்சி மொரப்பா, நூல் சீப்புக்காரன், ‘நடிகை அஞ்சனா தேவியின் அந்த ரங்க காரியம்’ புத்தகம் விற்பவன் எல்லோரும் அங்கிங்காகக் கலைந்து போயினர். இனி அடுத்த சந்தை பஸ் சாயங்காலம் அஞ் சரைக்குத்தான் வரும். அதுவரையில் பஸ் நிலையத்தில் வேறு நாதியில்லை. வெயிலுக்கு சளைக்காத செம்பன் நாயும், நாயை விடாத ஈக்களும்தான் அந்தப் பாழ் வெயிலில் மிச்சம்!

துரைப்பாண்டி வழக்கம்போல என் கடையின் வடக்குத் திண்ணை ஓரத்தில் வந்து அமர்ந்துகொண்டவன், கை, டின் வருமானத்தை மடியில் கொட்டி எண்ண ஆரம்பித்தான். அவன் கைத்தடிகள் இரண்டும் ஓரத்தில் சாத்தி வைக்கப்பட்டிருந்தன...

“என்ன தொரைப்பாண்டி இந்தக் கெடு சந்தைக்கும் உன் பாச்சா அந்தத் துப்பட்டிக்காரர்கிட்டே பலிக்கல்லெ போலிருக்கே. பஸ் வந்து நின்றதும், அவர் பாட்டுக்கு தலைத் துப்பட்டியை எடுத்து முகத்து வேர்வையை ஜோரா தொடச்சுக்கிட்டாரு... அப்பறம் நீண்ட மணிபர்ஸைத் தெறந்து துட்டு எடுத்து ஆயாக்காரிகிட்டே, பொரிகடலை வாங்கினாரு... பலே ஆளுப்பா அந்த ஆளு... இன்னைக்குக் கொடுத்தாரா காசு? நான் பாத்துக்கிட்டேதான் இருந்தேன். ஆனால், ஒரு கிழிசெ தைக்க ஆள் வந்திரிச்சி, அப்பறம் பஸ் பெறப்பட்டதும்தான் பார்த்தேன்... நீகூட சில்லறை தாறதா சொன்னியே, கேட்டுக்கிட்டுதான் இருந்தேன்... என்னாச்சு?”

“அட, இரு சாமி, என்னா சேந்திருக்குதுன்னு பாத்துக்கினு வந்து சொல்றேன்... தெய்யக்கார சாமி, ஒரு கணக்கு போட்டுக் கவேன். அஞ்சு பைசா சல்லி ஒரு மூணு. மூணு பைசாவிலெ ஒரு நாலு, ரெண்டையும் சேத்துக்க, அப்பொறம் ரெண்டு காசு

சல்லியிலெ ஒரு பன்னண்டு ஆச்சா, ஒரு காசா ஒரு பதிமூணு சேத்துக்க. எம்பிட்டு ஆவுது சொல்லேன்... இன்னைய சந்தெ ரூட்டு கெராக்கி எளச்சுப்போச்சு சாமி. மத்யான சோத்துக்கு இன்னைக்கு கறி – மீன் வேணும். தள்ளீர வேண்டியது தான் – இன்னீப் பொளுதுக்கு அம்பி கடெ அளவுச் சாப்பாடுதான்... எத்தினி பைசா ஆச்சு சாமி? பார்த்துக்கிட்டியா கணக்கெ?”

“அல்லாம் பாத்தாச்சு. அஞ்சு பைசா சல்லி மூணா? மூவஞ்சு பதினஞ்சு அப்பொறம் மூணு பைசாலெ நாலு தானே? நாமூணு பன்னண்டு, பன்னண்டும் பதினஞ்சும் இருவத்தி ஏழு. ரெண்டு காசு பன்னண்டு எண்ணமா? உம்... வந்து அப்போ, இருவத்தி நாலு, ஒரு இருவத்தி ஏழும் அம்பத்தி ஒண்ணு, ஒத்தெ காசா பதிமூணு ஆக அறுவத்திநாலு பைசா... முள்சா ஒரு ரூபாய்க்கு முப்பத்தி ஆறு காசு கொறச்செ. அதுக்கொசரம் எதுக்கு நாற்பது காசு அளவு சாப்பாடுன்னு போறெ? முக்கு அய்யரு கடைக்குப் போவேன். அறுவது காசு ரசம், மோர், அப்பளத்தோடு குஷாலா சாப்பிடலாமெ...”

“அட போ சாமி – ரசம், மோரு, அப்பளமாம். என்ன சாமி அதுலே இது இருக்குது, ஒரு தூண்டு தாளிஸம் பண்ண கறி மட்டும் நாற்பது காசு வாங்கிவிட்டுப் போட்றானே மிலிட்டேரி ஓட்டல்லே, அதும் பக்கத்திலெ வருமா இந்த மொடாத்தண்ணி ரசமும், மோரும்? பின்னெ சொல்றியே...”

வெயில் கொளுத்துகிறது. கடைத்தெருவும் பஸ் நிலையமும் வெறிச்சிட்டுக் கிடக்கிறது.

“என்ன சாமி கம்னு இருந்துட்டே, சந்தெ கிராக்கி பஸ் வந்தா இப்பிடியா துட்டு சேரும்? மூணு ரூவா நாலு ரூவாகூட உளுந்த நேரம் உண்டே. நீயும்தான் கணக்கு பாத்திருக்கியே சாமி. பின்னெ சொல்றியே. அட அந்தத் துப்பட்டிக்கார தடியன் காசு போட்டானா கேட்டியே, இன்னைக்கும் கைய்யெ தூக்கலே பாத்தீங்களா? பொரியுண்டெக்காரிகிட்டெ துட்டு கொடுத்துதானே உண்டை வாங்கிக் கொறிச்சிருக்கான். ஆரஞ்சுப்பழம்கூட வாங்கி உரிச்சுத் துன்னும் சாமி... இந்த பொடைக்கற வெய்யமேலெ குச்சு மாட்டிக்கிணு கத்தா கத்தறனே, இவனுங்க மனசு என்ன கல்லுத் தானுங்களா? படுபாவிங்க. இந்தப் பாரு தெய்யக்கார சாமி, இந்தத் துப்பட்டிக்காரன் அடுத்த சந்தைக்கு வராமலா போவான். உண்மையா பாரு சாமி... வம்பு கொஞ்சம் தமாஸ் காட்டுறேன் பாரு... சரி சாமி பொட்டணம், டின்னு கின்னெல்லாம், இங்கியே இருக்கட்டும். வவுத்தெ காயுது. நான் நாயர் கடைக்குப் போயிட்டு வாறேனுங்க...”

“எல்லாத்தையும் அந்த ஓரமா வையி. யாருன்னாச்சியும் தய்ய கிராக்கி வர்ற எடம்...” என்று அவனுக்குக் கோடி காட்டிவிட்டு, காஜா போட ஆரம்பித்தேன். துரைப்பாண்டி கைத்தடி மேல் ஊஞ்சல் ஆடி, ஆடி நாயர் கடை பார்த்து நடந்து போனான்.

எங்கள் காவடியூர், பஞ்சாயத்து பஸ் நிலையமும் கடைத் தெருவும் ஒன்று. கடைத்தெரு என்றால், வடக்கே ஓட்டன்சாவடி பாழடைந்த சத்திரத்திலிருந்து தெற்கே பாலதேவி டூரிங்டாக்கீஸ் வரை ஒரு அரை மைல் அன்னியூர் தோப்புகடவு மெயின் ரஸ்தா வில் அடங்கியிருந்தது. முதலில் குடிசை குடிசைகளாக சக்கிலியன் கடை, நிலக்கடலை பொரிகடலை, வறுத்து விக்கிற கடை இடையே ஓட்டை ஒடசல் கண்ணாடிச் சாமானும், அலுமினிய குப்பைகளும் நிறுத்து வாங்குகிற நாலுதினுசு படிக்கல் கடைகள். கப்பிரோட்டின் அத்தனை தூசும் அந்த வளைவு திருப்பக் கடையில் மண்டிக் கெடக்கும். இடது புறம் தனியாக தட்டுக் கடையாக இரண்டு. ஒன்று ஆட்டுக்கறி அறுத்து விக்கிற நைனான்சாகிபு கடை. இன்னொன்று மாட்டுக்கறி வியாபாரம் தும்மிடு சோஸப்பு கடை... ஒரு நாலு ஏக்கர் பாழ்வெளியில் வாத்து மேயுற குட்டை. பஸ்ஸில் முக்கு திரும்புகையிலேயே மொடை நாற்றம் தலையை வலிக்கும்! வலது பக்கம்தான் எல்லாக் கடைகண்ணியும். நாலு மொட்டை மாடிக் கடைகளும் பலசரக்கு மண்டிகள் அடுத்தாற்போல பழக்கடை. கூரைமேயாத திண்ணையில் இளநீர்க் குவியலும், ரெண்டு நீள பெஞ்சுகளும் போடப்பட்டிருக்கும். அடுத்தாற்போல நம்ம கடை தையல்கடை. பக்கத்திலே ஷாப்பு கடை. சோப்பு சீப்பு, பீடி புகையிலை வியாபாரம். செய்தி பேப்பர் எல்லாம்கூட அங்கேயே கிடைக்கும். அடுத்தாற்போல வட்டிக் கடை அமீர்சந்து சாயிராம் சேட் கடை, தரித்திரம் பிடித்த சாயிபு வீட்டு முன்வாசல் மாதிரி, எப்பொழுதும் ஓஞ்சுபோய்க் கிடக்கும். ஆனால், அங்கே தான் கடைத்தெருவிலேயே பெரிய வியாபாரமெல்லாம் நடக்கும். லாட்டு பிரகாரம் பணம் பொரளும். மூக்குத்திப் பொட்டு அடகு வைக்கும் சேரிக்கார சின்னம்மா முதல், வைர அட்டிகை அடகு வைக்கிற அய்யரு வீட்டு சாமி வரைக்கும் அங்கேதான் வந்து போவாங்க. அடுத்தாற்போல சைக்கிள்கடை. பஸ் நிலையத்து குட்டி வியாபாரிகளுக்கெல்லாம் வெயிலுக்கும், வம்புக்கும் புகலிடம் அதுதான். அதுக்கு அடுத்தாற்போல அய்யர் கடை பெரிய ஓட்டல் துர்க்கா லஞ்சுஹோம்... எதுத்தாப்போல பஸ் நிலையம். அரை சினிமாக்கொட்டகை மாதிரித் தகரக் கூரை மண்டபம் வெயிலோ, மழையோ எதுவானாலும் அங்கேயே பட்டுக்கொள்ளலாம். பிறகு அரசமரத்திடல்... மைதானம்... தொலை தள்ளி, நாயர் டீக்கடையும், மிலிட்டேரி ஓட்டலும்... பிறகு டூரிங் டாக்கீஸ்... திருப்பம் முடி கிறது... தெற்கே பார்த்து ஊரும் வயல் வெளியும் எல்லாம்...

துரைப்பாண்டி இந்தக் காவடியூர் சீமைக்கு வந்து என் நினைவு தெரிந்து அஞ்சாறு வருஷம் இருக்கும். வருகிறபோதே நொண்டியாக – ஒண்டியாகத்தான் வந்தான். எங்கியோ பொம்மலப்பட்டியாம் சொந்த கிராமம். பெரு நோயிலே பொண்டாட்டியும் ஆயாக்காரியும் – மாடு கண்ணுகளும் பூண்டோடு போய்விட்டதாம். வேட்டு வச்சு மலை பொளக்கிற சித்தாள் வேலை பார்த்து வந்தானாம். 'கிரக சாரம்' ஒரு நாள் வெடிக்காத வேட்டை மிதிக்கப்போய் கால் ரெண்டையும் வாங்கிக்கொண்டு போய்விட்டது, அந்தப் பொய் வேட்டு... கடைசியில் மனம் சடைஞ்சு சர்க்கார் ஆஸ்பத்திரியெ விட்டு, குச்சியில் ஊஞ்சல் நடையுடன் வெளியே வந்தபோது, பொம் மலப்பட்டி வெறுத்துப்போய்விட்டது... கடைசியில் காவடியூர் சீமையும் – பஸ் நிலையத்து 'பொழைப்பும்' எனது தையல்கடை வாசமும் நிலைத்துப்போய்விட்டது.

இப்போ துரைப்பாண்டி தன் தொழிலில் ரொம்பவும் தேறிப் போனான். கொடுக்கிற புண்ணியவான், யாரு? கஞ்சம்பட்டி ஆசாமி, யாரு, ஈரெட்டிக்காரன் யாரு என்பதெல்லாம் அவனுக்கு அத்துப்படி. 'கவிழ்ந்தா பூமி. நிமிர்ந்தா மானம்' என்கிற உறைப்பும் மனத்திற்கு வந்துவிட்டது. 'நொண்டிதானே, கொடுத்தா என்ன?' என்கிற நியாயம் மட்டும் மிகவும் அழுத்தமானது என்று அவன் நம்புகிறான். அதனால் அதிகாரமாகக்கூட பிச்சை கேட்பான். சந்தைக்குப் போய்விட்டு பஸ்ஸில் வருகிற துப்பட்டா தலைப்பாகைக் காரர் போன்ற அழுத்தமானவர்களை ஆரம்பத்தில் விட்டுப்பிடித்து பிறகு அதட்டிப் பிடித்து காசு வாங்குகிற வித்தையெல்லாம் துரைப் பாண்டிக்கு சுளுவாகிவிட்டது. சமயத்தில், எனக்குக்கூட இந்தத் தய்யல்கார பிழைப்பை விட்டெறிந்துவிட்டு கண்ணை மூடிக் கொண்டு அய்யாசாமி என்று புறப்பட்டால் என்னவென்று தோன்றிவிடுகிறது! துரைப்பாண்டிக்கு சந்தை பஸ்தான் நித்ய வருமானத்தின் மொத்த இடம். சந்தை பஸ்ஸில் வரும் ஒட்டு முக்கால் ஆசாமிகளும் துரைப்பாண்டிக்குக் கைநீட்டும் புண்யாத் மாக்கள்தான். ஆனால், அந்தத் துப்பட்டிக்காரர் இப்போ இடை யில் வந்தவர் – அவரிடம் துரைப்பாண்டியின் அசகாய வித்தை பதினெட்டையும் பிரயோகித்தும் சல்லி பெயரமாட்டேன் என்கிறது. அதற்குதான் அவன்; "அடுத்த சந்தைகெடு பாரு சாமி, அந்தத் துப்பட்டிக்காரனை வகையா நாலு கேக்கிறேன். பாத்துப்பிடுறது. என்ன செஞ்சிடுவான், எந்திச்சு வந்து நாலு போட வருவானாக்கும். அதையும்தான் பாத்துப்பிடுறது... நாயம் தெரிஞ்ச நாலு சனங்க, நொண்டிக்காரனுக்கு ரெண்டு சல்லி போட்டா தேஞ்சா போவீங்கள், அதான் அவன் பொறுக்காம திட்றான்னு சொல் லாமலா போவாங்க..." என்று கறுவியிருந்தான்...

“இந்தா தைய்யக்கார சாமி, மணி என்னா ஆவுது? பன்னண்டு இருக்குமா? சந்தை பஸ் வர்ற நேரமாச்சுதான்னு கேக்கிறேன்... வர வர சாமி, சனங்ககிட்டெ ஈன எரக்கம் கொறஞ்சு போயிட்டே இருக்கு. பாத்துக்கிங்க. முந்தியெல்லாம் கால்ணா அரையணா கணக்குப் பாக்காமெ கொடுப்பாங்க. இப்பப்பாரு பைசா காசு, முந்தின கால்ணா கணக்குன்னா இந்தப் பைசாவிலே மூணு சேந் தாத்தான். இந்தத் துக்கிணி துட்டுகொடுக்க யோசனை பண் றாங்கோ... நேத்து பாரு சாமி, நீ நம்புனா நம்பு. நம்பாட்டிப் போ. நாலேநால்ணா காசுதான் கடவுள் என் மனசறிய கெடச்சுது. என்னாத்துக்குக் காணும் சாமி. பத்துப்பைசா இட்லீங்கிறான். இப்போ பொறந்த புள்ளைக்கு தின்னக் காணாது... நால்ணா பணம் தான் பொழுதுக்கும் சம்பாத்யம்னா என்னா செய்யிறது. இன் னைக்கு சந்தெ கெடு. பஸ் நெறையா ஆள்வரும். வர்ற புண்ய வாங்க ஆளுக்கு ரெண்டு காசு கணிசமா போட்டாங்கன்னா இன்னிய நாளிய பொழுதுக்குக் கவலை இல்லை. ஆனா கெடைக் கோணுமே... தா... வர்து பாரு... ராஜாவட்டம் சந்தை பஸ்... வர்றேன் சாமியோ...”

அன்னியூர் சந்தை பஸ், வழக்கம்போல வேகமாக இரைத்துக் கொண்டுவந்து, ஒரு திரும்பு திரும்பி, குலுக்கிக்கொண்டு சடக் கென்று நின்றது. பஸ்ஸை விட்டு ஆட்கள் இறங்குவதற்கு முன்னரே ஏறவேண்டியவர்களின் நெருக்கமும், குட்டி வியாபாரிகளின் கூச்சலும் திமிலோகப்படுகிறது. இத்தனைக்குமிடையே துரைப் பாண்டியின் குரல்தான் அழுத்தமாகவும் கணீரென்றும் கேட்கிறது. அதையும் மீறி பஸ் கண்டக்டரின் அதட்டல் எழும்புகிறது... “இந்தா ஏறங்கிறவங்களை மொதல்லே உட்டுடுங்க... எறங்கி முடிஞ்சுட்டு துன்னா அல்லாத்துக்கும் டிக்கட் இருக்குது... ஏன் நெரிச பண்றீங்க...”

“அய்யா தர்ம தொரையுங்களே! காலில்லாத ஆத்மா அய்யா மாரே! ஒங்களெப் போல ஓடியாடிப் பாடுபட முடியாத பாவி நான். தர்மவான்களே. ஒரு ரெண்டு பைசா, ஐந்து பைசா தர்மம் போடுங்க சாமிகளே...”

“இஞ்சி மொரப்பா... இஞ்சி மொரப்பா...”

“யார்றா அவன் பெரிய இவன். அய்யா வாடிக்கையா எங்கிட்டெதான் சந்தெ சொமையைத் தூக்கியாரச் சொல்லுவாரு... நீ இருபது பைசா கொடு சாமி. எங்கே வேணாலும் தூக்கியாறேன்... போடா தெரியும்...”

ஓசைகளின் கம்பீரம், ஆரம்ப சூரத்தனம் முடிந்ததும், மெல்ல மெல்லக் குறைய ஆரம்பித்தது. துரைப்பாண்டியின் குரலும் ஒன்று விட்டு மெதுவாகவும், சில போது அழுத்தமாகவும் கேட்டது.

சட்டைக்குப் பிசிறு நூல் வெட்டிக்கொண்டிருந்த வாக்கில் நிமிர்ந்து பார்த்தபோது, பஸ்ஸின் இடதுபுறம் மூன்றாவது வரிசையில் முண்டாசுக்கட்டும் கம்பீரமுமாக இருந்த துப்பட்டிக்காரரிடம், காசு கேட்டுக்கொண்டிருந்த துரைப்பாண்டியைத்தான் பார்த்தேன். அவன் ஏற்கனவே சொல்லியிருந்தவண்ணம் ஏதேனும் வேடிக்கை நடக்கப்போகிறதென்ற எண்ணத்தில் நானும் கைவேலையில் பாதி கவனமும், பஸ்ஸடியில் பாதி கவனமுமாக பாவனையில் இருந்தேன்.

"நீயும் எத்தினியோ சந்தைக்கு வந்துக்கிணுமிருக்கிறே. அள்ளிக் கட்டிக்கிணு போயிக்கிணுமிருக்கிறே. இன்னியாச்சும் ஒரு அஞ்சு பைசா குடுத்தா கொறஞ்சா பூடுவே... அட நானும் உன்னியெப் போல கால் கை உள்ளவன்னா இப்பிடியா வந்து கெஞ்சிக்கிட்டு கெடப்பேன்... குடு சாமி, இன்னிக்கு கெராக்கியே கம்மி சாமி..."

துப்பட்டிக்காரர் அசைவதாக இல்லை. அவர் பாட்டுக்குப் பொரிகடலையோ ஏதோ ஒன்றைக் கொறித்தவாறு, அந்த அலட்சிய புன்சிரிப்புடன், பஸ்ஸின் உள்ளேயே அமர்ந்திருந்தார். துரைப் பாண்டியின் வசனமழை ஒன்றையுமே அவர் கேட்டதாகக்கூட இல்லை.

"சாமி... சாமி... நீ கடலெ திங்கிற காசு போட்டா கொறஞ்சா போவே சாமி... இந்த மாதிரி நொண்டி மொடத்துக்கு, கொடுக் காட்டி யாருக்குக் கொடுக்கப் போறே புண்யவானே!"

துரைப்பாண்டியின் அரற்றல் பொறுக்கமாட்டாமல் துப்பட்டிக் காரரின் பக்கத்தில் இருந்தவர், தம் பையிலிருந்து காசை எடுத்துக் கொடுத்து, "போப்பா அந்தண்டை, காது அடைக்கிது..." என்று விரட்டினார்.

"நீ கொடுத்திட்டே சாமீ. புண்யவான் இதோ இவருகிட் டெதான் கேக்கிறேன். ரெண்டு காலும் இல்லாத நொண்டி சாமீ நானு..."

"அட, அவர்தான் இல்லைங்கிறாரே, அந்தண்டை போயேன்" என்றார் இன்னொருவர், துப்பட்டிக்காரரைக் கீழ் மேலாகப் பார்த்தவாறு.

"அவரு கொடுக்க வேணாம் சாமி. அல்லாத்தையும் சந்தையிலெ வித்து அள்ளிக்கிணு போறாரே... காசு இவருக்குத் தங்குமா சாமி? பிச்சைக்காரனெ பாக்கவச்சி தீனி வாங்கித் தின்னு றாரே சாமி... ஒரு ரெண்டு காசு இந்தாடான்னு வீசியெறிஞ்சா கொறஞ்சா போயிடுவாரு... எனக்கு மட்டும் கால் இருந்திச்சுன்னா இப்படியா சாமி தலை வெடிக்கிற வெய்யில் மேலெ கத்திக்கிணு இருப்பேன்... ராஜாவாட்டம் சந்தை யாவாரம் நானும் பண்ண மாட்டனாக்கும்?"

“அல்லாரும் ஏறிட்டாங்களாப்பா? கண்டக்டரு நேரமாச்சு என்னா, நீ இன்னுமா டிக்கட் கிழிக்கிறே...” என்று ஹாரனை அழுத்தியவாறு பின்னால் பார்த்துக் குரல் கொடுத்தான் டிரைவர்.

“இரு அண்ணே... மூணே டிக்கிட்டுதான்... ரெண்டே நிம்மிசம்... தா ரைட் போட்டுறேன்” என்றவாறு உள்ளங்கையிலிருந்த சிறிய டிக்கட் புத்தகத்தில் மளமளவென்று எழுதிக்கொண்டிருந்தான் கண்டக்டர்.

“வண்டி போகப் போகுது சாமி... நீ குடுக்கமாட்டே. நீ நாசமாகப்போக... உன் புள்ளை குட்டிங்க...”

துரைப்பாண்டியை முடிக்கவிடவில்லை துப்பட்டிக்காரர்.

“அடடே இரப்பா இரப்பா... இதோ வர்றேன் பொறுத்துக்க... பாவம் நீ” என்று கையமர்த்திவிட்டு, சட்டென்று பக்கத்தில் எதையோ எடுத்துக்கொண்டு ஒவ்வொரு சீட்டாகத் தாண்டித் தாண்டி பஸ்ஸிற்கு வெளியே வந்தார் துப்பட்டிக்காரர்.

“என்னா பெரியவரே பஸ் பொறப்பட நேரத்திலே வெளியே?” என்று வாசல்லேயே தடுத்த கண்டக்டரிடம் எதையோ சொல்லிவிட்டு, வாசற்படி மேல் நின்றிருந்த நாலைந்து ஆட்களை விலக்கிக் கொண்டு வெளியே வந்த துப்பட்டிக்காரரைப் பார்த்தபோது –

துரைப்பாண்டியென்ன. பஸ்ஸின் உள்ளே இருந்தவர்களைத் தவிர எல்லோருமே அசந்து போனோம்.

துப்பட்டிக்காரரும் துரைப்பாண்டியைப் போல, இரண்டு கால்களும் இல்லாமல் – கையிடுக்கில் செருகிய மரக்குச்சிகளில் ஊஞ்சலாடி நடந்துவந்து துரைப்பாண்டி பக்கத்தில் நின்றபோது, பஸ்ஸிற்கு வெளியே என்னையும் சேர்த்து கடைத் தெருக்காரர்களுக்கு முகத்தில் கொப்பளித்துக் கொட்டினது மாதிரி ஆகிவிட்டது!

“சந்தெக்காரப் பெரியவரே வாங்க சீக்கிரம். அவன் கெடக்குறான் பிச்சைக்காரக் களுதெ... ஏறுங்க சீக்கிரம்... அவன் பொளைப்புக்கு, அது ஒரு நொண்டிச் சாக்கு... விட்டுப்பிட்டு வருவீங்களா?” என்ற கண்டக்டரின் குரலுக்குக் கைகாட்டிவிட்டு, “நீ போப்பா நான் அடுத்த பஸ் போல வர்றேன்...” என்ற பெரியவர்– துரைப்பாண்டியின் அருகே நிற்பது – கடைத் தெருவில் என்னைப்போல் எல்லோருக்குமே வெட்கமாக இருந்தது!

அன்னியூர் சந்தை பஸ் புறப்பட்டுப் போயிற்று. செம்மண் ரோட்டில், ஆயில் மிச்சமும் டயர்களின் தடமும் தெளிந்து கிடந்தன!

★

காளை

"வேய், சிவம் பிள்ளெ வாரும். எங்கெ அவசரமா மேற்கெ பாத்து ஓடுறீரு... வாரும்... இரியும்."

"நிற்க நேரமில்லெ. கொத்துவால் தெருவில் ஒருத்தன் முப்பது ரூவா பாக்கி தரணும். இன்னைக்கு ஞாயிற்றுக்கிழமை. புள்ளிக் காரன் வீட்டிலெ இருப்பான். போய்ப் பிடிச்சா பணம் கெடைக் கும். நீரு இங்கேதானே இருப்பேரு. நான் இந்தா வந்திட்டேன்."

"அட போலாம் வோய் இரியும்."

பப்படக் கடையெனும் அப்பளக் கடை கோபால் பட்டர், கல்லாவில் இருந்தவாறே, திண்ணையின் ஆசனப் பலகையை நீக்கிப் போட்டு, போவதா வருவதா என்று நின்றுகொண்டிருந்த சிவம் பிள்ளையை உட்கார வைத்தார்.

"வோய் பட்டரே பாரும், நீரு உட்காரச் சொல்லக்கூடிய பலவை லெச்சணம், ஒரே பப்பட மாவு அப்பிக் கெடக்கு, உம்ம தோள் தொவர்த்து எடுத்துத் தொடையும். நீரு இருக்கச் சொல்லி இருந்து போகாட்டா, போற காரியம் உருப்பட்டாப்பிலெதான்னு தெரியுமே..."

"செரி, தொடைச்சாச்சு. இரியும். என்ன வேய் பணம் பணம்னு கெடந்து ராவும் பகலுமில்லாமெ சாலைக்கடை முழுக்க ஓடி நடக் கேரு. உமக்கெல்லாம் என்னத்தே கொறவு. புலித் தோப்பிலேருந்து ரெண்டு மாசத்துக்கொருதரம் அய்யாயிரம் ஆறாயிரம் தேக்கா வருது. கீழாறன்னூரிலே வயலிருக்கு. ஒரு பூவுக்கு இரு நூறு பறை நெல் வராதா? பின்னெ வாடகைப் பணம் வருது. பிள்ளை குட்டி கிடையாது. ஆச்சியும் அய்யரும் மட்டும்தான். இன்னும் உமக்குப் பணம் சக்கரம் எதுக்குவோய்... இரியும். கொஞ்சம் சமாதானப் பட்டுதான் இரியுமேன். இந்தா பாரும் ஞானக்கோவையிலெ பட் டணத்தாரு என்ன சொல்லிருக்காரு தெரியுமா? காதறுந்த ஊசியும் கடைவழிக்கு வாராது காண் என்னு சொல்லி வச்சிருக்காரு. அது உம்மளப்போலத்த ஆசாமிகளுக்குத்தான் சொல்லீட்டுப் போயிருக்

காரு. அதாவது சுடுகாட்டுக்குப் போறப்போ ஒரு ஊசித் துண்டுகூட நீ எடுத்துக்கொண்டு போக முடியாதேடா பாவி. பின்னெ எதுக்கு இப்பிடி பணத்தைச் சேத்து வக்கேன்னு கேக்காரு...

"இதுக்குத்தான் பாடே போன என்னெ கூப்பிட்டு வச்சுக் கிட்டு, உம்ம புளிச்ச வேதாந்தம் பேசத்தானா கூப்பிட்டேரு... இன்னைக்கு ஞாயிற்றுக்கிழமை. கடைகளும் ஒண்ணும் இல்லே. உமக்குத் தனியே கடையிலெ இருக்க நேரம் போவல்லெ. நான் வந்து அகப்பட்டேன்... அன்னா பூக்கடை வாசுவைக் கூப்பிட்டு, என்னத்தையாவது அவன் வாயைக் கிண்டி விட்டிருந்தா இப்போ கூத்து பார்த்திருக்கலாம். உம்ம வேதாந்தத்தையெல்லாம் அவன் பொடி பொடி ஆக்கீடுவான். அவன் ராஷ்டீயம் பேசத்தொடங் கினா, பட்டம் தாணு பிள்ளை மொதல் சைனாக்காரன், அவன் பேரென்ன மாசேதுங்கா? அவன் வரைக்கு கிழிச்சு கிழிச்சுக் காட்டு வானே! நீரு உம்ம பப்படக் கெட்டுகளையும் மயிரையும் கெட்டிக் கிட்டுப் போகவேண்டியதுதான் ஒடுக்கம்..." – பேசிக்கொண்டே வந்த சிவன் பிள்ளை, திடீரென்று பேச்சை நிறுத்திவிட்டு, கடை யினுள் ஆள் உயர, அப்பள அலமாரிக்குப் பின்புறமுள்ள பட்டரின் வீட்டுக் கூடத்தை ஒருமுறை எட்டிப் பார்த்துக்கொண்டார்.

"என்ன அகத்தெ பாக்கேரு?"

"இல்லெ உம்ப பொம்பிளைப் பிள்ளைக அங்ஙனே நிக்கி தோன்னு பாத்தேன். நான் பேசத் தொடங்கீட்டா, எனக்கு மயிரும் தயிரும் எல்லாம் வாயிலெ வந்திரும். தெக்கையும் வடக்கேயும் பாக்கமாட்டேன்..."

"இப்போ நீரு சும்மா பேசும். மூத்தவ பாப்பிதான் உள்ளெ உரல் பெரையிலே எங்கேயோ காணும். எளையவ, இன்னைக்கும் டைப் அடிக்க கிளாஸ் உண்டும்னு போயிருக்கு. ஆனா அது கூட்டுக்காரிக் கூடெ சினிமா பாக்கப் போயிருக்கிறதாட்டு நான் அறிஞ்சேன்... இப்போ மணி அஞ்சு அஞ்சரை ஆவாதா. இப்பொ வருவா பாரும், படிச்சு தளந்து வாறது மாதிரி... பாரும். வந்தொடனே ஒரு கூத்து நடக்கப் போவுது... கேட்டேரா, எனக்குக் கொஞ்சமும் இஷ்டம் கிடையாது இதைப் படிப்பிக்க. பின்னெ அந்த மூத்த சவம் கொஞ்சம் அடங்கின சுபாவம். அவ அம்மை யெப்போல. அவதான் சொன்னா. வீட்டிலெ இருந்து பப்படம் ஒண்டாக்க படிக்கிறதெ காட்டி ரெண்டு வளஞ்ச எழுத்து படிக் கட்டும்னு... இப்போ பாரும், ஏன் இந்தப் பொட்டைச் சவங்க பேச்சைக் கேட்டோம்னு இருக்கு... மூத்ததுக்கும் பத்து இருவது இருவத்தி அஞ்சு வயசாவது இருக்கும். இதுக்கு, இந்த மேடத்திலெ இருவது தொகையுது. தங்கச்சிக்காரியை ஆளாக்கிவிட்டிட்டு

தனக்குக் கல்யாணம் போதும்னு இதுவும் நிக்கிது... எனக்கானா ஏண்டா அப்போதே ரெண்டையும் கெட்டிக் கொடுக்காமெ போனோம்னு இப்போ தோணுது. இப்போ இந்தச் சின்னதுக்கு வாரம் தவறாமெ சினிமா என்ன? சினேகிதக்காரி அவள் இவள்னு ஊர் சுற்றுவதென்ன, ஒண்ணும் நான் பிடிச்சா நிக்காமெ போவு மோன்னு தோணுது...”

பேச்சினிடையே பொடியன் ஒருவன், ‘பத்துப் பைசாவுக்குப் பப்படம்’ என்று வந்து நின்றான். பேச்சு சுவாரஸ்யத்தில், பட்டர், “பப்படம் இல்லைடா – போ” என்று சொல்லிவிட்டார்.

“ஓய், பய்யனுக்குப் பப்படம் கொடும். வாயாலெதானே பேசு தேரு... பத்துப் பப்படம் எண்ணிக் கொடுக்க எவ்வளவு நேரம் ஆகும் கொடுத்தனுப்பும்” என்றார் சிவன்பிள்ளை.

மனமில்லா மனத்தோடு இருப்புப் பட்டறையிலிருந்து எழுந்து மாவு படிந்த கண்ணாடி அலமாரியைத் திறந்து, அடுக்கி வைத் திருந்த அப்பளக் கட்டு ஒன்றை எடுத்து, சீட்டுக் கட்டைப் பிரித்து வைக்கும் லாவகம் போல அப்பளம் பிரித்து எடுத்து எண்ணிக் கொடுக்கும்போது, ரோட்டிலிருந்து புத்தகமும் கையுமாக வந்த பட்டரின் இளையமகள் மஞ்சு, திண்ணையிலிருக்கும் சிவன்பிள்ளை யைக் கவனிக்காமல், அப்பா திரும்புவதற்குள் உள்ளே போய்விடக் கருதியவள் போல, சரசரவென்று அலமாரியின் இடதுபுறமாக விரித்திருந்த புதுத் துணிப்படுதாவையும் தள்ளிக்கொண்டு உள்ளே போனாள்.

பையனிடம் அப்பளத்தைக் கொடுத்துக் காசையும் வாங்கிக் கொண்ட பட்டர், இதைக் கவனித்தவர், சிவன் பிள்ளையை ஏறிட்டுப் பார்த்தார்...

“பட்டர்! நீரு சொன்னமாதிரிதான் மாட்டினி ஷோ விட்டு ஆள்கள் போவுது... உம்ம இளையமகளும் சினிமாக்குப் போயிட்டு தான் வந்திருக்காப்போல இருக்கு... சரி சரி இரியும். என்னமோ பேசிக்கிட்டு வந்தேரே...” என்று அவரைப் பேச்சுக்குத் திருப்பப் பார்த்தார் சிவன்பிள்ளை.

“என்னெத்தே பேசிக்கிட்டிருந்தேன். எல்லாம் இந்தப் பொட் டைக் கழுதைகளைப் பற்றித்தான் பேசிக்கிட்டு வந்தேன். சிவன் பிள்ளெ கொஞ்சம் பட்டறையைப் பாத்துக்கிடும்... இந்தா வாறேன்” என்று அவரது பதிலுக்குக்கூடக் காத்திராமல் விருட் டென்று படுதாவை விலக்கிக்கொண்டு உள்ளே போனார் பட்டர்.

வெளியே திண்ணைப் பலகையில் அமர்ந்திருந்த சிவன் பிள்ளைக்கு தர்மசங்கடமாக இருந்தது. இனி, தன் வேலை

உருப்பட்டாற்போலத்தான் என எண்ணினார். சினிமா பார்த்து விட்டுப் போகும் ஆண்களும் பெண்களும், விடுமுறை நாளானதி னால் உலாவப் புறப்பட்டவர்களும், வண்டி மோட்டார்களும் எல்லாமாக சாலைத்தெரு களேபரப்பட்டது. ரோட்டில் போய்க் கொண்டிருந்தவர்களில் யாரோ ஒருவர், சிவன்பிள்ளையிடம் "என்ன இங்கே உக்காந்திருக்கியோ?" என்று கேட்டவரிடம் "சும்மா தான். நேரம் போகல்லே. இங்கெ வந்திருக்கிறேன்" என்று சொன் னார். ரோட்டோரத்தில், குங்குமம் விற்பவள், போவோர் வரு வோரிடமெல்லாம், "அம்மா குங்குமம் வாங்கிக்கிட்டுப் போங்கம்மா; சாமி, குங்குமம் வாங்கலீங்களா?" என்று ஓயாமல் கேட்டுக் கொண்டே இருந்தாள். சிவன்பிள்ளை இடுப்பிலிருந்து பொடி மட் டையை எடுத்து, சுவாரஸ்யமாக ஒருமுறை பொடி இழுத்துக் கொண்டார். கண்ணையும் மூக்கையும் நமநமவென்று சீற்றிக்கொண் டார். தோள் துண்டால் மூக்கைத் தட்டித் துடைத்துக்கொண்டார். கடைக்குள் அலமாரிக்குமேல் ஸ்டாண்டில் கோபால் பட்டரின் பெரிய புகைப்படம் சட்டம் போட்டது வைத்திருக்கிறது. பரந்த நெற்றி, உருண்டை முகம், நரைத்த குச்சித்தலை. மேல் துண்டு போர்த்தியிருக்கிறார். கட்டை உருவத்தின் நிறைவு அரைப்படத் திலும் நன்றாகத் தெரிந்தது. 'பாவி மனுசன் பெண்டாட்டி இருந் திருந்தா இன்னும் ரெண்டுகூட பெற்றிருப்பாரு' என்று எண்ணிக் கொண்டார்.

வீட்டினுள்ளிருந்து கொஞ்ச நேரத்திற்கு எந்தவிதமான சந்தடி யும் வெளியே கேட்கவில்லை. உள்ளே வடக்கே திண்ணையில், வண்டிப்பேட்டை சுவருக்கப்பாலுள்ள பட்டரின் வீட்டுத் தோட் டத்துக் குறடு பக்கமாக, அவரது மூத்த மகள் பாப்பி, என்னவோ பேசிக்கொள்ளும் சத்தம் தெளிவில்லாமல் கேட்டது. பட்டரின் சத்தமோ, இளைய பெண்ணின் குரலோ கேட்கவில்லை. ஒரு நிமிஷம்தான். சாட்டை ஓங்கி விசிறுவதுபோல் நாலைந்து அடிச் சத்தம் கேட்டது. அடங்கிய குரலில், இளைய பெண் மஞ்சு விசும்பு வது கேட்டது. "விடுங்கப்பா கம்பை... நீங்க பட்டறைக்குப் போங்க. என்ன இது, இப்பிடியா அடிக்கியது..." என்று மூத்த பெண்ணின் குரல் கேட்டது. அவ்வளவுதான், சிவன்பிள்ளை கடையை விட்டு விட்டு, உள்ளே எழுந்து போகவா வேண்டாமா என்று தீர்மானித்து முடிவிற்கு வருவதற்குள் பட்டர் வீறும் ஆவேசமுமாக வெளியே வந்தார்.

"சவங்க. பொட்டைக்கழுதைகளாயிருந்தா வீட்டிலெ கெடக்க ணும். அட்டையைக் குளுப்பாட்டி, மெத்தையிலே கெடத்தினா இப்பிடித்தான். வாக்கா ரெண்டு கொடுத்தேன்" என்று பட்டறை யில் வந்து அமர்ந்துகொண்டார். இடுக்கு வாக்கில் செருகியிருந்த

அழுக்குத் துவர்த்தை எடுத்து முகத்தையும் நரைக்குச்சித் தலை யையும் துடைத்துக்கொண்டார். "பொடியிருக்கா உம்மகிட்டே எடும்" என்று சிவன்பிள்ளை பக்கம் திரும்பினார்.

பொடிமட்டையை நீட்டிய சிவன்பிள்ளை, "சரி. தீந்துதா உம்ம கோபம். இப்போ சமாதானமாச்சோ வோய்... பிள்ளைகளெ அடிக் கிறதுக்கும், ஒரு கெட்ட வார்த்தை சொல்லி ஏசுவதுக்கும் ஒரு வயசும் காலமும் எல்லாம் உண்டும். இது மாதிரி ரெண்டும் கெட் டான் வயசிலெ கையை நீட்டுற காரியம் வச்சுக்கிடக் கூடாது. ஒரு ஆம்பிளைப் பிள்ளையானா இதிலெ காரியமில்லெ. பொம் பிளைப் பிள்ளைக. அதுவும் பிராயமான பொண்ணுங்கன்னா அதுக மனசும் விசாரங்களும் நம்ம கண்டுக்கிட முடியாது பாத்துக் கிடும். உம்ம ஞானக்கோவையிலெ பட்டணத்தாரும் கிறுக்கன் மாரும் இதுகளெப் பற்றி ஒண்ணும் சொல்லியிருக்க மாட்டானுக... நீரு இனிச் செய்ய வேண்டியது ஒண்ணே ஒண்ணுதான். மூத்த துக்கும் இப்போ இத்தரையும் வயசாச்சு. இனி அதையும் இதையும் பேசிக்கிட்டு இருக்காமெ, உம்மெ சொந்தத்திலெ, கொட்டாரக் கரையிலேயோ, பந்தளத்திலயோ நல்ல தரங்களா கெடச்சா பாத்து ஒடனே கல்யாணத்தெ நடத்திப் போடும். பாவம், பணக்காரன் எல்லாம் பாக்கண்டாம். வேலை செய்து கொடுக்கக்கூடிய பையன் களானா சரீன்னா பாரும். வல்லதும் பத்தோ அஞ்ஞூறோ கொற வான நானும்கூட தாதேன். குமருகள் கரையேறக் கூடிய வழியைப் பாரும்... இந்த வேதாந்தத்தை எல்லாம் மூட்டை கட்டி வையும். வயசு காலத்திலெ அந்தத் தள்ளையில்லாத பொண்டுகளெ போட்டு அடிக்காதியும்..."

"வோய் நீரும் வெஷயம் தெரியாமெ கெடந்து சிலைக்கிறீரே... நான் நாலைஞ்சு வருஷமாட்டே ஒவ்வொரு தரமா கண்டு வச்சு சொல்லிக்கிட்டே வாறேன். போன மாசம்கூட என் சேஷாறன் ஒருத்தன் மாவேலிக்கரையிலேருந்து எழுத்துப் போட்டு இதைப் பற்றிக் கேட்டிருந்தான். வீட்டுக்குள்ளே இருக்கக்கூடிய இந்த ரெண் டும் அழுதும் பிடிச்சும் சொல்லிச்சுது. வரட்டும் வரட்டும்னு நாளு இவ்வளவும் ஆயாச்சு. அந்த சவத்துக்கு இந்த வருஷம் ஒரு பரீட்சை பாஸாச்சானா நல்லதாம், மூத்தது சொல்லிச்சிது. பொட்டச்சி பேச்சுதான் இப்போ நடக்குது. அந்த மூத்த கழுதை, தள்ளை யைப் போல. எனக்கு அது ஒண்ணு சொன்னா தட்டிக் கழிக்கத் தோண மாட்டேங்குது... உம்... அடிச்சிட்டேன். மனசு எப்பிடியோ இருக்கு... நீரு கொத்துவாலுக்குப் போணும்னேரே போயிட்டு வாரும்... நான் கொஞ்சம் தனிச்சு இருக்கணும்."

"சரி... நீரு தனிச்சு இரியும். நான் கிராமணி கடையிலெ கொஞ்சம் பொடியும் வாங்கணும். அப்பிடியே பாக்கி கோவத்தையும்

காட்ட உள்ளே எந்திச்சு போயிராதேயும்...” என்றவாறு பலகையை விட்டு இறங்கி, தெருவில் நடந்த சிவன்பிள்ளை முக்கு தாண்டும் வரை அவரையே பார்த்துக்கொண்டிருந்தார், பட்டர். ‘நல்ல மனுஷன். பணத்திற்குப் பணம். சொத்துக்கு சொத்து. புள்ளைகுட்டி கெடை யாது. வயது அம்பது தாண்டியிருக்குமா... நல்ல குணம் இல்லாட்டா, இந்தப் பப்படக் கடை ஆண்டிகிட்டே சிநேகம்னு வந்திருந்து ஏச்சும் பேச்சுங்கூட கேப்பாரா... உம் போயிட்டு வரட்டும்’ என்று எண் ணியவாறு அலமாரி கீழ் இழுப்பு அறையில் வைத்திருந்த அட்டை யில்லாத ஞானக்கோவை பெரிய புத்தகத்தை எடுத்து விரித்துப் பார்க்கத் தொடங்கினார் கோபால் பட்டர்.

பாப்பிக்கு உறக்கம் வரவில்லை. கோழி முட்டை விளக்கு சின்னதாக எரிகிறது. மூலையில் சாணி மெழுகிய கரும்பொளி வேம்பாய் குழல்போலச் சுருட்டிச் சாத்தி வைத்திருக்கிறது. சின்ன முக்காலி மேல் குடுமி கட்டிய குட்டிச் சாக்கில் உழுந்தம் பருப்பு இருக்கிறது. பெரிய மாவுச் சல்லடை ஆணியில் தூக்கியிருக்கிறது. தட்டி மறைத்த மேல் முகட்டிற்குக் கீழ், ஒரே ஒரு குருவாயூரப்பன் படம் சின்னது சட்டம் போட்டு மாட்டியிருக்கிறது. குருவாயூரப்ப னின் பீதாம்பரம், கில்டு ஜிகினா பதித்தது. இப்பொழுது ரொம்ப வும் கறுத்துப் போய், விளக்கின் மங்கல் ஒளியில் பூரான் ஊர்வது போலத் தெரிகிறது. பாயெல்லாம் ஒரே மூட்டைப் பூச்சி. அரிப்பு. பாப்பிக்கு உறக்கம் வராததற்கு அதுவும் காரணம்தான். லேசாகக் கண் அயர்ந்ததும், நமச்சல் ஆரம்பமாகிவிடுகிறது. ஒருக்களித்துப் படுத்திருந்த பாப்பி எழுந்திருந்து மூலைத் தொடப்பத்திலிருந்து சின்னக் குச்சி ஒன்றை உருவி எடுத்து வந்து, சுவரின் சின்ன ஓட்டை களை ஒவ்வொன்றாக நோண்ட ஆரம்பித்தாள். கோட்டை மணி ஒன்று அடித்தது. வெளியே கடை நிரைக்கப்பால் பெரிய ரோட் டில் யாரோ காறி உமிழும் சத்தம் கேட்டது. வெங்காயக் கடைத் திண்ணையில் சாக்கு மறைக்குள் உறங்கும் மூப்பனாக இருக்கும் என்று எண்ணினாள், பாப்பி. நிரை முறியில் அப்பள அலமாரிப் பக்கம் படுத்துக்கொண்டிருக்கும் அப்பா இருமும் சத்தம் கேட்டது. ‘சே, என்னா இருமல் இருமுதா. பச்சைத் தண்ணியெ குடிக்காதீங்க குடிக்காதீங்கன்னா கேக்கமாட்டா. சாப்பிடும்போமட்டும் எடங்கழி தண்ணிவேணும். குடிச்சிட்டு ராத்ரி பூரா கெடந்து இருமுதா.’ தெற்குப் புரையில் மஞ்சு நார்க் கட்டிலில் கமிழ்ந்து படுத்துக் கொண்டு உறங்குகிறாள்... ‘சவம் சொன்னா கேக்காது. சமஞ்ச பொண்ணு இப்பிடியா கமுந்து படுத்து ஒறங்கும்... எப்பிடித்தான் இந்த மூட்டைக் கடி தெரியாமெ ஒறங்குதாளோ? விடிஞ்சு கையும் காலும் பாத்தா... கோலத்துக்குப் புள்ளி வச்சது கணக்கா மூட்டைக் கடி தளும்பு காணலாம். ஒரு கவலையுமில்லாமெ இப்பிடிக் கெடந்து ஒறங்குதாளே. நாளைக்கு ஒருத்தன் வீட்டுக்குப் போறப்பவும்

இப்பிடி பூதம் கணக்கா ஒறங்கும்போ மாப்பிள்ளைக்காரன் கொடத்து வெள்ளத்தே தலையிலெ ஊத்தாட்டா கொள்ளாம்.'

சுவரிலிருந்து விழுந்த மூட்டைப் பூச்சிகளைக் கால் விரலால் தேய்த்துக் கொன்றதின் நெடி மூக்கைத் துளைத்தது. 'சவம் நாற்றம் கொடலைப் பொறட்டுது.' குச்சியை மூலையில் விட்டெறிந்துவிட்டு மீண்டும் பாயில் வந்து படுத்தாள் பாப்பி. உருண்டும் புரண்டும் படுத்துப் பார்த்தாள். நிமிர்ந்து, திரும்பி, ஒருக்களித்தெல்லாம் படுத்துப் பார்த்தாள். உறக்கம் வரவில்லை. வடக்குப் புறம் சுவருக் கப்பால் வண்டிப்பேட்டையில் கொல்லன் பட்டறையிலிருந்து இரும் பைக் காய வைத்து அடிக்கும் சத்தம், தனித்து வந்து காதில் அதிர்ந் தது. 'என்ன எளவு இந்தக் கொல்லன். இவனுக்குப் பாதி ராத் திரிக்குத்தான் ஜோலி தொவங்குமோ, ஒறக்கமும் வராதோ...?' என எண்ணிய பாப்பியின் மனத்தில், வடக்குப்புற சுவருக்கப்பால் மரக்கடை ரோடு வரை விரிந்து கிடக்கும் வண்டிப் பேட்டையின் படம் விரிந்தது.

நெடுக மூன்று பக்கமும் மாட்டுக் கொட்டில்கள். வடக்கு ஓரம் கொல்லன் பட்டறை. தெற்குப் பக்கம் மாடு சேர்க்கும் காளைப் புரை. பரந்த செம்மண் முற்றம் நிறைய சந்தை நாட்களில் நிறைய தெக்கன் வண்டிகளும் பாண்டி வண்டிகளும் அவிழ்த்துக் குடை கட்டியிருக்கும். சின்ன வயதில், எரு தட்ட சாணி வேணுமானால் வண்டிப் பேட்டையில் போய் நிறைய அள்ளிக்கொண்டு வந்த ஞாபகம் பாப்பிக்கு இருந்தது. காளைப் புரையில் மாடு சேர்த்துக் கொண்டிருந்தால் பெண் குழந்தைகளைப் பேட்டையில் விடுவ தில்லை. 'போங்க அம்மாளுகளே அங்கே கல்யாணம் நடக்கு. தாலிகட்டு கழிஞ்சதும் கூப்பிடுதோம்' என்று காளைப் புரைக்காரன் மேத்தன் குட்டிகளை விரட்டியடிப்பான். அன்று கொல்லன் பட்ட றையில் கிழவன் கொல்லன் இருந்தான். பட்டறைத் திண்ணையில் புல்லு விக்கிற புலச்சிகள் கூட்டம் எப்பவும் சண்டை போட்டுக் கிட்டிருக்கும். இப்போ கிழவன் கொல்லன் இல்லை. சின்னக் கொல்லன் என்ற அவன் மகன் இருக்கிறான். ஒரு தடவை அவன், கடைக்கு வந்து அப்பாவிடம், 'அஞ்சு ரூவா கடனாயிட்டு தரணும் முதலாளி. கையிலெ ஒரு காசு இல்லே. கரி வாங்கணும். தந்தா மாசம் பொறந்த ஒடனே திருப்பித் தந்திரலாம்' என்று கரி படிந்த துவர்த்து முண்டை முட்டிற்கு மேல் உடுத்திக்கொண்டு, கிராப்புத் தலையைச் சீவி வடிக்காமல், முகம் வடிக்காமல், சின்னப் பல்லு தெரிய கெஞ்சிக் கேட்டுக்கொண்டு வந்து நின்ற உருவம் பாப்பி கண் முன் தெரிந்தது. 'குளிச்சு வெள்ளையுடுத்துத் தலைசீவி, முகம் வடிச்சு வந்தா நல்லா இருப்பான். மஞ்சுப் பொண்ணு கொண்டு வரக் கூடிய சினிமா புஸ்தகத்திலெ உள்ள ஆம்புள மாதிரி இருப் பான்... ஆனா அவன், ஆளு அமுக்கன். அய்யாகிட்டை எவ்வளவு

வினயமா வந்து நிக்கான். ஆனா கிணற்றுக் கரைப் பக்கம் மஞ்சுவோ, நானோ நின்னா மதிலுக்கு மேலே ஏதோ தேடுவது போல எவ்வளவு வக்ரமா இங்கே பாக்கான்... வண்டிப் பேட்டை யில் வரும் பீக்கிறி வண்டிக்காரன்கூட என்னா நோட்டம் பாக்கான். ஆம்பிளைச் சவத்துகளே இப்பிடித்தான்... கொறஞ்சவனும் சரி, கூடியவனும் சரி... வெள்ளைச் சட்டை கால்சட்டை போட்ட வனும், அழுக்குத் துண்டு தலையிலெ கட்டி, கைலியும் உடுத்திக் கிட்டு சொமடு தூக்கிறவனும் பொம்பிளைகளெ ஒரே மாதிரி தான் பாக்கான்... புல்லுக்காரிக செலப்போ – புல்லு விலை கொறச் சுக் கேக்கக்கூடிய வண்டிக்காரனுகளே கெட்ட வார்த்தையிலே ஏசுவாளே அதுபோல சொல்லித் துப்பணும்... மாவு இடிக்கக்கூடிய குஞ்ஞிக்கு இதெல்லாம் பேஷா தெரியும், அவரும் இந்த நாப்பது வயசு காலத்திலெ ஆறு மாப்பிளெமார்கூட இருந்திருக்கிறதா அவளே கதை கதையா சொல்லீருக்கா. தூ சவம்! வெவஸ்தை கெட்டது. அம்மை இருந்த காலத்திலேயே வீட்டிலெ ஒண்ணெப் போல இருக்காளேன்னிட்டு இன்னும் வச்சுக்கிட்டு இருக்கோம்... சீ இதென்ன அர்த்த ராத்திரி ரெண்டும் கெட்ட நேரத்திலெ வேண் டாதது எல்லாம் நெனைக்கேன்... சீ என்ன மூட்டை. மனுசாளக் கடிச்சு உயிரோட திங்கத்தான் பாக்குது... சரிஞ்சு படுத்து கொஞ்சம் ஒறங்கப் பாக்கணும். ஆறுமணிக்கு குஞ்ஞி வந்து பொறக்காளை கதவைத் தட்டிக்கிட்டு நிப்பாளே... நாளைக்கென்ன, பத்துக் கெட்டு பப்படம் ஏதோ அடியவந்திரக்காரனுக்குக் கொடுக்கணும்னு அப்பா சொல்லிச்சு. அலமாரியிலெ, நாலு கூடப் போனா அஞ்சு கெட்டு பப்படம் காணும். காலத்தெ குஞ்ஞி வந்து, வெளிச்செண்ணெய் வாங்கி, மாவு கொழச்சு, இடிச்சு, துண்டு நறுக்கி, பப்படம் பரத்தி வரும்போ வெயில் போயிடும். அதுக்குள்ளெ காயவச்சுக் கொடுக் கிறது எப்பிடி. சவம், இந்த மஞ்சுப் பெண்ணே நாளைக்கு டைப் அடிக்கப் போக வேண்டாம்னு நிறுத்திக்கிடணும். வயிற்றுப்பாட் டையும் பாக்கணுமே...

எங்கேயோ மணி அடித்தது... கொல்லனின் சம்மட்டிச் சத்தம், டணடண என்று கேட்டுக்கொண்டிருந்தது. வண்டிப் பேட்டைக்கு அப்பால் காந்தி ஹோட்டலின் இருட்டு நெடும் சந்தில் நாலைந்து நாய்கள் கடித்துக் குதறிக்கொண்டு சண்டையிடும் பேரரவம் கேட்டது. பெரிய ரோட்டில் லாரி ஒன்று இரைந்துகொண்டு போகும் சத்தம் இரவின் அமைதியில் அலை ஓசை போல் கேட் டது... இதையொன்றும் கேட்காமலேயே பாப்பி எப்பொழுதோ உறங்கிப்போயிருந்தாள்.

"பாப்பி அம்மோள் எங்கே போயிருக்கு உங்க தங்கச்சி, மஞ்சு வம்மா? இன்னைக்கு சனியாளிச்சைதானே, இன்னைக்கும் படிக்கப் போணுமா?"

குஞ்ஞி, குத்து உரலில், உளுந்து மாவு குழைந்ததை, தேங்காய் எண்ணெய் ஊற்றிப் பிசைந்து சப்பாத்தி மாவு போல் உருட்டி மழுங்கு உலக்கையால் இடித்துக்கொண்டிருந்தாள். அந்த 'பொத்து பொத்து' ஓசையில் அடுக்களைப் பாத்திரங்களும் உரல் புரை கைச் சுவரும் எல்லாம் குலுங்கிற்று. முதலில் இடித்துக் கொடுத்த மாவை, பெரிய மரவியில் இட்டு கையால் அடித்துப் பிசைந்து ரப்பராக இழுத்து, புடலங்காய் புடலங்காயாக நீட்டி, உருமாற்றிக் கொண்டிருந்த பாப்பி, குஞ்ஞியையே பார்த்துக்கொண்டிருந்தாள். 'மலையாடிச்சி குஞ்ஞி. பத்து பதினைந்து வருஷமாகவே, இங்கே தான் வேலை. அம்மை இருக்கக்கூடிய காலத்தில் அடிக்கடி பப்படம் வாங்க வருவாள். அப்போ ஏதோ ஓட்டலில் மாவு அரைக்கிற ஜோலி இருந்துதாம். ஒருநாள் அம்மாதான் அவளை இங்கே பப்பட மாவு இடிக்க வரச் சொன்னது. அது இவ்வளவு காலமாயிச்சு. இப்போ குடும்பத்திலெ ஒருத்தி. பப்படக்காரி குஞ்ஞின்னு சொன் னாத்தான் வெளியிலே அவளைப் பற்றித் தெரியும். உலக்கை பிடிச்சுப் பிடிச்சு கையெல்லாம் தேங்காத் தொண்டு மாதிரி மரத்துப் போச்சு அவளுக்கு. அவ வந்த காலத்திலே தனக்குப் பத்து வயசி ருக்கும். இப்போ இந்த குஞ்ஞி பாக்க லட்சணமா இருப்பா. நெறைய முடி உள்ளதெ கோடாலிக் கொண்டை போட்டு வச்சிருப்பா. பின்னிப் போட்டா முட்டுக்குக் கீழ் வரும். செவசவ என்று உதடு செவக்க எப்பவும் வெற்றிலை முறுக்கியிருப்பா. இடிச்சுக்கிட்டு இருக்கும்போதே கிளவி மாதிரி நூறு தடவை எந்திச்சு எச்சி துப்பப் போவா. இது எனக்குக் கொஞ்சமும் பிடிக்காது. மணக்காட்டிலே, எங்கேயோ தாமஸம், சாலைக் கடையிலையும், மணக்காட்டிலையும், குஞ்ஞிக்குத் தெரியாத சங்கதியே கெடையாது. வீட்டிலெ அடஞ்சு கெடக்கக் கூடிய எங்களுக்கு குஞ்ஞி எல்லாம் வந்து சொல்லுவா. சினிமா பார்த்துட்டு வந்து மஞ்சு கதை சொல்லுவது போல குஞ்ஞி எல்லாம் சொல்லுவா. குஞ்ஞிக்கு இப்போ ஊளைச் சதை விழுந்துபோச்சு. மாவு இடிக்கும்போ – ரவுக்கைக்கும் முண்டுக்கும் இடையிலே சுளிஞ்ச வயிறு மளுங்கு மளுங்குன்னு ஆடுது... கீழ்மூச்சும் மேல் மூச்சும் வாங்கும். ஆனாலும் குஞ்ஞி நிறுத்தாமெ இடிப்பா. மேல் உதட்டிலே புள்ளி புள்ளியா அரும்பு வேர்க்கும். அம்மைக்கு அடிக்கடி வரக்கூடிய தலைவலிக்கு, குஞ்ஞிதான் தும்பைச் செடி கொண்டு வந்து சாறு அரைச்சுத் தேய்ப்பா... கடைசியிலே தீராத அந்தத் தலைவலியாலேயே படுத்த படுக்கையா கெடந்து படாத பாடெல்லாம் பட்டு, காலடி வைத்தியரும் கைவிரிச்சு அம்மா செத்துப் போனப்போ, 'பாப்பி – மஞ்சு – மக்களெ கவலைப் படாதே நான் இருக்கேன்...' என்று சமாதானம் சொல்ல இந்தக் குஞ்ஞிதான் இருந்தா. சொந்தக்காரங்க சீலை எடுத்துப் போட்ட

கடனுக்கு அடியந்திரமும் சாப்பிட்டிட்டு ஓரோருத்தரும் போயிட்டா... சமஞ்சப்போ முதலிலே தலைக்குத் தண்ணிவிட்டு உரல்பெரை முறியிலெ கொண்டு இருத்தினது இந்தக் குஞ்ஞிதான்... இவ்வளவுக்கும் அப்பா, இந்தக் குஞ்ஞிகிட்டை ஒரு வார்த்தைகூடப் பேசினதில்லெ, இவளும் அவர் இருக்கும்போ கமான்னு ஒரு அட்சரம் பேசமாட்டா. தெனம் ஒண்ணே காலோ ஜோலி உள்ளது போல சம்பளம். மத்தியானம் ஒரு நேரம் ஊணு. சாயங்காலம் வீட்டுக்குப் போவும்போ ஏதாவது கஞ்சியோ கூட்டானோ மிச்ச மிருந்தா அலுமினிய போணியிலே வீட்டுக்குக் கொண்டு போவா. இந்த குஞ்ஞி ஆறு மாப்பிள்ளைகள்கூட இருந்திருக்காளாம். ஓரோருத்தனும் கொஞ்ச காலம் இருப்பான். பின்னெ என்ன காரணமோ விட்டுட்டுப் போயிடுவான். அதெப் பற்றி குஞ்ஞி ஒண்ணும் சொல்லமாட்டா. ‘நீ அந்த வேலு, கூடதானே இருக்கே?’ என்று பரிசயக்காரங்க ஆராவது கேக்கும்போது, ‘எந்த வேலு அந்த முடிஞ்சவன் போயி வருஷமெத்தரை ஆச்சு. இப்போ எண்ணெய்ச் சட்டி, சங்கு நாயரல்லவா எனக்குச் செலவுக்குத் தாறாரு’ என்று சொல்லுவா. இனியொரு சமயம், சங்கு நாயரைப் பற்றிக் குசலம் கேட்டா, அவர் போன கதையும் இப்போ வேறொரு நாயரின் பெயரையும் குஞ்ஞி வாயால் கேட்கலாம். அதெல்லாம் சீலை மாற்றிக்கொள்வது போலத்தான். ‘எங்க நாயன்மாருகளுக்கு எட்டுக் கல்யாணம் என்னு சட்டமே இருக்கு’ என்று சொல்லுவா, குஞ்ஞி.

ஊர்க் கதையும் புரளியும் குஞ்ஞி அழகா சொல்லுவா. சாது சாமியார், மணக்காட்டிலெ ஒரு பெண்ணுகூட இருந்தப்போ அவ மாப்பிள்ளெ வந்து பெண்ணை வெட்டீட்டு சாமியாரை வெரட்டினது... தம்பானூரிலே ஏதோ ஒரு அம்பட்டன் அக்கா, தங்கச்சி மூணு பேரையும் பெண்டாட்டிமாரா வச்சிருந்தும், ஒரு நா காலத்தே மூணு எண்ணத்துக்கும் வெஷம் கொடுத்து, தானும் குடிச்சுக்கிட்டு செத்துக் கெடந்த கதை. கருமடம் பாச்சிக்கு சாலை சாளைப் பட்டாமணி கள்ள மாப்பிள்ளையாக்கும் என்னுள்ள கதை. வண்டிப் பேட்டையிலே காளை சேத்துக் கொடுக்கும் பப்புவுக்கும் பால்காரி செல்லம்மைக்கும் பெற்ற பிள்ளைதான் அம்பாள் கபேயிலிருந்து பப்படம் வாங்க வரக்கூடிய அய்யப்பன் பயலாம். இப்பிடி எல்லாக் கதையும் குஞ்ஞி கண்டது மாதிரி சொல்லுவா. கூடக் கூடெ வெற்றிலை முறுக்கணும். தலைமுடியெல்லாம் பப்பட மாவு அரிச்சு நரைமுடி போல இருக்கிறதக்கூட வகை தெரியாமெ துவர்த்தை எடுத்து மேலே போட்டுக்கொண்டு, முக்குக்கடைக்காரன் கிட்டே வெற்றிலை பாக்கு வாங்க ஓடுவா... இந்த குஞ்ஞியாலதான், கொட்டாக்கரையிலே இருந்து வந்த ஒரு மாப்பிள்ளை தரம் நின்னு போச்சு, ஆரோ குஞ்ஞியை அப்பாவுக்கு வைப்பாட்டியாக்கும்னு

கதை சொல்லீருக்கா. வந்த மாப்பிளெ நடையிலேகூட எறங்காமெ போயிட்டுது. அப்பா இந்த சவம் இருக்கும்போ, நிரை கடையை விட்டு அடுக்களைக்குக்கூட வரமாட்டா. மத்தியானம் சாப்பாடு வடக்குப் பெரையிலே போயிடும். 'பச்சைக் கண்டங்கியையும் பால் போல நெறமும், குங்குமப் பொட்டும் செவப்புத் தோடையுமா, அம்மா தண்ணி கோரிக்கொண்டு வரும்போ கண்டா மகாலக்ஷ்மி யோன்னு தோணும்' என்று அம்மையைப் பற்றி அடிக்கடி சொல் லும் அப்பா எங்கே? இந்த மூதேவிக்குப் பேரு முத்துமாலைன்னது போல குஞ்ஞி எங்கே? "மேளே பாப்பி, மஞ்சு குட்டியெ அடிக் காதேயிட்டி, அப்பாவுக்குக் கஞ்சித் தண்ணிலே ஒரு சொட்டு உப்பு விட்டு லோட்டாயிலே கொண்டு போயி கொடு... கடையிலே போய் நிக்காதே... வண்டிப் பேட்டை சுவரை எட்டிப் பாக்காதே... ரோட்டுக்குப் போகாதே..." அம்மைக்கெ பேச்சு இன்னும் கேக்கிற மாதிரி இருக்கு.

"என்ன பாப்பி அம்மோவ். நான் கேட்டதுக்கு ஒண்ணும் சொல்லாமெ இருக்கேளே? ஓ... தங்கச்சிக்கு காறிக்கெ காரியத்தைக் கேட்டப்போ உங்களுக்குக் கெறுவு. பாப்பி அம்மோ நான் அஞ் சாறு தீரை கண்டாச்சு. இங்கேயிருந்து டைப் அடிக்கப் போறேன்னு போயி சித்ரா தியேட்டரிலே சினிமாக்குப் போறது. ஓ... பொம்பிளைப் பிள்ளைக்கு இப்படி ஒரு சினிமா கொதி உண்டுமா? பாப்பி அம்மோ, அது காணிக்கக்கூடிய ஓரோ குண்டணிக்கும் நீங்க அப்பா கிட்டெ வக்காலத்து வாங்கிப் பேசுதியோ? அம்மை இருந்தா என் கண்ணாணெ, நீங்க ரெண்டு பேரும் சமஞ்ச கொமரு களா வீட்டிலே இருந்திருக்க மாட்டியோ? பாப்பியம்மை இப்போது நாலு பிள்ளைகளுக்கு தள்ளை ஆயிருப்பியோ. அம்மை போன தோட உங்க மூப்பும் எளக்காரவுமாச்சு... நான் குற்றம் சொல் லல்லே. இந்த டவுனிலே நடக்கக்கூடிய எல்லா கூத்தும் கொர வையும் ஆட்டமும் கண்டு மடுத்தவளாக்கும் இந்த குஞ்ஞி. அப்பா கோவப்பட்டு தங்கச்சிக்கு, அடிகொடுத்தாட்டு சொன்னியோ, இனியிப்போ இந்த வயசிலே அடிச்சும் சொல்லியும் திருத்த ஒக்குமா? இந்த சினிமாயும் தேங்கா கொலையும் கண்டுபிடிக்கப் போற பிள்ளைய காணிக்கக் கூடிய விருத்திக்கேடு ரோட்டிலே எறங்கி நடந்தா காணலாம். பொம்பிளெ மேலே ஆம்பிளை படுத் திருக்கக் கூடிய பெரிய படம் ரோட்டு சுவரெல்லாம் ஒட்டிச் சிருக்கு... ஒண்ணும் மூணும் தெரியாத பிள்ளைக இதெல்லாம் கண்டு என்ன நெனைக்கும். படத்திலெ இப்பிடியானா அங்கெ என்னவெல்லாம் காட்டுவான். முன்னாலெ ஆம்பிளைக தேவிடியா குடிக்குப் போவா. இப்போ சினிமா கொட்டகைக்குப் போனாலே எல்லாம் அறியலாம்... அதுக்குத்தான் நான் சொல்லுதேன். தங்கச்சி

ஒண்ணீ டைப் படிக்க போட்டும். அல்லாட்டா பாடே விதியேன்னு வீட்டிலையாவது இருக்கட்டும்..."

"குஞ்ஞீ நீ என்னத்தைக் கெடந்து சலும்புதே... மஞ்சு இன்னைக்கு அவ சிநேகிதி ஒருத்திக்குக் கல்யாணம் கழிஞ்சு மறுவீடாம். பாக்கப் போயிருக்கா... நீ சொன்னதெல்லாம் அப்பா காதிலே கொஞ்சம் விழுந்தா போதும். பாவம் அந்தப் பொண்ணு இங்கே வந்ததும் பூரா பூசை கெடைக்கும். நீ கொஞ்சம் வாயை வச்சுக்கிட்டு இரி... போதும். மாவு போதும்... இந்தா கொழைச்சு வச்சிருக்கேன். வெயிலு போறதுக்கு முந்தி ஒரு பத்துக் கெட்டுக்குத் தீர்த்துப் போடணும். நாளை ஞாயிறாழ்ச்சை நீயும் யூரோப்பியன் சட்டப்படி வரமாட்டே..."

குஞ்ஞி உலக்கையைச் சுவரில் சாத்தி வைத்துவிட்டு வந்தாள். ஒருதரம் வெற்றிலை போட்டுக்கொண்டாள். பிறகு கிணற்று மூலையின் அப்பால் 'மறைவிற்கு' போய்விட்டு வந்தவள் ஏதோ அகஸ்மாத்தாக, சுவரை எட்டி வண்டிப்பேட்டையைப் பார்த்தாள். பார்த்தவள் சட்டென்று குனிந்துகொண்டு, எதையோ காணக் கூடாததைக் கண்டுவிட்டது போல, பாப்பி இருக்குமிடத்தையும், கடை உள்ளையும் திருதிருவென்று பார்த்தாள். பருந்தைக் கண்ட பெட்டைக் கோழி போல குஞ்ஞி திருதிருவென்று விழித்துக் கொண்டு நிற்பதைக் கண்டதும், பாப்பியும் மடியிலிருந்து மாவுப் பாத்திரத்தை நீக்கிவைத்துவிட்டு எழுந்து நின்று முந்தானையை உதறி மாவைப் போக்கி வெளியே விட்டு, வந்தாள்.

"என்னத்தை அங்கே பார்த்துப்போட்டு வந்து நிக்கிகே..." என்றவாறு கிணற்றடிக்கு வந்த பாப்பியை குஞ்ஞி இழுத்து நிறுத்தி, "ஒண்ணுமில்லெ. வா... மாவை அப்பிடியே வச்சிட்டுவந்திட்டேளே காக்கா வரப் போவது வாருங்கோ... போகாதீங்க..." என்று தடுத்த அவளை விலக்கிவிட்டு, "அப்பிடி அங்கே என்ன கூத்துன்னு நானும் கொஞ்சம் பாக்கட்டேன்" என்று, கிணற்றடி துவைப்புக் கல்லுக்கு மேல் ஏறி வண்டிப்பேட்டையை எட்டிப் பார்த்தாள். 'அப்போவ்... இதா' காளைக்கும் பசுவுக்கும் தாலி கட்டு நடக்குது குஞ்ஞி இப்போ, சின்னக் கொல்லன்தான் காளையைப் பிடிச்சிருக்கு.' பாப்பி – எட்டிப் பார்க்கவும் அவன் மதில்மேல் திரும்பிப் பார்க்கவும் சரியாக இருந்தது. சின்னக் கொல்லன் கண்ணும், அந்தக் காளையின் சீற்றமும்தான் – பாப்பி காண முடிந்தது. சட்டென்று கீழே இறங்கிவிட்டவளின் முகம் பேயறைந்ததுபோல இருண்டு விட்டது. "சொன்னா கேட்டாத்தானே, இப்போ பாத்து நெறஞ் சாச்சா... வாங்க போகலாம் அப்பா காணணும்... வெட்டி வெலி கெடுத்திர இது போதும்..." பாப்பி விடுவிடுவென்று நடந்து அடுக்களைக்குள் போய்த் தன்னை மறைத்துக்கொண்டாள்!

அன்று பகல்முழுதும் பாப்பிக்கு ஒன்றுமே ஓடவில்லை. அடுக் களையில் அடுப்படியில் நின்றால், உரல் புரைக்குப் போகணும் போல் தோன்றும். அங்கே குஞ்ஞி முகத்தையும் அவள் நமட்டுச் சிரிப்பையும் அர்த்தமுள்ள பார்வையையும் காணும்போது, வடக்குப் புரைக்குப் போய்விடத் தோன்றும். அங்கே மஞ்சுப் பெண் சினிமாக் காரிகள் படத்தை சட்டம்போட்டு மாட்டியிருக்கும் அலங்கோலத் தைப் பார்க்கும்போது கொஞ்சம், தங்கச்சி பேரில் கோபம் வரும். மேசைமேல் அடுக்கிவைத்திருக்கும் பாடப் புஸ்தகங்களையும், பேனா பென்ஸில் வகைகளையும் பார்க்கும்போது, கொஞ்சம் சந்தோஷமாக இருக்கும். 'இந்த வருஷமும்கூட ஜயிச்சு வந்தப்பறம், அப்பாகிட்டெ சொல்லி, வடக்கே ஏதாவது ஒருதரம் நிச்சியிச்சிட்டு வரச்சொல்லணும். ஜாதியிலெ – படிச்ச பெண்ணின்னா சலாம் வச்சிட்டு வந்து நிப்பான், வடக்கத்திக்காரன்' என்ற நினைவு களிடையே – திடீரென்று வெள்ளத்தில் கால் வைத்துவிட்டது போல வண்டிப் பேட்டைக் காட்சி பொத்துக்கொண்டுவந்து நிற்கும் – சின்னக் கொல்லனின் பார்வையும், காளையின் சீற்றமும் – பாப் பிக்கு மனதை வலித்தது. அப்பா கடைப் பட்டறையில் குருத்து ஓலையிலிருந்து நார் கிழித்து அப்பளம், நூறுவீதம் கட்டுக் கட்டிக் கொண்டிருக்கிறார். பூக்கடை வாசு வந்து அப்பா பக்கத்தில் – இருப்புப் பலகையில் இருந்துகொண்டு பேசுவது கேட்டது. அவனது மெலிந்த உடலும் ஜிப்பா சுருட்டும், சகாவு மீசையும், அவனைப் பார்க்காமலேயே பாப்பிக்குத் தெரிந்தது... "இப்போ என்ன பட்டர் அய்யா ஜனகீயம் வந்தவுடனே மனிஷன் மாறீட்டான். ஓடை கோரக்கூடிய கோவிந்தனும், நீங்களும், காந்தி ஓட்டல் சாமியும் இந்த நானும் இப்போ ஒண்ணு. என்னைக் கேட்டா அப்படித்தான் வேணும். பறச்சி, பிராமணனைக் கெட்டணும் அப்போ பிள்ளை உண்டாகுதான்னு பார்க்கணும்..."

"டேய்டேய் சகாவே! உங்க திருத்தத்தெ கொஞ்சம் பதுக்கை பேசுங்கோ. இங்கே பொம்பிளைப் பிள்ளைக உள்ள எடம்... உனக்கு பிரசங்கிக்கணும்னா பழவங்காடி மைதானத்துக்குப் போ. நாலு ஆளும் சேரும்... இப்போ பலகையைவிட்டு எந்தி..." அப்பா வின் அதட்டல்.

"ஆ... காரியம் சொல்லும்போ பெண்ணையும் பிள்ளைகளை யும் மறந்திரணும்... சரி பப்பட கச்சவடம் நடக்கட்டும் நான் போறேன்..." வாசு எழுந்து போனான். இனி இப்போ அப்பா சாப்பிட வந்து நிற்கும்போ முகத்தைப் பார்க்க கஷ்டமா இருக்கும்... சே... இந்த சவம் குஞ்ஞி சொன்னதைக் கேட்டுக்கிட்டு சுவரை எட்டிப் பார்க்காமெ இருந்திருக்கக் கூடாதா...

– நடு இரவிற்கு மேல்தான் பாப்பிக்குக் கொஞ்சம் சமாதானம் போல இருந்தது. கோரம்பாயில் அப்படியே படுத்திருந்தபோது, சின்னக் கொல்லனின் அந்தச் சம்மட்டிச் சத்தம், இருட்டிலிருந்து– விளக்கேற்றிக்கொண்டு வருவதுபோல மெல்லக் கேட்டுக்கொண்டிருந்தது... அந்தக் காளையின் திமிர்ச்சி, சின்னக் கொல்லனின் கயிற்றில் அடங்காத திமிறல்... குறுகிக்கொண்டு மிரண்டு நின்ற பசு.. சே பார்த்திருக்கக் கூடாது. அதுவும், அவனும் அதே நேரத்தில் இங்கே பார்த்து ஒரு மாதிரி சிரித்தானே! ஒருகணம்தானே... உக்கும் பார்த்திருக்கக்கூடாது... சின்ன பிராயத்தில், கூடையுடன் சாணி அள்ளப் போகும்போது – பசுவும் காளை மாடும் அங்கே விரட்டிக் கொண்டு போவதைக் கண்டதுண்டு. ஆனால், அன்று, எதுவும் தெரியாது. இன்று, எல்லாம் தெரிகிறதே... யார் சொல்லித் தந்தது? வீட்டின் பின்புறச் சுவருக்கப்பால் வண்டிப்பேட்டை இருப்பதும், அங்கே வண்டிகள் அவிழ்த்துக் கட்டுவதும், மாட்டுக்கோட்டம் இருப்பதும், கொல்லன் ஆலை இருப்பதும், எல்லாமே இல்லாதது போலதான் இதுவரை நடந்திருக்கிறது. சமைந்து ஆளான பின்பு கூட பூந்தோட்டமானால் அதைப்பற்றி நினைத்திருக்கலாம். ஆனால், இப்போ... கொல்லன், காளை... அலமலங்கலான, சாணி நாற்றத்தின் வண்டிப் பேட்டை.... கொல்லனின் சுட்ட பார்வை... சே...

பாப்பிக்கு இன்று மூட்டை நமைச்சல்கூடத் தெரியவில்லை. விளக்கை அணைத்துவிட்டாள். இருட்டில் ஒன்றும் தெரியவில்லை. கொல்லனின் சம்மட்டிச் சத்தம் கேட்க வேண்டாமென்று காதைப் பொத்திக்கொண்டு படுத்தாலும் நெஞ்சின் படபடப்பில் சம்மட்டி அதிருவது போல் கேட்டது. அம்மாவை நினைத்துப் பார்த்தாள். பெரிய நெற்றிப் பொட்டும் பால்போல் நிறமும் வகிடு கொண்டையும் அம்மா, கிணற்றடியிலிருந்து குடத்து நீருடன் வருகிறாள்... என்ன மாயம், கிணற்றடி சுவருக்கப்பாலிருந்து கொல்லனின் முகம் தெரிகிறது. 'அந்த சுட்ட, வக்ரமான பார்வை தூ...!'

மிதுனம் கர்க்கடக மாசம். இரண்டு மூன்று நாட்களாக ஓயாத மழை அன்று. விடிந்தபோது சாலைக்கடை பெரிய ரோட்டில் முழங்காலளவு வெள்ளம் வந்திருந்தது. மழை இன்னும் தூறலாகப் பொழிந்துகொண்டிருந்தது. ஓடையெல்லாம் நிறைந்து வழிகிறது. தெரு வாசலைக் கூட்டிக் கோலம் போட, துடைப்பமும் கோல டப்பாவுமாக வந்து வாசலைத் திறந்த பாப்பி பிரமித்துப்போய் நின்றுவிட்டாள். பொழுது நன்றாக விடியவில்லை. ஆயினும், ரோடு நிறைய வெள்ளம் போவதைக் கண்டபோது, கிள்ளியாறு தெரு வாசல்வழியாக ஒழுகி வந்துவிட்டதோ என்று பிரமித்துப் போனாள் பாப்பி. ரோட்டில் ஒரு 'ஈ, எறும்பு' இல்லை. அடைத்த கடைத் திண்ணைகள் எல்லாம் வெள்ளமயமாக இருந்ததினால் திண்ணை

யில், அழுக்கு வேஷ்டியைத் தலைமுதல் கால்வரை போர்த்திக் கொண்டு உறங்கும் வாடிக்கைக்காரர்கள் யாரையும் காணவில்லை. போர் உயர்த்தி வைக்கப்பட்டிருந்த கைவண்டிகள், முக்கால்பகுதி சக்கரங்களும் வெள்ளத்தின் அடியில் அமிழ்ந்துபோய் பட்டமரங் கள் போல உயர்ந்து நிற்கின்றன. பாப்பி வேறு ஒன்றையும் பார்க்க வில்லை. சட்டென்று நிரையைச் சாத்திவிட்டு வடக்குப் புரையில், நெஞ்சின்மேல் கைகட்டி சுகமாகப் படுத்துறங்கும் அப்பாவைப் போய் எழுப்பினாள். "அப்போவ்... அப்போவ் எந்தியுங்கோ... தெருநடையெ வந்து பாருங்கோ. நம்ம நடையிலே இடுப்புவரை வெள்ளம். எந்திங்கப்போவ்..."

கோபால்பட்டர் வாரிச் சுருட்டிக்கொண்டு எழுந்தார். "என்னது மக்களெ வெள்ளமா எங்கே?" என்று எழுந்து நின்றவர், வேஷ்டியை சரியாகக் கட்டிக்கொண்டார். மூலையில் தொங்கும் குடுவையிலிருந்து கொஞ்சம் விபூதியை எடுத்து நெற்றிக்கு இட்டுக் கொண்டு, பொங்கி வந்த கொட்டாவியை வாயருகில் சொடுக்கி அடக்கிக்கொண்டு, சட்டென்று வெளியே வந்து நிரைவாசலைத் திறந்து ரோட்டைப் பார்த்தார். இப்பொழுது இன்னும் கொஞ்சம் விடிந்திருந்தது... "ஓஹோ... ராத்ரி நல்ல மழை பெய்திருக்கு போலி ருக்கே எங்கேயோ அணை உடஞ்சிருக்கும். அதனாலேதான் இவ் வளவு வெள்ளம்... சரி மக்களெ புறவாசலிலே போய் பாத்தியா வண்டிப்பெரை செளி வெள்ளமும் சாணியுமெல்லாம் நம்ம வடக்கே புறத்திலை வந்திருக்குமே..."

பாப்பியும் அப்பொழுதுதான் வீட்டின் பின்கட்டைப்பற்றி எண்ணினாள். சட்டென்று அப்பாவும் பொண்ணுமாகப் பின் வாசலுக்குப் போய்ப் பார்த்தபோது, நினைத்தது சரிதான். உரல்புரைத் தளம் முழுக்க வெள்ளம். கிணற்றோடு சேர்ந்துள்ள, வண்டிப் பேட்டைச் சுவர், சீட்டுக்கட்டு சரிந்து விழுந்ததுபோல அடியோடு விழுந்துகிடக்கிறது. பேட்டை நிறைய வெள்ளம். கொல் லனின் குடிசைப் பட்டறை பாதியும் வெள்ளத்தினடியில் திண்ணை யிலிருந்து பார்த்தபோது – காந்தி ஓட்டல் மூன்று மாடிக் கட்டடம், மரக்கடை ரோடு முழுதும் தெரிந்தது... கிணற்றடி முருங்கைமரத் தின் கொப்புகள் முறிந்து விழுந்திருந்தன. வாழைமரம் இரண்டும் அப்பிடியே நிற்கிறது. கிணறு – முதல் படி வரையில் தண்ணீர் நிரம்பியிருக்கிறது. உரல்புரை சாமான்கள், வேய் – பரம்பும், உறி களும், குத்து உரலும் அம்மியும், வெறகு பொடிகளும் எல்லாம் நனைந்து போயிருக்கின்றன.

"எப்பிடி இவ்வளவு வெள்ளம் வந்தது, நூற்றி நாலாம் ஆண்டிலெ எனக்கொரு பத்து முப்பது வயசு காலத்திலெ இந்த

மாதிரிதான் வெள்ளமும் மழையும்... அதுக்கப்புறம் இப்போதான் சாலைக்கடையிலெ இவ்வளவு வெள்ளம் பாக்கேன்... இனியிப்போ என்ன செய்ய... மழை இனியும் சிணுங்கீட்டுதானே நிக்கு... எளவு இந்த ரெண்டு மூணு மாசத்தையும் கழிச்சுவிட்டாரணுமேன்னு இருக்கு... சுவர் விழுந்து போச்சே. என்ன செய்யறது...? உம்...”

“என்னதுப்பா? அய்யோ இவ்வளவு வெள்ளமா ஒரு ராத்ரி கொண்டு...” என்று தலையையும் சொறிந்துகொண்டு தூக்க சாயல் மாறாமல் பின்னால் வந்து நின்ற மஞ்சுவை இருவரும் சும்மா பார்த்துவிட்டு, வெள்ளத்தைப் பார்த்தவாறே நின்றுகொண்டிருந்தனர்.

“எப்பிடீக்கா, சுவர்மூட்டோட விளுந்திருக்கே... இனியெப்பிடி? வண்டிப் பேட்டையிலெ வரக்கூடிய மாடுகளும் நாடான்மாரும் இங்கே வந்து ஏறீருவானுகளே...”

“உம்... சும்மாகெட. வரட்டும் வரட்டும். மழையெல்லாம் தோரட்டும். இனி ரெண்டு மூணு மாசத்துக்கு ஓலை வச்சு மறச்சுக் கெட்டத்தான் ஒக்கும். இந்த மழையிலெ சுடுகல் வச்சுக் கெட்டி வச்சா இதுபோல ரெண்டு மழைக்குத் தாங்காது... அந்தச் சின்னக் கொல்லனிட்டே ஒண்ணு சொல்லணும். ஓலைவச்சு கெட்டினா மட்டும் போராதே. வண்டிப்பேட்டை பலவட்டறை மேளமாச்சே... சாத்தணும் சடையனும், நல்லவனும் அறப் போக்கிரிகளும் வந்து போற எடம். இனி மழைக்காலம் தீருவது வரை மாடு சேக்கிற யாவாரம் இருக்காது. அதனாலே அந்தத் தொல்லையில்லே... எதுக்கும் அந்தச் சின்னக் கொல்லனிட்டே சொல்லி வைக்கணும். டேய் ஓலை சுவராக்கும் கெட்டீருக்கேன், ஒருத்தனும் வந்து தட்டியிட்டு ஏறக்கூடாதுன்னு சொல்லீற்றா, அவன் பட்டறையிலெ ராவும் பகலும் இருக்கிறதினாலே பாத்துக்கிடுவான்... இல்லாவிட்டாலும் சும்மா சொல்லக்கூடாது. பய மரியாதைக்காரனாக்கும்... என்ன மக்களே பாப்பி, அவனைக் கொண்டு ஒரு தொந்திரவாவது உண்டுமா நமக்கு? அவன் அப்பன் காலத்திலெ அவனும் நல்லவன்தான். இவனும் அப்பனைப்போலதான்... விடியட்டும். சிவன் பிள்ளையெ போய்ப் பாக்கணும். அவரிட்டே ஓலை இருக்கிதுன்னாரு... கையோட வாங்கீட்டு வந்து கெட்டீரலாம்... எளவு இந்த குஞ்ஞி இன்னைக்கு வரமாட்டாளோ? எதுக்கும் ஓலை வச்சுக் கட்டுவது வரை மக்களெ புறவாசலுக்கு வரண்டாம்... உரல் பெரை கதவை அடச்சிடுங்க... உம் போங்க... போங்க நடக்கக்கூடியதெ பாக்கணுமே... வெள்ளம் இப்போ எறங்கீரும். இது தாள்த பூமியாகும்...”

“அப்போ கெணத்தங்கரைக்கோ கக்கூஸுக்கோ போணுமானா எப்பிடி?”

“சீ போ சவமே. கதவெ தொறக்கண்டாம்னா அதுக்கொண்ணும் போகாண்டாம்ணா சொல்லுதேன். நல்ல புத்தி. படிச்சுக் கிழிக்கிறதொண்ணும் கொறவில்லே... உம். போங்க போங்க... மணியென்ன இருக்குமோ பூராப்னாலெ எளவு நேரம் தெரிய மாட்டேங்குது...”

மழைக்காலமாகையினால் அப்பள வேலை எதுவும் ஓடவில்லை. கடையின் கண்ணாடி அலமாரியில் வெறும் வாழை நாரும், காகிதங்களும், ஞானக்கோவை புஸ்தகமும்தான் இருந்தன. “சுட்டுத் திங்க ஒரு பப்படம் வேணுமானா இங்கே இல்லெ. ராவும் பகலும் இப்பிடி சிணுசிணு மழை அழுதா பின்னெ எப்பிடி. இன்னைக்கு புதன், நாலு நாளாச்சு வெயில்கண்டு. நாளையும் இப்பிடியே நின்னா பரண் கெட்டி தீப்போட்டு பப்படம் காய வெச்சு எடுக்க வேண்டியதுதான் வரும்...” என்று – கடையில் வந்திருந்த சிவன் பிள்ளையிடம் சொன்னார் கோபால் பட்டர்.

“ஆமா எனக்கும்தான் பாருமேன். நாலு நாளாச்சு தேங்கா வெட்டப் போகலே. தண்டான் சொல்லுதான், மழையிலெ மரமெல்லாம் வழுக்குது ஏற முடியாதுங்கான்...”

“வோய் நான் கஞ்சிக்கு அரிசி இல்லேங்கேன். நீரு பருப்புக்கு நெய்யில்லாமே சாப்பாடு செல்ல மாட்டேங்குதுங்கேரு... சரி... உமக்கு ஓலைக்குப் பணம் சிங்ஙமாஸம் தாறேன். அதுக் கெடையிலே கடன்காரனைப் போல்வந்து கேட்டிராதேயும்...”

“வோய் பட்டரே, உம்மட்டே ஓலைக்குப் பணம் நான் கேட்டேனா வேய்... உமக்கு ஓலை தந்தது காரணம் நான் இங்கே வாறதுகூட அதுக்குப் பணம் கேக்கத் தான்னு சொல்லுவீரு போல இருக்கே... நல்ல வேதாந்திவேய் நீரு... ஆ... அன்னா வாறன், நீரு தேடினேரே சின்னக் கொல்லன்...”

“வா டேய் சின்னவனே. மழையும் வந்தது உம் பட்டறையும் காரியமுமெல்லாம் வெள்ளத்திலெ ஆச்சு... ராவும் பகலும் அங்கேயே தட்டிக்கிட்டுகெடப்பே, இப்போ உன்னெ பாக்கணுமானா வலை போடணும் போல இருக்கு... சரி வா. இரு...” என்று பணிவுடன் வந்து நின்ற சின்னக் கொல்லனை உட்காரச் சொன்னார், பட்டர்.

“இல்லே சாமி நிக்கேன்” என்று ஒதுங்கி மரியாதையோடு கைகட்டி நின்றான், சின்னக் கொல்லன்.

“பின்னே நில்லு. ஒரு காரியம் சொல்லுதுக்காக்கும் உன்னெ கூப்பிட்டேன்... இப்போ, நம்ம வீட்டுப் பின்வாசலும் – உங்க

வண்டிப் பேட்டையும் ஒண்ணாயிட்டு கெடக்கு. இந்த மழை செய்த உபகாரம் அது. நீ உன் பட்டறைக்கு மண்ணடிச்சு திட்டை கட்டீட்டே... நானும் வடக்கேபுறத்தெ ஓலை வச்சாக்கும் மறச்சிருக் கேன். இந்த ரெண்டுமாசமும் போவட்டும் பின்னெத்தான் கல் இறக்கி மதில் கெட்ட முடியும். அதுவரை நீதான் ஒண்ணு பாத்துக் கிடணும். பிராயமான பிள்ளைக இருக்கிற எடம். நான் இங்கே சாலைக்கடை ரோட்டைப் பார்த்துக்கிட்டு வெளியே கிடப்பேன். அதுகளுக்கு பின்கட்டுதான் ராஜ்ஜியம். உன்னெப்போலத்த மரியா தைக்காரங்க இருக்கிறதினாலெதான் எனக்கு மூச்சுக்கி இருக்க ஒக்குது...”

“வோய் பட்டரே என்னத்தை அவன் கிட்டே போய் வள வளன்னு ராயஸம் பேசுதீரு... டேய் சின்னவனே, பட்டருசாமி சொல்லக்கூடியது சுருக்கமா எண்ணென்னா – ஒரு காளை மாடோ, வண்டியோ அலவலாதியோ இந்தப் பக்கம் ஓலைமறையைத் தாண்டி வந்திரக்கூடாது. அது உன் பொறுப்புங்காரு... அவ்வளவுதான்” என்று இடைமறித்து சின்னக் கொல்லனுக்கு விளக்கினார், சிவன் பிள்ளை.

“சாமி, எனக்குத் தெரியும் சாமி. இதெல்லாம் எங்கிட்டே சொல்லணுமா? நான் பாத்துக்கிடுதேன். இதுக்கு வேண்டி என்னெ ஏன் கூப்பிட்டனுப்பணும். நம்ம காரியம் – என் கண்ணு போல நான் பாத்துக்கிடுவேன் சாமி. இந்த ஓலைமறை இல்லாட்டாக்கூட ராயும் பகலும் நான் வந்து குறுக்கே கிடக்க மாட்டேனா... நான் போறேன் அய்யா. கொஞ்சம் வேலை கெடக்கு... பட்டறை வச்சு அஞ்சாறு நாளாச்சு இன்னைக்குதான் ஓலை கூட்டியிருக்கேன்... வாறேன்.”

குட்டை உருவில், கிராப் கலைய – அழுக்குத் துண்டைக் கட்டிக்கொண்டு, புடைத்த நெஞ்சும் பெரிய கண்ணுமாகப் பேசிவிட்டு – மரியாதையாக இறங்கிப் போகும் கொல்லனை, பாப்பி, அலமாரி இடை வழியாகப் பார்க்கத்தான் செய்தாள்.

“அப்பா பேசிக்கிட்டே இருக்கேளே கஞ்சி ஆறிப் போவுது...” என்று உள்ளேயிருந்து குரல் வந்தது.

“அப்பிடியா இன்னும் மத்தியானப்பாடு ஆகலியா, யாரு அது? சின்னவளா? மூத்தவளா கூப்பிட்டது?” என்று கேட்டார் சிவன் பிள்ளை.

“சின்னவதான், மூத்ததுக்கு இந்த மழைத் துளியோ மற்றோ நனைஞ்சு ரெண்டு நாளா சின்ன ஜலதோஷம். சவம் இந்த குஞ்ஞியும் மழைண்ணிட்டு அஞ்சாறு நாளா வரலை... அதுவும் நல்லது தான் வந்தாண்ணா அதுக்கும் ஜோலியிருந்தாலும் இல்லாட்டாலும்

ஒண்ணு ஒண்ணேகால் அழணும். அப்போ நீரு கொஞ்சம் இரியும். பட்றையைப் பாத்துக்கிடும். அந்தா 'கேரள கவுமுதி' கெடக்கு படிச்சுக்கிட்டிரியும். வந்திருதேன். இல்லெ கொஞ்சம் கஞ்சி குடிக்க வாறீரா?"

"இல்லே நீரு போயிட்டு வாரும் மனுசா. நான் ஒரு மணிக்கே சாப்பிட்டாச்சு. நமக்கு கோதுமைதானே... இன்னும் சுகர் குறையல்லே. சரி சரி போயிட்டு வாரும்..." சிவன்பிள்ளை பேப்பரை எடுத்துப் படிப்பதில் மூழ்கினார்.

"குட்டி மஞ்சூ, இங்கே வா... மணி ஆறடிக்கப் போவுதே இம்பிடு நேரம் நீ எங்கே போயிருந்தே...?"

"எங்கெயும் போகல்லே அக்கா. எங்கூட வருவாளே பவானீன்னு அந்தக் கட்டைப் பொண்ணு. அவ வீடு இங்ஙனெ பழவங்காடி கணபதி கோவிலு பக்கம்தான் இருக்கு. அவ கொஞ்ச நாளா, எங்க வீட்டுக்கு ஒருக்க வாயேன் வாயேன்னு கூப்பிட்டுக் கிட்டே இருக்கா. இன்னைக்கு மூணு மணிக்கே கிளாஸ் விட் டுட்டா. அதுதான் போயிட்டு சட்டுனு வந்திரலாமேன்னு போனேன். அங்கே போனப்போ அவ அம்மை ரொம்ப நல்ல சுபாவம். அவங்க ஒவ்வொரு காரியமா கேட்டுக்கிட்டே இருந்தா அப்பா இருக்காரா அம்மை உண்டுமா அக்காளுக்கு கல்யாணம் ஆகாத்த காரணம் என்ன ஒரு பாடெல்லாம் கேட்டா... அவங் களுக்கு ஆர்மோனியம் வாசிக்கத் தெரியும்... எனக்கு வாசிக்கத் தெரியுமான்னு கேட்டா. எனக்கு டைப் அடிக்கத்தான் தெரியும்னு சொன்னேன். தாயின் மணிக்கொடி பாரீர்னு பட்டம்மாள் பாடினது போல அதே அச்சா பாடிக் காட்டினா... அவங்களெ கண்டப்போ நம்ம அம்மைக்கு ஞாபகம் வந்தது... நமக்கும் அம்மை இருந்தா எவ்வளவு நல்லா இருக்கும்னு நினைச்சப்போ அழுகையா வந்தது... பொறவு, ஏத்தம் பழம் அவிச்சு, தேயிலையும் போட்டுத் தந்தா. நேரம் போனதே அறியல்லே. ஒடுக்கம் மணி பார்த்தப்போ அஞ்சேகால் அக்கா, அக்கா... அப்பாட்டெ சொல்லீராதேக்கா. அறிஞ்சா இது போகும்..."

மஞ்சுவின் குழந்தைத்தனத்தைப் பார்த்தபோது பாப்பிக்கு சிரிக்கத்தான் தோன்றியது. 'இந்தப் பங்குனியில் பதினெட்டு கழியுது அவ, தாவணியும், சுருக்குப் பாவாடையும், பேச்சும் கண்டா, இன்னும் சமையல்லேன்னு தோணுது' என்று எண்ணிய பாப்பி, "ஏட்டி எங்கேயாவது போவணுமானா ஒருவாக்கு சொல்லீட்டுப் போணும். நீ இன்னும் பதினொன்னு வயசு பெண்ணின்னு நெனைச்சுக்கிட்டுப் போறதும் – ஒரோருத்தர் வீட்டுக்குப் போறதும் நல்லால்லே... அதுக்குதான் அப்பா அடிக்கவும் கொல்லவும் வாறது.

உனக்குப் பதினெட்டு தெகையப் போவுது பார்த்துக்கோ... இங்கே வா, ஏது இது ஜாக்கெட்டு, எப்போ தச்சே, அன்னைக்கு அப்பா எடுத்த பச்சைத் துணியெ தச்சிருக்கிற லெச்சணமா இது? முதுகுக்கு இவ்வளவு எறக்கமா. அந்த தாவணி இல்லாட்டா இந்த ஜாக்கட்டு போட்டிருக்கிறதும் சரி இல்லாததும் சரி. நரிகொறத்தியா குட்டீ நீ... நீ குஞ்ஞி சொன்னது சரிதான். எல்லாம் சினிமா கண்டுபிடிச்ச நாகரிகம். கண்ணுக்கு வால் எழுதுவதும் தலை, குதிரை வால் முடிச்சுவிடுவதும், நடையும்... இப்படி வேஷம் போட்டுக்கிட்டு ரோட்டிலே வேறே நடக்கிறதெப்பிடியோ...?"

"அக்கா, அக்கா. உனக்கு ஒண்ணையும் தெரியாது. நீ இந்த உரல் பெரையிலே கெடந்துகிட்டு, குஞ்ஞிக்கெ பேச்சையும் கேட்டு, அம்மைக்கு பழைய பட்டு சீலையும் வெள்ளை ஜம்பரும் போட்டுக்கிட்டு அடஞ்சு கெடந்தா வெளியே என்னெல்லாம் நடக்குதுன்னு ஒனக்கென்ன தெரியும்... சரீக்கா, மணி ஆறடிக்கப்போவுது பொற வாசல் கதவைச் சாத்திரு. பாத்தியா அங்கே அந்த சின்னக் கொல்லன், இங்கேயே பாக்கான்... யாருக்கா இந்த ஓலைச் சுவரை கீற்று இளிக்கினது?"

"காற்று இளக்கீட்டுது... சரி நீ உன் சோலியெ பாரு. அவன் இங்கே சும்மா பாக்கான். இங்கெ பாத்துக்கிடணும்னு அப்பாதான் அவனெ சட்டம் கெட்டீருக்காரு... இல்லாட்டாலும் ஓலைச் சுவரானா இப்பிடித்தான்... சரி சரி நீ போய்ப் படி..."

"நான் இங்கே ஒரு பொஸ்தகம் வச்சிருந்தேனே. எடுத்தியா அக்கா?" என்று மஞ்சு தெற்கு அறையில் நுழைந்தவள் கூப்பிட்டுக் கேட்டாள்.

"நான் ஒண்ணையும் காணல்லே. உன் முறிக்கு நான் ஏன் வாறேன்... அங்கெதான் காணும் பாரு..."

"பாப்பி மோளே" என்று கடையின் அலமாரிச் சந்து வழியாக பட்டர், எதற்காகவோ மகளை அழைத்த குரலைக் கேட்டதும் பாப்பி... நிரைப் பக்கம் போனாள்.

"அந்த அடுப்பு ஒண்ணு பற்றவை மக்களெ. நாளைக்கும் வெயில் வரக்கூடிய கோளில்லை... இன்னைக்கு தீர்த்த பப்படத்தையெல்லாம் ஒண்ணு காய வச்சி எடுக்கணுமே. அடுப்பை மூட்டி தகிட்டை எடுத்துப் போட்டு ஒண்ணு சூடாக்கிக் கெட்டி வச்சிரணும். வெடியக் காலம் பத்துக்கெட்டு பப்படம் கொடுத்தாகணுமே..."

பகலில் குஞ்ஞி வாங்கிப் போட்டிருந்த ஓலைச் சருகை எடுத்து வந்து, உரல்புரை ஓரத்தில் கணப்பை மூட்டி அகலத் தகிட்டை

மேலெ இட்டு, உழுந்துமா பசையோடிருந்த அப்பளக் குவியலை ஒவ்வொன்றாகப் பிரித்தெடுத்து, சூடான தகிட்டின் மேல் ஒருகணம் போட்டு எடுத்து மொறமொறப்பானதும் நூறு எண்ணம் வீதமாக அடுக்கிக் கட்டுக்கட்டி வைக்கும் பணியில் மூழ்கினாள், பாப்பி. மஞ்சு தெற்குப் புரையில், சத்தம் போட்டு இங்கிலீஷ் படித்துக் கொண்டிருந்தாள். அலமாரிக்கப்பால், கடையில் எரியும் குழல் விளக்கைச் சுற்றி மழைப் பூச்சிகள் பறந்துகொண்டிருந்தன. பூக்கடை வாசுவும் அப்பாவும் அரிசி ரேஷனைப் பற்றிப் பேசிக்கொண்டி ருந்தனர். கணப்பில் ஓலைச்சருகு நன்றாக எரிந்துகொண்டிருந்தது. கைகள் வேலைசெய்துகொண்டே இருக்கும் சுகத்தில் பாப்பியின் நினைப்பு எங்கோ போயிற்று... அடைத்த புற வாசல் கதவிற்கப் பால், சின்னக் கொல்லன் தகிட்டைத் தட்டிக்கொண்டிருக்கும் ஓசை கேட்கிறது. அந்தச் சத்தத்தைச் செவி கொடுத்துக் கேட்க கேட்க – அந்த ஓசை மனதில் அமிழ்ந்து – வர்ணக் குமிழிகள் சிதறுவது போல... எண்ணங்கள் பிரிந்தன. மழையில் சுவர் விழுந்து அதன் இடத்தில் ஓலைமறைப்பு எழுந்து, அந்த ஓலைக் கீற்றில் சிலது நாசூக்காக விலகி, இப்பொழுது எத்தனையோ நாட்கள் ஆகி யிருந்தன. முதலில் – கிணற்றடியில் சீலைக்கு சோப்பு போட்டுக் கொண்டிருந்தபோது, தலைக்குமேல், துணிபோடுகிற கம்பி கொடி யில் காக்கை வந்து உட்கார்ந்தது. அது தலையில் எச்சமிட்டு தொலைக்காமல் இருக்க, அதை விரட்ட நிமிர்ந்தபோது, எதிரே ஓலைச்சுவர் பிரிந்ததின் சந்து வழியாக சின்னக் கொல்லன் இங்கேயே பார்த்துக்கொண்டிருப்பது தெரிந்தது... அவன் பார்வை பொறுக்காமல் சட்டென்று தலையைக் குனிந்துகொண்டு, அவசர மாக, துவைத்தது பாதி துவைக்காதது பாதியாக வாரிச் சுருட்டிக் கொண்டு உரல் புரைக்கு வந்த பின்பும் மனதின் படபடப்பு தீர வில்லை. அன்று, குஞ்ஞி கண்ட காட்சியைத் தானும் காண சுவரை எட்டிப் பார்த்தபோது கொல்லன் பார்த்தானே அந்தப் பார்வை, அப்பாவிடம் வந்து நிற்கும்போதுள்ள பவ்யம் எங்கே? இந்த நோட்டம் ஆனாலும், இவன் இப்படியென்று அப்பாவிடம் சொல்ல வேண்டாம் போல் இருக்கிறது. ஆனால், பயமாகவும் இருக்கிறது. சொல்லணும், இல்லை சொல்ல வேண்டாம்... 'நல்ல காவல்காரன்... அப்பாவுக்கு எல்லாருமே பட்டினத்தாரைப் போலன்னு நெனைப்பு... பெறகு ஒரு நாள் ஓலைச் சுவரைத் தாண்டி கிணற்ற டிக்கே வந்து, பீடிக்குத் தீக் கேட்டான். குஞ்ஞி அடுப்பிலிருந்து தீயெடுத்துக் கொடுத்தாள். பிறகு இவன் போனதுக்கப்புறம், குஞ்ஞி சொன்னா "பாப்பி அம்மோவ்... அந்தா எட்டிப் பாருங்கோ கொல் லன் ஓலையிலே தீ கெடந்து தெளைக்குது... அவனுக்கு நம்ம அடுப்புத் தீதான் பீடிக்குப் பொகையும் போல இருக்கு... அப்பாக் கிட்டே சொல்லீர வேண்டியதுதான்..."

“சும்மா கிட குஞ்ஞி. ஏதோ அவன் வந்து கேட்டிட்டான். அதுக்குப் போய் பராதி சொல்லணுமா? போட்டும். இனிமே வந்தா பாத்துக்கிடலாம்–” என்று குஞ்ஞியை அடக்கிவிட்டாலும் சின்னக் கொல்லனின் காரியம் ஒவ்வொன்றும் வளர்ந்துகொண்டே தான் வந்தது. அன்று குஞ்ஞி வராத நாள். மஞ்சு இந்தி கிளாஸுக்குப் போயிருந்தா. அப்பா, மத்தியான சாப்பாட்டுக்கு மேலெ ஒரு மயில் ஒறக்கம் உண்டும். அதெ பட்டறையிலெ சாஞ்சாக்கிலேயே நடத்திக் கொண்டிருந்தா. பப்பட மாவை, சல்லடையிலெ வச்சு அரிச்சுக் கிட்டே இருந்தப்பம், பின்வாசல் ஓலைச்சுவர் அசையுது. சட்டுனு திரும்பிப் பார்த்தப்போ சின்னக் கொல்லன்! குளிச்சிருக்கான், தலை சீவியிருக்கான். ஒற்றைமேல் முண்டு உடுத்தியிருக்கான். நெஞ்சு நெறைய முடியிருக்கு. மீசை நீட்டி வடிச்சி வச்சிருக்கான்... அவன் அங்கெயே நின்னுக்கிட்டு என்னத்தையோ கைக்குறி காட்டிக் கேக்கான்... வரட்ட என்னு கேக்கான். அய்யோ கொஞ்சம் சிரிப்பு வந்தது. ஒண்ணும் தோணலை. எந்திச்சு, சீலையிலெ மாவை துடெச் சுக்கிட்டு அடுக்களைக்கு வந்து, அடுப்புத் தீயை ஊதி விட்டிட்டு பின்னியும் பார்த்தப்போ சின்னவன், அங்கே நிக்கான்... ‘வரட்டா’ என்று தலையாட்டிக் கேட்கான்... அடுப்பிலெ வெறும் வென்னி மட்டும்தான் கெடந்தது. ஆனாலும், தீயை ஊதி ஊதிப் பெருக்கிக் கிட்டே இருந்தேன். இப்போ, குஞ்ஞியோ, மஞ்சுவோ ஆராவது வந்தா கொள்ளாம் என்று நெனைச்சேன். அய்யோ வந்திரக் கூடா தேன்னும் தோணிச்சு... வாழை மரத்திலெ ரெண்டு காக்காய்கள் வந்திருந்து கா கா... என்று பிராணனை அறுத்துக் கொண்டிருந்தது. அடிவயிற்றிலேருந்து தீ எரியிறது மாதிரி இருந்தது... பின்னும் பார்த்தப்போ சின்னக் கொல்லன் அங்கேயே நிக்கான் சிரிக்கான்...

மஞ்சு வந்தப்போ மணி நாலு. அப்போ பாத்தப்போ கொல்லன் அங்கே இல்லெ. எப்போ போனானோ?

“ஏக்கா அடுக்களையிலெ கெடந்து ஒறங்கினியா? ஏன் ஒரு மாதிரி இருக்கே? தலை வலிக்கா? ஏன் கண்ணெல்லாம் குளிஞ் சிருக்கு... சாப்பிடலியா அக்கா. இல்லே அப்பா ஏதாவது ஏசி னாரா? சவம் அந்தக் குஞ்ஞி வரல்லே எல்லா ஜோலியையும் இழுத்துப் போட்டுச் செய்திருப்பே... குட்டுவத்திலெ தண்ணி நான் எடுத்து வைக்கேன். நீ போயி ஒரு தேயிலை போட்டுக் குடியேன்...” மஞ்சு என்னல்லாமோ சொன்னாள்.

அன்று ராத்திரி வடக்குப் பெரையிலெ படுத்து உறங்கும்போ சொப்பனம், சொப்பனமாயிட்டு வந்திக்கிட்டே இருந்துது. விடிய விடிய சொப்பனம். உரல் பெரையிலெ படுத்திருக்கேன்... பாதி ராத்ரி மணி அடிக்குது நாய்க கொலைக்குது. லாறி போவுது. வவ் வாலு வாழைக் கூட்டத்திலே நொழஞ்சு கத்தீட்டுப் போவுது...

மூட்டை கடிக்குது... அப்பா கொறட்டைச் சத்தம் கேக்குது நெனவு அடிக்குது. கொல்லன் பட்டறையிலெ சத்தமில்லெ... ஓலைமறைப் பைப் பிச்சுக்கிட்டு சின்னக் கொல்லன் நடந்து வாறான். உரல் பெறை சாய்ப்பைத் தொறந்துகிட்டு உள்ளே வாறான். சின்னக் கொல்லன் உடுப்பு போட்டிருக்கான். தலை சீவியிருக்கான். வெத்திலை போட்டிருக்கான். அதைக் கிணற்றடியிலெ சத்தம் கேக்க துப்பிவிட்டு வந்திருக்கான். வந்தவன்... பாயிலெ வந்து தைரியமா இருக்கான்... அய்யோன்னு சத்தம் போடத் தோணிச்சு. மூக்கணை யிலெ பிடிச்சு அழுத்தி – மாட்டைப் பிடிச்சா அதுக்கு எப்பிடி இருக்கும் அதுபோல மூச்சு முட்டுது... சின்னக் கொல்லன் காளை மாதிரி முட்ட வாறான்... அந்த நோட்டம் அவன் கையைப் பிடிச்சுத் தடவுதான்... வெறகைப் பிடிச்சது மாதிரி இருக்கிது... விட்டிருவிட்டிருன்னு சொல்ல சொல்ல நாக்கு ஒட்டிக்கிட்டே போவுது... பின்னெ அவன் என்னவெல்லாமோ செய்யான்... அந்தப் பசுமாடும் காளையும்... காளை திமிறுது பசுமாடு பின் காலெ உதைச்சு உதைச்சுத் துள்ளுது... காளை திமிறிக்கிட்டு, பசுவின் பின்னால் கையை முதுகுக்குப் போட்டு... சின்னக் கொல்ல னின் பார்வை சுடுது... உலைத் தீப்போலக் கொதிச்சு சுடுது... மூச்சு முட்டுது. அவ்வளவுதான்... அய்யோன்னு சத்தம் போட் டப்போ நேரம் விடிஞ்சிருக்கு... கோழி முட்டை விளக்கு அணஞ்சு போயிருக்கு. ரோட்டிலே தெரு நடையை ஆரோ கூட்டக் கூடிய சத்தம் கேக்குது... எங்கேயோ பசு – 'அம்மான்னு கத்துது, வாரிப் பிடிச்சுக்கிட்டு எந்திச்சப்போ மேலெல்லாம் வலியா வலிக்குது...

"பாப்பி மக்களெ, அடுப்பு கிட்டே இருந்து ஒறங்கீட்டியா மக்களெ... போகும் இனி நாளெ வெயிலு வந்தா பாத்துக்கிடலாம். காஞ்ச பப்படத்தை மஞ்சு பெண் எடுத்துக்கொண்டு போய் கெட்டி வச்சாச்சு. நீ எந்தி உனக்கு இந்த மழை பிடிச்ச நாளு மொதக் கொண்டே ஒருவல்லாமெ... உம்... போய்ப் படுத்துக்கோ. கஞ்சி குடிச்சியா மோளே?"

"அப்பதே குடிச்சேன் அப்பா. கொஞ்சம் கண்ணைக் கறக் கீட்டே வந்தது. ஒறங்கிட்டேன்."

"வெட்டிப் பொதச்சிருவேன்... தோத்துப் போயி வந்து நிக்கெ. வாரம் நாலு சினிமையும், சிநேகிதி வீடு – அது இதுன்னு நரி குறத்தியாட்டம் ஊர் சுத்தீட்டு இப்போ தோத்துப் போய் வந்து நிக்கே... சீ எரணம் கெட்ட சவமே. என் கண் முன்னாலெ இருந்து போ... பாப்பி மோளே, நீ சொன்னதினாலெ நான் அடங்கு தேன், இல்லெ இந்த அவலட்சணம் கெட்ட மூதியெ நான் இன் னைக்கு காணிச்சுத் தந்திருப்பேன். அவ முறியெப் போய்ப் பாரு,

படிக்கிற பொஸ்தகத்தெகாட்டி – தேவடியா சினிமாகாரன் புஸ் தகமும் படங்களும் தேங்கா கொலையும்தான் மேசை மேல கெடக்கு. இனிமே நீ படிச்சுக் கிழிச்சது போதும்... இனி இந்த நடை விட்டு வெளியே போய்ப் பாரு காலெ முறிச்சுப் போட்டி ருதேன்... பாப்பிமோளே, நாளைக்கு நான் கிளிமானூர் வரை ஒண்ணு போணும். இனி உங்க பிள்ளரு விளையாட்டும் பேச்சையும் கேட்டுக்கிட்டிருந்தா, நாலுபேரு என்னைக் காறித் துப்புவான்... இந்தத் துலா மாசத்துக்குள்ளெ ரெண்டு கல்யாணமும் ஒண்ணிச்சு நடக்கணும். எல்லாத்துக்கும் நான் வழிகண்டுதான் வெச்சிருக்கேன். அந்த சிவன் பிள்ளையும் பத்தோ ஆயிரமோ வாய்ப்பைத் தாறேன் னான். இந்த சவம் படிச்சு ஜயிச்சிடும்னு சொன்னதிலே போட் டும்ணு இவ்வளவு நாளும் காத்தேன்... இனி ஒண்ணுமில்லே... சலவை செய்த துணி இருந்தா எடுத்து வை மக்களெ, நான் – விடியக்காலம் முத வண்டிக்கே போறேன்.”

கோபால் பட்டரின் மஞ்சள் முகம் கோபத்தால் சிவந்து போயி ருந்தது. வார்த்தைகள் குளறின. மஞ்சுப் பெண் அவள் அறையில் மேசைமுன் குனிந்தவாறு விக்கி விக்கி அழுதுகொண்டிருந்தாள். பாப்பிக்கு ரெண்டு மூன்று நாட்களாகவே தலைச்சுற்றும் காய்ச் சலும் இருந்தது. இன்றுதான் கொஞ்சம் தேவலை ஆகியிருந்தது. மஞ்சுவின் தோல்வியும் – அப்பாவின் ஆவேசத் துள்ளலும் அவளை மௌனியாக்கியிருந்தது. பாப்பிக்கு ஒன்றுமே தோன்றவில்லை. இல்லாவிட்டாலும் இந்த மழைக்காலம் துவங்கியதிலிருந்து பாப் பிக்கு எதுவுமே சரியில்லை. அடிக்கடி ஜலதோஷமும் தலைவலி காய்ச்சலும் வந்தது. நாலைந்து நாள் ஆஸ்பத்திரி மருந்துகூட குஞ்ஞி வாங்கி வந்து கொடுத்தாள். காய்ச்சல் குணமானாலும் பாப்பியின் பழைய உற்சாகமும் சுறுசுறுப்பும் அடங்கிப் போய்க் கிடந்தது. சதா உரல் பெரையில் ஏதாவது நோண்டிக்கொண்டு இருப்பாள். இல்லாவிட்டால் படுத்துப் படுத்துத் தூங்கி எழுந்தாள். மழைக் காலத்தின் வெயில் இல்லாத பகல் பொழுதுகள் ஆகையினால் அப்பளம் தீர்க்கும் வேலையும் ஒன்றுவிட்டு ஒன்றுவிட்டுக் கொஞ்ச மாகத்தான் நடந்தது.

“பாப்பி அம்மைக்கு வரவர ஒண்ணும் கொணமில்லெ. வயசும் பத்து இருவத்தி அஞ்சு அழியுதே... இனி ஒரு கல்யாணம் கழிச் சாச்சுன்னா எல்லாம் நேரையாகும்... நான் சொன்னா ஆரு கேக்கா... தகப்பனுக்கு விடிஞ்சா வேதாந்தம் பேசத்தான் நேரம். பின்னெ ஒரு தங்கச்சியானா எம்மே பீஎல் படிக்கிற மாதிரிதான்... பின்னெ இது ஒரு பாவம்...” என்று அனுதாபப்படத்தான் முடிந்தது குஞ்ஞிக்கு.

கோபால் பட்டர், ஒற்றை முண்டும், அபூர்வமாக அணியும் வெள்ளை அரைக்கைச் சட்டையும், தோள் நேரியலும் குடையுமாக– கடை வாசலில் இறங்கி நின்று, மேற்கெ பத்மநாபசாமி கோயில் இருக்கும் பக்கமாகப் பார்த்து ஒரு கும்பிடு போட்டுக்கொண்டார். பிறகு கிழக்கே திரும்பி, நல்ல சகுனம் வருவதைப் பார்த்துச் சற்றே நின்றார்.

"பட்டர் அய்யா எங்கே யாத்ரை. தூரமா?" என்று – அப்பொழுதுதான் வந்து கடை திறக்கும் – பூக்கடை வாசு சத்தம் போட்டுக் கேட்டான்.

"ஆமடே, வடக்கே ஒரு சின்ன யாத்ரை" என்று ஒற்றை வாக்கில் முடித்துக்கொண்டு, பிச்சிப்பூக்கடை கொண்டுவரும் சுமட்டுக்காரனை சகுனமாகக் கொண்டு "நான் போயிட்டு வாறேன் மக்களெ" என்று வீட்டினுள் பார்த்துச் சொல்லிவிட்டு நடை இறங்கிப் போனார், கோபால் பட்டர்.

புறப்படுமுன், அவர் குஞ்ஞியிடம் "வடக்கே ஒண்ணுல் போயிட்டுவரணும் குஞ்ஞி. கடை நிரை திறக்கண்டாம். நான் வாறதுக்கு ராத்ரியோ பகலோ கூடிப் போனாலும் நீ இருந்துக்கோ..." என்று அவள் முகத்தைப் பார்க்காமல் சொன்னவர், பாப்பி பக்கம் திரும்பி; "பாப்பி மக்களெ போயிட்டுவாறேன். எல்லாம் நம்ம நல்ல மனசு போல மங்களமாயிட்டு நடக்கும்... உனக்கு தேகத்துக்கு கழியாட்டா ஜோலி ஒண்ணும் செய்யண்டாம். குஞ்ஞி இருக்கா. பின்னெ அந்தப் படித்தக்காரியையும் அடுக்களையிலெ பழகட்டும். நாளைக்கு ஒருத்தன் கூட போகவேண்டியவ... இந்த மஞ்சு குட்டி, நான் பேசிட்டேன்னிட்டு கண்ணை புளிஞ்சிக்கிட்டு நிக்காதே... உங்க அம்மை இருந்தா இந்தத் தொல்லையொண்ணும் எனக்கில்லே" பட்டரின் கண்கலங்குவது போல் இருந்ததைக் கவனித்ததும்; "ஒண்ணுமல்லே அப்பா நீங்க போயிட்டு வாருங்க..." என்று தலையைக் குனிந்தவாறே சொன்னாள், பாப்பி – அப்படித்தான், விடியற்காலையிலேயே புறப்பட்டுப் போனார், கோபால் பட்டர்.

காலையில் எல்லாம் நன்றாகத்தான் இருந்தாள் பாப்பி. மத்தியானம், ரஸமும் தொவையலும் குஞ்ஞிதான் தயார் செய்தாள். மஞ்சு, பொங்கிய சோற்றை வடித்துப் போடத் தெரியாமல் அதற்கும் குஞ்ஞியையே கூப்பிட்டாள். பாப்பியும் மஞ்சுவும் குஞ்ஞியும் – மூன்று பேருமாக உரல்புரைத் திண்ணையிலிருந்து சாப்பிட்டுக் கொண்டிருந்தபோது – கிணற்றங்கரை ஓலைச்சுவர் பக்கம், சின்னக் கொல்லன் தலை தெரிந்தது...

"ஆரது மறைக்கு அந்தப் பக்கம் நீக்கியது" என்று சோற்றின் முன் இருந்தவாறே சத்தம் போட்டுக் கேட்டாள் குஞ்ஞி.

“நான்தான் குஞ்ஞி அம்மோ... ஆ, ஊணு நடக்குதோ? சின்னக் கொல்லனுக்கும் சோறுகெடைக்குமா வரட்டுமா?” என்று பரிகாச மாக, நமட்டுச் சிரிப்புடன், ஓலை மறையைத் தள்ளிக்கொண்டு தலை நீட்டினான்.

மஞ்சுவின் முகம் ஒரு மாதிரி இருந்தது. என்ன இந்தச் சின்னக் கொல்லன், இவ்வளவு உரிமை கொண்டாடுகிறானே என்ற பாவம். பாப்பியின் முகத்தில் ஏனோ கலவரமும் பயமும் குடி கொண்டி ருந்தது.

“அவனெ போகச்சொல்லு குஞ்ஞி” என்று மெதுவாகச் சொன்ன பாப்பி, பிசைந்த சோற்றை அளைந்துகொண்டிருந்தாள்.

“சின்னவனுக்கு ஊணுவேணுமானா வல்ல கொல்லக் குடியும் தேடிக்கிட்டு போறதுதானே? இங்கே என்ன சத்திரமா...” என்று சுடச்சுட பதில் கொடுத்தபோது, மஞ்சுவுக்கு சிரிப்பே வந்தது. கொல்லன், பின்னும் கொஞ்ச நேரம் நின்று... மறைப்பு ஓலையை மூடிவிட்டுப் போய்விட்டான்... சிறிது நேரத்தில் வண்டிப் பேட்டை யினுள், யாரோ ரெண்டு தடியன்கள் கூலித் தகராறில் சண்டை போடும் அசிங்க பாஷை உரக்கக் கேட்டது!

உண்ட மயக்கத்தில் கொஞ்சம் கண்ணயர்ந்த குஞ்ஞி – கிணற்ற டியில் யாரோ வாந்தியெடுத்துத் துப்புவதைக் கேட்டதும் விழித்துக் கொண்டு எழுந்து ஓடி வந்தாள்... பாப்பிதான் வாந்தியெடுத்துக் கொண்டிருந்தாள். மஞ்சு, முதுகைத் தடவி, தலையைப் பிடித்துக் கொண்டு நிற்கிறாள்.

“என்ன பாப்பி அம்மோவ்... தலை சுற்றுதா? அதுக்குள்ள என்ன வந்திட்டுது. சாப்பிடும்போதே சொன்னேன். சோத்தைத் திங்காமெ கஞ்சியா குடிச்சிருக்கலாம். உங்க தங்கச்சிதான் ரஸம் விட்டு சாப்பிடட்டேன்னு எடுத்துப் போட்டுக்கிட்டே இருந்தா... சொன்னா ஆரு கேக்கா... எல்லாம் பித்தக் கோளாறு... சும்மா வீட்டுக்குள்ளேயே அடஞ்சுகெடந்தா இப்பிடித்தான்... பித்தம், பித்தம்...” என்று, மஞ்சுவை ஒதுக்கிவிட்டு, பாப்பியைத் தாங்கிக் கொண்டாள், குஞ்ஞி.

உவ்வாவென்று பின்னும் குமட்டினாள், பாப்பி. குஞ்ஞி நெற்றியை அழுத்தி பிடித்துக்கொண்டு – நெஞ்சை இதமாகத் தடவிக் கொடுத்தாள்.

“அய்யோ நெற்றிகூடெ சுடுதே... அப்பாக்காரரு ஊருக்குப் போறதினாலெ, குளிக்காமலும் எடுக்காமலும் நிக்கண்டாம்னு பச்சை வெள்ளத்தைக் கோறிவிட்டு குளிச்சிருக்கே. நேத்தே சொன் னேன். ரெண்டு நாளத்தைக்கு குளிக்கண்டாம்னு. இங்கே நான் சொன்னா ஆரு வகை வெக்கா...?”

“குஞ்ஞி நான் குளிக்கலியே...” என்று திணறினாள் பாப்பி...

“குளிக்கலியா, நான் இல்லா தலைதுவட்ட தெவர்த்து எடுத்து வந்தேன்... என்ன புலம்புதியோ? வாருங்க அகத்தெ போவலாம்... இன்னும் வருதா?”

“இல்லெ குஞ்ஞி நான் புலம்பல்லே... நான் மூணு மாசமா குளிக்கல்லே...” பாப்பி ஓவென்று வாய்விட்டு அரற்றியவாறு அவர்களை விடுவித்துக்கொண்டு உரல் பெரைக்குள் போய்விட்டாள்...

குஞ்ஞிக்கும் மஞ்சுவுக்கும் பிரமிப்பு நீங்க கொஞ்ச நேரம் பிடித்தது. இருவரும் உரல் புரையில் வந்து பார்த்தபோது மூலையில் கரும்பொளிபாயின் அருகில் புறம் திரும்பி நின்று தேம்பித் தேம்பி அழுகிறாள் பாப்பி.

“பாப்பி அக்கா, என்னக்கா இது? என்னல்லாமோ சொல்லுதே... உனக்கு சொகமில்லாட்டா ஆஸ்பத்திரிக்குப் போயிட்டு வரலாம் அக்கா...” மஞ்சுவும் பச்சைக் குழந்தைபோல் அழ ஆரம்பித்தாள்...

“மஞ்சு தங்கச்சி, எனக்கு ஒரு ஆஸ்பத்திரியும் வேண்டாம்... நான் அறிஞ்சுதான் சொல்லுதேன். நான் பற்றிப் போனேன்...”

குஞ்ஞிக்கு காரியத்தின் வலிமை புரிய ஆரம்பித்தபோது... பாப்பியின் அழுகை பலக்க ஆரம்பித்தது.

“அழாதே அக்கா அழாதே. நீ வாயிலெ வந்ததெ சொல்லுதே. உனக்கு ஒண்ணும் வராது...” என்று தானும் அழத் தொடங்கினாள் மஞ்சு.

“பாப்பி அம்மோவ் எனக்கெல்லாம் தெரியும்... இப்போ அழுது என்ன பிரயோசனம். ஆளு ஆருன்னு சொல்லுங்கோ... அப்பாவும் கூட வந்துக்கிடட்டும். எல்லாம் நமக்கு ஒரு தீருமானம் செய்யலாம்... ஆளு ஆருன்னு சொல்லுங்கோ...” குஞ்ஞி மெல்ல பாப்பியின் அருகில் வந்து வயிற்றையும் முதுகையும் எல்லாம் தடவிக் கொடுத்தாள். அவள் கண்களையும் – முகத்தையும் கூர்ந்து பார்த்து எதையோ முடிவாகத் தீர்மானித்துக்கொண்டாள்.

பாப்பி – ஓவென்று வாய்விட்டு அழுதாள். கொல்லனின் பட்டறையிலிருந்து சம்மட்டிச் சத்தம் பலமாகக் கேட்க ஆரம்பித்திருந்தது...

“பாப்பி அம்மோ இப்போ அழுது என்ன புண்ணியம்? கெட்டு கெட்டாயிருக்கு. பணியாரம் பூனை கொண்டு போச்சின்னது போல இல்லா கதை கெடக்கு... இடும் பெட்டி போல இந்த வீட்டிலெ –

எப்பிடி அது நடக்க ஒக்கும்... எதுக்கும் ஆளு யாருன்னு சொல் லீட்டு அழுங்க..."

ஓலைச் சுவருக்கப்பால் கொல்லனின் சம்மட்டிச் சத்தம்தான் கேட்டது.

"குஞ்ஞி – அப்பாவும் நீயும் எல்லாரும் என்னெ குற்றம் சொல்லிச் சொல்லி கடைசீலே இப்பிடியா..." ஒரு மாதிரியாகத் தானும் விஷயத்தின் வலிமையை அறிந்துகொண்டபோது மஞ்சுக்கு அழுகை அடங்கிவருவதுபோல இருந்தது –

"அப்பா நாளைக்கு வந்தா என்ன சொல்லணும். ஆளையாவது சொல்லுங்க..." என்றாள் குஞ்ஞி.

பாப்பி அழத்தான் செய்தாள். ஓலைமறை மேல் காக்கை ஒன்று வந்திருந்தது... மறுபக்கம் வண்டிப்பேட்டையில், யாரோ காளையை விரட்டும் சத்தம் கேட்டது...

பாப்பிக்கு மயக்கம் வருவதுபோல இருந்தது... காற்று அடங்கு கிறது... குரல்கள் கம்மி ஓசை குறைகிறது... காதினுள் சூன்யம் குடிகொள்கிறது... எதிரே மஞ்சுவும் – குஞ்ஞியும் பேசுவதொன்றுமே காதில் விழவில்லை... உறக்கம் வருகிறதோ...? இல்லை கனவு வருகிறது... 'பாதிராத்ரி மணி அடிக்கிறது. நாய் குலைக்குது... லாரி போவுது வவ்வால் வாழைக் கூட்டத்திலே நொழஞ்சு கத்தீட்டுப் போவுது... ஓலைமறைப்பைப் பிச்சிக்கிட்டு சின்னக் கொல்லன் உள்ளே வாறான். உடுப்பு போட்டிருக்கான்... தலை சீவியிருக்கான். வெற்றிலை போட்டிருக்கான்... வந்தவன், பாயிலெ வந்து தைரியமா இருக்கான், மூக்கணையிலே பிடுச்சு வெட்டி இழுத்து காளையை நிலைக்குக் கொண்டுவாறதுபோல... சின்னக் கொல்லன் காளை மாதிரி முட்டவாறான். சின்னக் கொல்லன் காளை மாதிரி முட்டி உருட்டுறான் உருண்டு உருண்டு...

– குஞ்ஞியும் மஞ்சுவும் அடக்கத்தில் பேசிக்கொண்டி ருக்கிறார்கள்:

"அப்பா வரட்டும்!"

★

விசுவரூபம்

ஏக்கியம்மா மிகவும் சாது. அவள், எதிர்த்தாற்போல் பல சரக்குக் கடையின் நீண்ட சிமிண்டு திண்ணையில் அமர்ந்து, ஜீரகம் புடைக்கிறாள். அவளது இரண்டு வயசுக் குழந்தை, கைவண்டிகள் வாடகைக்கு விடும் தாடிக்காரர் முஸ்லிம் தாத்தாவின் கணக்குப் பட்டறைப் பக்கம், அமரிக்கையாக அமர்ந்திருந்து பேயன் பழம் தின்கிறது. வாய் நிறைந்து, கன்னம் உப்பி, கண்கள் மலங்க மலங்க, அது பழம் தின்னும் விமரிசையை தாத்தா, தாடியினுள் புன் சிரித்தவாறு ரசித்துக்கொண்டிருக்கிறார்.

கூலியாள் ஒருவன், கைவண்டி கொண்டு வந்தவன், "அரை மணிக்கூர் கூடுதல் ஆச்சு. பத்துப் பைசா சேத்து வச்சிருக்கேன், அம்மாச்சோ" என்று துட்டை வீசிவிட்டு, தலைப்பாகையை எடுத்து முகத்து வேர்வையைத் துடைத்தவாறு, அவசர அவசரமாக போனான். தாத்தா, பைசாவை, கறுப்புப் பெட்டியின் உண்டியல் துவாரம் வழியாக உள்ளே போட்டுவிட்டு, குழந்தையிடம் திரும்பி "பழம் பூரா திண்ணாச்சா... இன்னொண்ணு வேணுமா? உங்க அம்மாட்டைக் கேட்டு அழு. வாங்கித் தருவா..." என்று தாடியை உருவியவாறு, தமாஷாகக் குழந்தையைத் தூண்டிவிடுகிறார்.

எதிர்த்த வரிசைத் திண்ணையில் அமர்ந்திருந்து தான்யம் புடைக்கும், ஏக்கியம்மாவின் தலையெல்லாம் ஜீரகத்தின் நரைத்தூள் படிந்திருக்கிறது. போக்கு வெயில், தலைமயிரை இன்னும் பொன்னிட்டுக் காட்டுகிறது. இளமைச் சரிவிலும், ஏக்கியம்மாவிற்கு, நல்ல கடைந்த முக அமைப்பு. நல்ல நெற்றி. கறுப்புப் பூரான் போல கொக்கியாகப் புருவங்கள். நாற்பது வயசிருக்குமா? ஜோரா ஒரு காலகட்டத்தைத் தாண்டி வந்த அத்தனை சுவடுகளும் – முகம், புஜம், உட்கார்ந்திருக்கும் நேர்த்தியிலும் தெரிகிறது. புடவைக்கு முந்தானை போல, எதிர்த் திண்ணையில் அமர்ந்தி ருக்கும் அவள் குழந்தையைப் பார்க்கும்போது, ஏக்கியம்மாவின், கவிழ்ந்துபோன நிறைவு இன்னும் துல்யப்படுகிறது!

அனந்து ரெட்டியாரின் பலசரக்குக் கடையில் தான்யம் புடைக்கும் ஏக்கியம்மா ரொம்ப சாது. அவள் எங்கள் சாலைக்

கடைத்தெருவிற்கு வந்து கொஞ்ச நாட்களாகத்தான் பார்க்கிறேன். காலையில், புடைக்கும் சுளவையும் குழந்தையையும் தூக்கிக் கொண்டு அக்கம் பக்கம் பார்க்காமல் நடந்து வருவாள். தானுண்டு தன் வேலையுண்டு என்று காரியத்தில் ஈடுபடுவாள். சாயங்கால வாக்கில் கூலி வாங்கிக்கொண்டு ரெண்டாம் ஆளுக்குத் தெரியாமல் போய்விடுவாள். சுமட்டுக்காரக் காவாலிகள், அதிக விளைச்சல் ஆசாமிகள் எல்லாம், ஏக்கியம்மாவைக் கோட்டா பண்ண நினைத்து, பயன் இல்லாமல் ஆயிற்று. இந்த மாதிரி கூலிவேலை, அது இது என்று வரும் பெண் பிள்ளைகளை வளைத்துக் கட்டுவதிலும், தட்டிக்கொண்டு போவதிலும், சாலைக்கடை ஆசாமிகளுக்குத் தனிக் கைவண்ணம் உண்டு. என்ன இருந்தாலும் ஏக்கியம்மாள் விஷயத்தில் – யாரது அசகாய சூரத்தனமும் விலை போகவில்லை என்றறிந்ததும் எனக்கு அவள் பால் ஒரு பாந்தம். ‘பாவம்’ என்ன காலக்கேடோ, தெருப் பொழைப்புக்கு வந்துவிட்டாள் என்று எண்ணிக்கொண்டேன். தினமும் அவள் வண்டிக்காரர் முஸ்லிம் தாத்தாவிடம் குழந்தையை உட்கார விட்டுவிட்டு புடைக்கப் போவாள்.

“எதுத்தாப்பில பொடைச்சுத் தீரு மட்டும் கொளந்தைப் புள்ளெ இங்கனெ சித்தெ இருக்கட்டும் சாமி” என்பாள்.

“தாராளமாயிட்டு இருக்கட்டும். பேசாமெ கொள்ளாமெ இருக்குமா? கரையாதே? அழவும் மற்றும் இல்லயானா அது போக் கிலெ இருக்கட்டும். ஆமா நீ ஆரம்மா புதிசா?” என்று கேட்டார் தாத்தா.

“சாமி எனக்கு சங்கரன் கோயிலு. வயிறு இருக்கில்லே. வேலை யும் சோறும் கெடச்சா, எல்லாம் சொந்த ஊருதான்... பேரெக் கேட்டியளே பேரு ஏக்கியம்மா. ஏக்கின்னு கூப்பிடுவா... கொளந் தைக்குத் தகப்பன்காரன் இல்லே. சங்கனாச்சேரியிலெ இருந்தேன். அங்கே காய்கறி யாவாரம் பார்த்தேன். நட்டம் ஊரும் மலை யாளத்துப்பட்டியாப் போச்சா, ஒண்ணும் வெளங்கல்லெ. வந்திருக் கேன், பத்மனாபசாமி சன்னிதிக்கு. வயிறு காயமெ இருந்தா சரி. வஞ்சகமில்லாமெ பாடுபடுவேன். வெய்யலு ஏறுது. ரெண்டு மூட்டை பொடச்சுத் தரணும்னாங்க... இங்கே பாண்டி மொறம் வாங்கக் கெடைக்குமா சாமி... இது ஓராள்கிட்டே எரவ வாங்கி னேன். ஒரு வெவரம் தெரியிதுக்கு ஆருட்டையாவது ஒண்ணெக் கேட்டா, மலையாளத்திலெ என்னவெல்லாமோ கேக்கா, கேக்கக் கூடாத சங்கதி கேக்கான்னு தெரிஞ்சதினாலே ஆரிட்டையும் ஒண்ணும் கேக்கப் போறதில்லே. சாமி புண்யத்திலெ கடை மொத லாளிமாருங்க எல்லாம் நம்ம தமிள் ஆளுங்களாப் போயிட்டா.

நமக்கென்ன உண்டுன்னா உண்டும் இல்லாட்டா இல்லெ – அந்த மொதலாளிதான் சொன்னா, உங்ககிட்டே புள்ளையை உட்டார...”

“எல்லாம் பாத்துக்கிடுறேன். நானும் துலக்கன்னாலும் கொளச் சகாரன் தமிளன்தான் புள்ளெ. போ, நீ போய் வேலையைப் பாரு...” என்றவாறு, கைவண்டி கொண்டு போனவன், ஒருவனது– பெயரையும், கொண்டு போன நேரத்தையும், கிழிந்துபோன நோட் புத்தகம் ஒன்றில் குறித்துக்கொள்கிறார். ஏக்கியம்மா, முந்தானை மடியிலிருந்து ஒரு வாழைப்பழமும் பிடிபட்டாணிக் கடலையையும் எடுத்து குழந்தையிடம் கொடுத்துவிட்டு, “தாத்தா சாமிக்கிட்டெயே இருந்துக்கோ கண்ணு. ஆத்தா தோ. இங்ஙனே ஒக்காந்து பொடச்சுக் கொடுத்திட்டு நிமிஷம் ஓடியாந்திருதேன்” என்றவாறு எதிர்த் திண்ணைக்குப் போனாள்.

ஏக்கியம்மா பரம சாது. வேலையே கண்ணாக சமஞ்சு அமர்ந் திருந்தது. மத்தியானக் கருக்கலுக்கு முன் நாலு மூடை தான்யமாவது மண் கல் தூசு போகப் புடைத்துத் துப்புரவு பண்ணிக் கொடுப் பாள். முக்கால் ரூபா ஒரு ரூபாவரைக்கும் அன்றாடம் கிடைக்கும். கஞ்சிக்குக் கடித்துக்கொள்ள வத்தல் மிளகாயோ, சின்ன வெங்காய மோகூடக் கிடைக்கும். ஒரு பருப்புத் துவையலுக்கு ஆகிறாற் போல பிடிபட்டாணிப் பருப்புகூட கேட்டால் கிடைக்கும்தான்.

ஒரு பத்துப் பைசா போல வெத்தலைபாக்கு. குழந்தைக்குப் பத்துப் பைசா பத்தின்னத்தீனி வாங்கிக்கொள்வாள். முறத்தையும் கையில் தூக்கிக்கொண்டு தாடித்தாத்தா பெட்டியடியிலிருந்து குழந்தையையும் கூட்டிக்கொண்டு தெற்குமாறி நடந்து போவாள். குழந்தைக்கு தினமும் அந்தச் சட்டைதான். அவளுக்கும் தினமும் அந்த வாடல் கத்தரிக்காய் கலர் சீலைதான். ரவிக்கைகூட அதே ஏதோ மங்கல் கலர். குனிஞ்ச தலை நிமிர மாட்டாள். நாற்பது வயசிருக்குமா ஏக்கியம்மாவிற்கு? ஆனாலும் பூமி நோகாத அந்த நடையும், அதிகம் வாயாடாத சோக மௌனமும், வெயிலில் பாடு படும் அவளது பரிதாபமும், ஏக்கியம்மாவை என் மனதில் அனு தாபச்சித்திரமாக நிறுத்திற்று. இவளை அடிக்கடி பார்த்து அவளது பாவமும் போக்கும் நான் அறியாமலேயே கவனித்து வந்ததினால் ஒரு புள்ளி, மனதில் தொற்றிக்கொண்டது. முதலில் அலட்சியமாக நினைக்கும் பெண் ஒருத்தியை தினமும் பார்த்துக்கொண்டே இருந்தால் அவளிலும் ஏதோ புதுமை இருப்பதாகத் தோன்று வதுண்டு. அந்த மாதிரிதான் ஏக்கியம்மாவும் என் பார்வையில் புள்ளியானாளோ? ஒருநாள் அவளைப் பற்றி தாடிக்காரரிடமே கேட்டேன்.

‘யாரது பெம்பிளை? குழந்தையை உங்ககிட்டெ விட்டிட்டு ஜோலி பார்க்கிறா?”

தாடிக்காரர் வழமை போல கொஞ்சம் சிரித்தார். என்னை ஒரு முறை ஏற இறங்கப் பார்த்தார். பிறகு சொன்னார்.

“யாரோ, சங்கரம் கோயிலாம். சங்கனாச்சேரியோ, கொல்லமோ எங்கெல்லாமோ, இருந்திருக்கு போலருக்கு. ஆளெக்கண்டா, சாது. அடங்கினவபோல – ஏதோ போறாத காலமாயிருக்கும் நம்ம கம் போளத்திலெ வந்து சேந்திருக்கு. பொட்டை ஜன்மம். கொழந்தை இருக்கட்டும், பாத்துக்கிடுங்கோன்னா... எப்படியோ, நமக்கென்ன? மலையாளத்து சம்பந்தம் மாதிரி கடைசியிலெ நம்மகிட்டெ சிலவுக்குக் கேக்கமாட்டான்னு தோணுது. விசேஷிச்சும் நமக்குக் கிளட்டுவயசு. பயமில்லே” என்று சொல்லிவிட்டு கடகடவென்று சிரித்தார். சிரித்த எக்காளத்தில் அவருக்கு இடுப்புக் கைலி வேறு அவிழ்ந்துவிட்டது. எனக்கும் சிரிப்பு வந்தது.

– இத்தனையும் ஆரம்பக் கதைகள். ஏக்கியம்மா சாது என்று ஸ்தாபிதமான இந்தக் கதை அப்படியே நிற்க; இன்று மத்தியானம் சாலைக்கடைத் தெருவில் நடந்த நிகழ்ச்சிதான் ஏக்கியம்மாவைப் பற்றி நீள் கதையாகச் சிந்திக்கத் தூண்டிற்று. ஏக்கியம்மாள் வழக்கம் போல குழந்தையை இடுப்பில் வைத்துக்கொண்டு ரோட்டோரமாக நடந்து வருகிறாள். கையில் முறமில்லை. வெத்திலைக் கவுளியும் பாக்கும் வைத்திருக்கிறாள். சந்தைக்கெடு. ரோட்டில், நடமாட்டமும் போக்குவரத்தும் கொஞ்சம் அதிகம். வாண்டுப் பயல் ஒருவன், அந்த நெரிசலிலும் சைக்கிளில் வந்துகொண்டிருந்தவன், என்ன காரணமோ, ஏக்கியம்மாள் பக்கத்தில் வந்ததும், கைதடுமாறி லேசாக அவள் மேல் மோதிவிடுகிறான். பையன், சைக்கிள், ஏக்கியம்மா, குழந்தை எல்லாம் ஒரு கணத்தில் ரோட்டில் அலமலங்க விழுந்து கிடக்கிறார்கள். நல்ல வேளையாக யாருக்கும் அடியோ காயமோ எதுவுமில்லை. எதிர்பாராத தருணத்தில் விழுந்துவிட்டதினால் என்னமோ ஏதோவென்று பயந்துபோன குழந்தை, குய்யோவென்று அலறிக்கொண்டு அழ ஆரம்பித்தது.

நட்ட நடுரோடு, நெரிசல். கும்பல் சேருவதற்குக் கேட்கவா வேண்டும், பையனையும் சைக்கிளையும் யாரோ தூக்கிவிட்டார்கள். தூரத்தில் திண்ணையில் அமர்ந்திருந்த தாடிக்காரர் ஓடோடியும் வந்து குழந்தையைத் தூக்கிக்கொண்டார். ஏக்கியம்மாவும் மக்கமலக்கென்று விழுந்தவள், சட்டென்று சீலையை சரிசெய்து கொண்டு எழுந்து நிற்கிறாள். பெண்பிள்ளை. நடு வீதி. ஏக்கியம் மாவின் முகம், ஜிவ்வென்று சிவக்கிறது. அழுகையை வீறாப்புடன் விழுங்குவதுபோல உதட்டைக் கடித்துக்கொள்கிறாள். உடனேயே,

அரண்டு போய் நிற்கும் பையனை ஒரு கையிலும், சைக்கிள் ஹாண்டில் பாரை மறு கையிலுமாக பலமாகப் பிடித்துக்கொள்கிறாள். அந்த நேரத்தில் ஏக்கியம்மாவின் முகம் பார்க்கணுமே... தலையில் குடத்து நீரைக் கவிழ்த்துக்கொண்டு, வேப்பிலையும் கையுமாகத் தலைவிரி கோலத்தில் கிராமத்து மாரியம்மன் ஆராசனை திருக் கோலம் போல நின்றாள் அவள்.

"டேய் பொடிப் பயலே... என்னடா, சைக்கிளை மேலெ ஏத்தி என்னையும் என் பிள்ளையையும் கொல்லவாடா பாத்தே... சிறுக்கிப் பயமவனே... நில்லுடா அப்பிடி. என் பிள்ளைக்கும் எனக்கும் பதில் சொல்லீட்டு, உன் ஓட்டை சைக்கிளைக் கொண்டு போனா போதும்..."

எனக்கும் கூடியிருந்தவர்களுக்குமெல்லாம் ஏக்கியம்மையின் இந்தப் புதிய சொரூபம் தலை விரிகோலம், வியப்பாக இருந்தது. பாவம் சிறுவன். ஏதோ தடுமாற்றத்தில் இப்படி ஆகிவிட்டது. நல்ல வேளையாக யாருக்கும் ஒரு அபாயமும் இல்லை. குழந்தைகூட அழுகையை நிறுத்தி, கூட்டத்தில் யாரோ வாங்கிக் கொடுத்த மிட்டாயின் சுவையில் லயித்துவிட்டது. அதற்கு சாது போல இருந்த ஏக்கியம்மா இதென்ன இப்படி ஆளே மாறிய கோலத்தில், இதுவரையுள்ள, அமைதியான தரை நோகாமல் நடந்து போகும் அவள் எங்கே, இந்தப் புதிய தலைவிரி கூப்பாடு – கோலம் எங்கே? பொருந்தவில்லையே...

"இந்தாம்மா. பையனையும் அவன் சைக்கிளையும் விடு. அவன் போகட்டும் பாவம். சின்னவன். ஏதோ விழுந்துட்டான். உன் பிள்ளை மாதிரினு வச்சுக்கவேன்... இப்போ, அவனை ஏன் பிடிச்சு நிறுத்தியிருக்கே..." தாடித் தாத்தா தான் உரிமையோடு இதைச் சொன்னார்.

"நல்லாருக்கே – ஞாயம். இவனெ சும்மாவிட ஒக்காது. நீங்க ஒங்க வேலையைப் பாருங்க. நானும் என் பிள்ளையும் இப்போ சாகத்திரிஞ்சோம்னா இப்போ இவன், சும்மா போயிருக்க முடியுமா? ஹூம் நான் இவனெ விட மாட்டேன். நின்னு பதில் சொல்லீட்டுப் போட்டும்... இல்லே, நீங்க நாலு பேரு ஞாயமா ஒரு முடிவைச் சொல்லி அனுப்புங்கோ..."

அவள் நின்ற நிலையும் அவளது அர்த்தமற்ற அடாப்பிடியும், கூட்டத்தில் யாருக்குமே நிரக்கவில்லை.

"அட போம்மா... விடு சைக்கிளிலெ இருந்து கையை. இப்ப என்ன ஒண்ணும் ஆகலியே. உன் பிள்ளைக்கும் ஒனக்கும் வழி சொல்ல பொடியன் இவன் என்ன செய்வான்? ஓடுடா பையா,

இனிமேலாவது பாத்துப்போ... இந்தா சைக்கிள். ஏறிப் போவாதே. சும்மா தள்ளீட்டுப் போ–” கூட்டத்தில் கொஞ்சம் வாய்த்தடிப்பான ஆள், ஏக்கியம்மா கையிலிருந்து சைக்கிளைக் கொஞ்சம் பலம் காட்டியே வாங்கி, பையனை முதுகில் தட்டி அனுப்பி வைத்தான்.

ஏக்கியம்மா, இப்போது உண்மையில் பத்ரகாளியாகவே மாறி விட்டாள்.

“ஏ... தடி மாடன்களே... ஒரு பொம்பிளையை கட்டயிலெ போற அந்தப் பய, சந்தியிலெ தள்ளி உருட்டீட்டுப் போறான். அவனெ போடா தம்பீன்னு, எவ்வளவு இதாத் தட்டிக் கொடுத்து சீக்கிரமா அனுப்பிச்சிட்டியோ நீங்கள் எல்லாம் நல்லா இருப்பீ களா, பாவி மட்டைகளே... தூ...” இன்னும் என்னவெல்லாமோ திட்டுகள், சாபங்கள்... கூட்ட த்தினர் அவளது உள் நோக்கத்தையும் ஞாயமற்ற கூற்றையும் உதறிவிட்டு, கலைந்துபோகத் துவங்கினர்.

தாடிக்காரரும் குழந்தையை, எறிகிறேன் பிடித்துக்கொள் என்பது போல் கொடுத்துவிட்டு, யாரோ கைவண்டி கொண்டு போய் வந்ததின் காசு வாங்க அவசரமாகப் போனார்.

“ஏய் அம்மாளு சரிதான். போ அம்மே. பையன் சைக்கிளிலே போயிட்டான். நீ வீட்டிலெ போய் தயாராய் இரு. நஷ்ட ஈடு கொண்டுவருவான்–” என்று யாரோ சுமைதூக்கி கில்லாடி உரக்கவே கேலி செய்தான்.

ஏக்கியம்மா அவனையும் நேருக்குப் பார்த்து இரண்டு வசை மொழி உதிர்த்தாள். பிறகு, விழுந்தபோது கையை விட்டுச் சிதறிய வெற்றிலைக் கவுளியையும் பாக்கு உருண்டைகளையும் பொறுக் கிக்கொண்டு – இடுப்பில் இருந்த குழந்தையை, சும்மா வேணும், ‘சவமே ஒக்கிலே நேராத்தான் இருந்து தொலையேன்’ என்று வைதுவிட்டு தரையில் தூவென்று துப்பிவிட்டு, விருட்டென்று நடக்க ஆரம்பித்தாள்.

அந்த நடையின் அழுத்தமே வேறு மாதிரியாக இருந்தது. எனக்கு ஒரு மாதிரியாகிவிட்டது. ஏக்கியம்மாவின் அந்த அமைதியும், கல் மண்ணுக்கு நோகுமோ என்ற பாவனை நடையும், அடக்கமும், விதியே என்று வெயிலில் அமர்ந்திருந்து தான்யம் புடைக்கும் நேர்த்தியும் எல்லாம் இந்தத் தெரு நாடகத்தின் முன் மண்ணில் கொட்டிய தான்யம் போல் ஆகிவிட்டது.

மனதிற்கு மிகவும் சங்கடமாகி இருந்தது. பார்த்த மாத்திரத்தில் அனுதாபம் வரித்துக்கொண்ட ஒரு அமைதியான உருவம், இத்தனை சீக்கிரத்தில் வக்கரித்துக்கொண்டு அலமலங்கலாகிவிடுமென்று எண்ணவே இல்லை.

நான் எத்தனை முயன்று பார்த்தும், ஏக்கியம்மாவின் அந்தப் பழைய தலைகுனிந்த அமைதி, தெரு நாடகக் காட்சிக்குப் பின்பு மீண்டும், மனதில் உருக்கொள்ளவே மறுத்தது. திரைந்த பாலை வடிகட்டி என்ன பிரயோசனம்?

அதன் பின்பும் – தினமும் ஏக்கியம்மா, குழந்தையுடன் மளிகைக் கடைத் திண்ணைகளிலும் கிட்டங்கி வாசல்களிலும் தான்யம் புடைக்க வருகிறாள்.

ஆனால், இப்பொழுது, ஏக்கியம்மா – மோகினி வேஷம் கலைந்து – விஸ்வரூபம் கொண்ட அரக்கியாக எனக்குத் தோன்றி னாள்.

தாடிக்காரர் சொன்னார் தம்பி, "ஓய்யாரக் கொண்டையாம் தாழம்பூ. உள்ளே இருக்குமாம் ஈரும் பேனும். அது இதுதான் பாத் துக்கோ."

நானும் சிரித்தேன்.

★

பறிமுதல்

‘அப்புக்குட்டா, நீ பலே ஆளுதான் டேய். உன் வலையிலே விழாதவங்க ஆரு இருக்கா? உம் நடத்திக்கோ, நடத்திக்கோ.”

நேற்றில்லை. முந்தாநாள்தான் வேலப்பன், அப்புக்குட்டனின் முகத்தைப் பார்த்து இதைச் சொன்னான். எந்த நேரத்தில் இதைச் சொன்னானோ? அந்த நேரத்தில் பிடித்த சனியன். இதுவரையில் அரைப் பட்டினியும் திண்டாட்டமுமாகத்தான் ஆயிற்று.

அப்புக்குட்டன், ஆணிப்புற்று வளர்ந்த தன் உள்ளங்கால் தோலை சின்ன பிளேடுத் துண்டை வைத்துச் செதுக்கிச் செதுக்கி எடுக்கும் மும்முரத்தினிடையே, இதைப் பற்றித்தான் எண்ணிக் கொண்டிருந்தான்.

சாலைக்கடை ரோட்டுக்கு வரும் எல்லா வெளியூர் ஆசாமிகளுக்கும், நேற்று முன்தினத்திலிருந்து திடீரென்று புத்திசாலித்தனம் வந்துவிட்டதோ? என்னதான் வெள்ளைக் காக்காய் தலைகுப்புற பறக்கிற காலம் வந்தாலும் சாலைக்கடைக்கு வந்து போகிற ஆசாமிகளுக்கு, அப்படி ஒரு நல்ல காலம் வரவா போகிறது? வராதுதான், வெள்ளைக் காகம், தலைகுப்புற பறக்காதுதான். பிறகு எப்படி இந்த ரெண்டு நாளும் தன் வலையில் ஒரு ஆசாமிகூட விழாமல் இருந்துவிட்டான்கள்? நினைக்க நினைக்க அவனுக்கு வயிற்றெரிச்சலாக இருந்தது. வேலப்பனின் ‘கருநாக்கை’ மனதிற்குள் சபித்தான். ஒண்ட வந்த பிடாரியோடு ஊர்ப்பிடாரியும் சேர்ந்தது போல நேற்று ஞாயிற்றுக்கிழமை எப்படியோ சகித்துக்கொண்டாயிற்று. விடிந்த போது, மாபெரும் இரைச்சலோடு ஒரு ஹர்த்தால் தலைவிரி கோலமாக வந்து நிற்கிறது. யாரோ கட்சித் தலைவன் ஒருவரை, குண்டர்கள் நடுரோட்டில் குத்திக் கொலை செய்துவிட்டார்களாம். யூனியன் சகாக்கள் கறுப்புக் கொடிகளும் கூச்சலுமாக வந்து, விடியற்காலையிலேயே திறந்த கடைகளை மூடச் சொல்லிவிட்டார்கள். ஏதோ டீக்கடைக்காரன், தயாரித்த பலகாரங்களையெல்லாம் என்ன செய்வது என்று, கடை அடைக்க எதிர்ப்புச் சொல்லியிருக்கிறான். வந்ததே வினை. அவனும் அவன் வண்டிப் பெட்டியும் மேஜை –

நாற்காலிகளும் எல்லாம் தவிடுபொடி. கல்லை விட்டெறிதல். மோதல், கலாட்டா... என்ன பயன்? இமைத்து மூடும் நேரத்தில், நெடுக, கடைத் தெரு பூராவும் பந்த்! காய்கறிக்கடை, வெற்றிலை பாக்குக் கடைகூட இல்லை. தலைநாள், ஞாயிற்றுக்கிழமை ஆனதினால், 'பந்த்' இன் சூன்யம் இன்னும் அழுத்தமாகத்தான் விழுந்தது.

காய்கறிக்கடை ஜங்ஷனிலுள்ள, சேட் புகையிலைக் கடையின் நீண்ட திண்ணையில் அமர்ந்திருந்து, கால் தோலைச் சீவிக் கொண்டிருந்த அப்புக்குட்டன், கடிகாரம் கட்டிக்கொண்டு போன யாரோ ஒராளிடம், "மணி என்ன ஆச்சு, சார்?" என்று கேட்டான். "பதினொன்றரை" என்று பதில் வந்தபோது, கை பிளேடைத் திண்ணையில் எறிந்துவிட்டு, கால் செருப்பை மாட்டிக்கொண்டு எழுந்து நின்றான். அப்புக்குட்டன். இனிச் சோப்பளாங்கியாக உட்கார்ந்திருக்க முடியாது!

எங்கே போவது?

கிழக்கே பார்த்தான், ஒன்றுமில்லை. மேற்கே பார்த்தான், கண்ணெட்டிய தொலைவரை, அடைத்த கடைகள். வெறிச்சிட்ட தெருவீதி. வெள்ளை மெழுகியதுமாதிரி வெயில், கானல் ஜ்வாலை விட்டு ஓவென்று கொளுத்துகிறது. பட்டப்பகல் வேளையில் சாலைக்கடை வீதியை இப்படிக் காண்பது அபூர்வம். எலெக்டிரிக் கம்பிகளில் காக்கைகள் அங்கிங்காக அமர்ந்திருக்கின்றன. பூக்கடை ஓரத்துக் குப்பைக் குவியல்களில், நாலைந்து தொட்டிப் பயல்கள் எதையோ கிளறிக்கொண்டிருக்கிறார்கள். ஓடை ஓரமாக ஒரு நாய் ஓடிப் போகிறது. பிளஷர்கார் போகிறது. டிரான்ஸ்போர்ட் பஸ் ஒன்றையும் காணவில்லை. சக்கரத்திற்கு டயர் போட்ட கட்டை வண்டிகள், அங்கிங்காக வெறுமனே கிடக்கின்றன. சரக்கு இறக்க முடியாத பென்ஸ் லாரியொன்று தார்ப்பாயை மூடிக்கொண்டு வேகமாகப் போயிற்று. கப்பென்று புழுதி புகையாக இறைத்தது. அப்புக்குட்டன் தோள் துண்டால் ஜலதோஷக்காரன் மாதிரி மூக்கைப் பொத்திக்கொண்டு மேற்காலெ நடந்தான். யாராரோ வந்துகொண்டும் போய்க்கொண்டும் இருந்தார்கள். எல்லாமே உள்வட்டத்து ஆட்கள். கடை திறக்க முடியாத ஏமாற்றத்தில், அங்கிங்காக நின்று பேசிக்கொண்டும் பேப்பர் படித்துக் கொண்டும் வீடு திரும்பிக்கொண்டும் இருக்கும் ஆசாமிகளைத் தவிர வரத்துக்கார மூஞ்சிகளாக – ஏமாந்த மூஞ்சிகளாக யாருமில்லை. ஒருத்தனாவது வந்தால் வாடிக்கையான 'கடையை' விரித்து விடலாம். ரெண்டு நாட்களாகத் தொழில் பண்ணாததால், சங்கதிகளின் சூட்சுமம்கூட மறந்துபோய்விடுமோ என்று பயமாக இருந்தது. நடந்தவாக்கில், ஒருமுறை தனது தொழில் காரியத்தை மன அரங்கில் நடத்திப் பார்த்துக்கொண்டான்.

அடுக்கு கோபுரம்போல் ஓலை வட்டிகளில் கட்டிய வெஞ்சன சாமான்களுமாக ஒரு ஆசாமி வருகிறான். அரைக்கை சட்டை, கனங்காலுக்குமேல் முண்டு. தலைக்கட்டு, 'என்னை ஏமாற்றிக்கோ' என்கிற அப்பாவி முகபாவம். அப்புக்குட்டன் எதிர்வருகிறான்.

"யாரது? பூஜப்புரை குஞ்சுபிள்ளையல்லியோ நீங்கள்?" என்று, ரொம்பநாள் பழகியவன்போல புளித்த சிரிப்பு சிரித்து, குசலம் விசாரிக்கிறான்.

எதிராளி 'நம்மிடம்தான் கேட்கிறானோ' என்பது மாதிரி கொஞ்சம் மலைத்து நிற்கிறான். பிறகு, "யாரு? என்னையா கேட்கிறீங்க?" என்று திருப்பிக் கேட்கிறான்.

"ஆமா, குஞ்சுபிள்ளை அண்ணன் என்னை மறந்து போச்சு? ஆ... மறக்காம எப்பிடி இருக்க முடியும்?

வருஷம் அஞ்செட்டு ஆயிப் போச்சே. இப்பவும் தாமசம், பூஜப்புரையிலேதானே–?" என்று விடாமல் பிடிப்பான், அப்பு.

"பிள்ளைக்கு ஆளு மாறிப்போச்சு. நான் பூஜப்புரைகாரன் இல்லே. எனக்கு குண்டாம்பாகம்..."

"குண்டாம்பாகமோ? குண்டாம்பாகத்திலெ எங்கே?"

"குண்டாம் பாகத்திலெ பிள்ளைக்கு ஆரத் தெரியும்–?"

"எங்க தறவாடு குண்டாம்பாகத்திற்கு அடுத்து வலியவிளை ஆக்கும். நீங்க குண்டாம் பாகத்திலே எங்கே?"

"நான் ஆற்றுக்கு அக்கரை. வலிய வீடு தெரியுமா?"

"ஆ... வலியவீடா? வலியவீட்டு கொச்சுண்ணியும் மற்றும் நாங்க மெரிய சிநேகிதம்... பேயாடு பள்ளிக்கூடத்திலே ஒண்ணிச்சு படிச்சவங்க..."

"ஏது கொச்சுண்ணி? பிள்ளெ ஏது வலிய வீட்டைச் சொல் லுதே? பிள்ளெக்கு ஆக மாறிப்போச்சு... சரி நான் போட்டுமா? பஸ் போயிரப் போவது..." என்று அந்த ஆசாமி நடையைக் கட்டுமுன், அப்புக்குட்டனின் முடிவுரை நடத்தப்படும்...

"அது போகட்டும். நான் பூஜைப்புரை குஞ்சு அண்ணன் ஆக்கும்னுணுதான் கூப்பிட்டது. காரியம் ஒண்ணும் வலுதாயிட்டு இல்லே. இங்கே சாலைக்கு ஒரு காரியமாயிட்டு வந்தேன். பஸ்ஸுக்கு ஒரு அம்பது பைசா குறையுது... நீங்க ஆரோ ஆகட்டும். ஒரு செறிய உபகாரம் செய்தா கொள்ளாம். வேறே யாரிட்டையாவது கேக்க நாணம் தோணுது. நம்பளெப் போல, சொந்த நாட்டுக் காறங்களானா விஷமம் மனசிலாகும்..."

“அய்யோ பிள்ளெ. இல்லியே எங்கிட்டே... பாக்கட்டும்...” என்று பாக்கெட்டைத் தடவி, அசடு வழிய இருபதோ, முப்பதோ, பையில் மிஞ்சியிருக்கும் பைசாவைக் கொடுத்துவிட்டு, “வரட்டுமா?” என்று விடை கேட்டுக்கொண்டு போவார்கள்.

‘உலகத்திலெ எத்தனை விதமான ஆளுகள்... அதில் இன்றைக்கு யாருமே வந்து சிக்கிக்கொள்ளவில்லையே–’ என்று எண்ணியவாறு, சபாபதி கோயில் தெருவழியாக, வாணியங்குளம் ரோட்டிற்குக் கிழக்கே திரும்பி பவர் ஹவுஸ் ரோட்டில், சக்தி தியேட்டர் வழி சந்தில் நடந்தான். விடுமுறை நாள், சூன்ய நாட்களுக்கே இயல் பான வெளிறிய வெயில் கொளுத்திக்கொண்டிருந்தது.

தியேட்டர் வாசலின், பகல் சந்தடியற்ற வெறுமையில், ‘திரிகுத்து’ விளையாட்டுக்காரர்கள், அகப்பட்ட யாரையோ வளைத்து, ஏமாற்றி சூதாடிக்கொண்டிருந்தார்கள். ‘இவங்களிடம் வந்து மாட்டிக் கொள்ளுறானுகளே, இவனுக, கையிலெ இருக்கிற அஞ்சோ பத்தோ – தயை தாட்சண்யம் பாக்காமெ தட்டிக்கிடுதானுக. கேட்டா, விளையாட்டிலே தோத்துப் போனே. திரும்பிப் பாக்காமெ ஓடு – இம்பான்... நாலணா – எட்டணா வயத்துப்பாட்டுக்குக் கெடச்சா போதும்னிருக்கிற நம்ம கிட்டெ மட்டும், கடவுளு ஆளெ அனுப்ப மாட்டாரு...’ என்று எண்ணியவாறு தளர்நடையாக ஓவர் பிரிட்ஜ் படியேறினான் அப்புக்குட்டன்.

“சாமி, கண்ணு தெரியாத ஆத்மா சாமி. ஏதாவது போடு சாமி” என்று ஓவர் பிரிட்ஜ் படிக்கட்டில் அமர்ந்துகொண்டு, ஒரு அரைக் குருட்டு ஆசாமி ‘வியாபாரம்’ நடத்துகிறான். அவன் – முன்னால் விரித்திருக்கும் அழுக்குத்துண்டில், அஞ்சு, பத்து, மூணு பைசா நாணயங்களாகச் சேர்ந்திருக்கிறது. ‘என்ன இருந்தாலும் பிச்சைக்காரப் பொழைப்பு என்றால் மவுசுதான். என்ன பாக்க ணும்? அய்யா சாமின்னு கையை நீட்டினால் வந்தால் வரவு. வராவிட்டால் நட்டம் ஒண்ணுமில்லே’ என்று நினைத்துக் கொண்டான்.

மேம்பாலத்துப் படியிறங்கி ஸ்ரீ குமார் தியேட்டர் வழியாக, தம்பானூர் பஸ் நிலையம், ரயில்வே ஸ்டேஷன் பக்கமாக நடந்தான். பார்க்கில் எவனெவனோ படுத்து வெயில் அறியாமல் தூங்குகிறான். ‘பிச்சைக்காரர்களுக்கு விலக்கப்பட்ட இடம்’ என்ற பெரிய போர்டின் கீழே யாரோ பிச்சைக்காரன்தான் படுத்துக்கிடந்தான்.

ஒன்றுமே தோன்றாதவனாக, ஊரெல்லாம் சுற்றி வளைய வளைய வந்தபோது, ‘சே என்ன பொழைப்பு’ என்று வாழ்க்கையே வெறுத்தது. வயிற்றினுள் பசி, காந்தலாகக் கவிந்திருந்தது. கண்களை

இருட்டிக்கொண்டு வந்தது. தெருக் குழாய்த் தண்ணீரை எத்தனை தடவைதான் குடிக்க முடியும்? பட்டினி, அப்புக்குட்டனைப் பொறுத்தவரையில் புதிதல்ல என்றாலும், இன்று எதுவும், எங்கும் இல்லை என்ற நினைவின் வாதனையில் அம்போ என்று சங்கடமாக உதைத்தது. தனக்குத் தானாகவே பச்சாதாபப்பட்டுக் கொண்டான். 'இனிமேல்கொண்டு, இந்த ஏமாற்றுவேலை, எத்து வாளித்தனம் எல்லாம் விட்டுவிட்டு ஒரு கப்பலண்டி கடலை வியாபாரமாவது செய்து பிழைத்தால் மானமுண்டு' என்று நினைத் தான். அவனைப் பொறுத்தமட்டில் இந்த நினைவுகள் எல்லாம் சூடு ஏறும்போது ஆவி கிளம்புவது போல்தான். மறு நாள் விடிந்து சரியான ஏமாளியாக எவனாவது வந்து, குதித்து – அவன் கைப் பணம், தன் கைக்கு வரும்போது, கடந்த நாளின் ஞானோதயமும் நல்ல புத்தியுமெல்லாம் மனதளவோடு மலையேறிவிடுகிறது. 'யாயா கப்பலண்டி யாவாரம்! விடிய விடிய அலைஞ்சு வந்தாலும் எட்டணா லாபம் தேறாது. வரட்டும் பாக்கலாம்' என்று கைக் காசுடன் அப்போதைய பாட்டைப் பார்க்கப் போவான்.

இருட்டி வெகு நேரமாகுமுன்பே, எங்காவது ஓரிடத்தில் போய் உடம்பைப் போட வேண்டுமென்று தோன்றியது. ஆரியசாலைப் பக்கமாக நடந்து, கிழக்குப் பக்கம் பழைய சாலைத் தெருவிற்குத் திரும்பி இடதுபுறம் தமிழ் ஸ்கூல் சந்தில் நுழைந்தான். நல்ல வேளை யாக தமிழ்ப் பள்ளிக்கூட தகர கேட்டு திறந்து கிடந்தது. உள்ளே மணல் முற்றத்திற்குமேல், நீண்ட வகுப்பறைத் திண்ணை இருட்டில் அம்போ என்று கிடக்கிறது. யோசித்துக் கொண்டிருக்க நேரமில்லை. சட்டென்று திண்ணையேறிப் போய், தோள் துண்டை எடுத்து சிமிண்டு தரையைத் தட்டிவிட்டு, அதையே விரித்து அப்பாடி யென்று படுத்துக்கொண்டான்.

வயிற்றுக் காந்தலில், மனதின் விரக்தியில், அலைச்சலின் சோர் வில், கொஞ்சநேரம் தூக்கம் வராத வாதனை குமைந்தது. எண்ணிக் கொண்டிருக்க எதுவுமில்லை. குடும்பம் இல்லை. வீடு இல்லை. வகை இல்லை. செய்து முடிக்கவும் எதுவுமில்லை. அதனால் மனதில் எண்ணங்கள் இல்லை. பசி முக்கியம்... வெளியே தெரிந்த ஒற்றை வானத்தில், அங்கிங்காக நட்சத்திரங்கள் உடைந்து சிதறி யிருக்கின்றன. சுவருக்கப்பால் தென்னை மரங்கள் இருட்டாக வளர்ந்து நிற்கின்றன. பக்கத்தில் எருமைக் கொட்டிலிலிருந்து, கவிந்த சாணி வாடையாக வந்துகொண்டிருந்தது. காதருகில் கொசு ரீங் காரம் பாடியது... பிறகு, எப்பொழுது தூக்கம் வந்ததோ அவனுக்கே தெரியாது.

காம்பவுண்டு சுவருக்கப்பால், யாரெல்லாமோ கூட்டமாக கெட்ட வார்த்தைகளால் திட்டிக்கொண்டு அடித்துக்கொள்வதும்,

மோதிக்கொள்வதும் போன்ற அரவம் கேட்டது. அப்புக்குட்டனுக்கு, கொஞ்ச நேரத்திற்கு முன்னாலேயே முழிப்பு வந்திருந்தது. கால்பக்கத்தில் யாரோ உட்கார்ந்திருப்பது போலவும் இருந்தது. வெளியே அடிதடி சச்சரவு வலுப்பதுபோல கேட்டதும், சட்டென்று எழுந்து உட்கார்ந்துகொண்டான். கால் மாட்டில் ஒரு பெண் உட்கார்ந்திருப்பது, இருட்டிலும் தெரிந்தது. அவளிடமிருந்து வாடல்பூவின் மணம் வந்துகொண்டிருந்தது.

"யாரது? பொம்பிளையா?"

"உஸ்... பய்யெப் பேசும். யாரு நீரு? பள்ளிக்கூட வாச்சரா. கொறட்டை விட்டு ஒறங்கினீரே... அந்தச் சத்தம் கேட்டு முழிச்சுட்டீரா... அங்கே, என்னெக் கொண்டு வந்த நாலு கச்சடா ஆளுக அடிபிடி சண்டை போடுதா. ஆரு மொதல்ல வாறதுன்னு தர்க்கம். அடிச்சு ஜெயிச்சுக்கிட்டுதான் வருவானுக போல–"

அவள் ரொம்ப நிசாரமாகப் பேசினாள், அப்புக்குட்டனுக்கு 'பயம்' தெளியுமுன்பு காரியம் புரிந்துகொள்ள ஆரம்பித்தது.

"ஒரு பீடி இருக்கு. உம்மட்டெ தீப்பெட்டி இருக்கா, வாச்சரே?"

"தீப்பெட்டியும் இல்லே பேப்பட்டியும் இல்லே. ஆமா, நீ ஆரு?"

"நானா! அட்றசில்லே. கோர் ஆப் மாடத் தெரு... இந்தா பாத்தேரா இருட்டிலெ தெரியுதா? இருவத்தி ரெண்டு ரூபா. முன் பேறா தந்திட்டானுக. இந்த எச்சில் இலைக்கு. கடிபிடி கூடுறான்க. ஆசாமிக ஆரு தெரியுமா? திரிகுத்துப் பேர்வழிக. கண்டமானிக்கு எவன் முடிச்சு அறுத்த பைசாவாவது கையிலெ வருது. தண்ணி அடி; பெண்ணு பிடி! கேக்கணுமா...? ஆமா, அவனுக இங்கே சவுகரியமா இருக்கும்னு கூட்டிக்கிட்டு வந்தானுகளே, வாச்சரு நீரு இங்கே உள்ளது அவனுகளுக்குத் தெரியாதா?"

"என்ன எளவோ? நான் இங்கே ஏன் நிக்கேன். நான் அந்த இருட்டு வாக்கிலெ போயிருதேன். நீங்க வந்த காரியத்தை முடிச்சுட்டுப் போய்ச் சேருங்க. சரியான எடம் கண்டு பிடிச்சானுகளே..." அப்புக்குட்டன், தனக்குள் ஏதோ முணுமுணுத்துத் தோள் துண்டை எடுத்துக்கொண்டு கீழே இறங்கினான். அவனுக்கு இருந்த வயிற்று நமைச்சலில் அந்தச் சூழ்நிலையே வெறுத்தது.

"வாச்சரே, நில்லும், எனக்கு ஒரு உபகாரம் செய்யணுமே. இந்த இருவத்திரண்டு ரூபாயும் உங்க கையிலெ இருக்கட்டும். தடிமாடப் பயக்கொ, செலப்போ, சங்கதி முடிஞ்சதும், என் கையிலெ உள்ளதெ புடுங்கிக்கிட்டுப் போயிருவானுக. அவனுக கூட

நம்மளாலெ என்ன செய்ய முடியும்? நீங்க அந்த இருட்டு வாக்கிலெ அனங்காமெ இருந்தா போதும். ஒடுக்கம், வாச்சறையும் ஒரு நடை கவனிச்சுக்கிடுதேன். இந்தாரும்...”

அப்புக்குட்டனுக்கு என்ன தோன்றியதோ, சட்டென்று அவள் கைநகம் பட, அவள் நீட்டியதை வாங்கிக்கொண்டான். இருபத்தி ரெண்டு ரூபாய். மத்தியான வெயிலில் சக்தி தியேட்டர் சந்து வழியாக வந்துகொண்டிருந்தபோது, அந்தத் திரிகுத்துச் சூதாட்டக் காரன்கள் நடத்திக்கொண்டிருந்த கூத்து மனக்கண்முன் விரிந்தது. பணத்தைப் பறிகொடுத்த ஒரு பரிதாபப் பேர்வழியின் அழுத முகம்... அங்கே பறிமுதலான தொகை, இங்கே இந்தப் பெண்ணின் கைக்கு வந்திருக்கிறது. கடைசியில்... “அந்த மூர்த்திரப் பொரை பக்கமா இரியும் வாச்சரே...” என்று அவள் பின்னும் அடங்கிய குரலில் சொன்னாள். அப்புக்குட்டன் ஒதுங்குவதற்கு முன்பு, வாசல் கேட்டைத் தாண்டிக் குதித்து ஒருவன் உள்ளே வந்தான். “வா வா. எங்கே நிக்கே? எனக்கு முன்னெ அப்படி ஒருத்தன் உன்னெ பண்ணீர முடியுமா...?” அவள் என்ன பதில் சொன்னாளோ? அப்புக்குட்டன், இருளை மிதித்துக்கொண்டு ஒதுங்கினான். ஒதுங் கினவனுக்கு புத்தி நன்றாகத்தான் வேலை செய்தது. மேற்குப்புற மதில் சுவரை ஏறித் தாண்டி, எருமைக் கொட்டாலின் ஓரத்து ஓடையையும், சாணிச் சகதியையும் சவிட்டி தேய்த்துக் கொண்டு, பழைய சாலைத் தெருவை வந்தடைந்தான்... தெருவில் தெரு விளக் குகள் பகல் போல் எரிந்துகொண்டிருந்தன. அப்புக்குட்டன், இப் போது இருபத்திரண்டு ரூபாய் பணக்காரன்!

“அப்புக்குட்டா, நீ பலே ஆளுடேய். ஒன்வலையிலே விழாதவா ஆருரிக்கா...? உம், நடத்திக்கோ...”

வேலப்பன் இதைச் சொன்னதற்கு என்ன அர்த்தம்? சவம், அந்தத் தேவிடியா மூதிக்கு ஆரு வலை விரிச்சு வச்சிருந்தா? திரி குத்துக்காரனுக அவளெ நம்பிக் கொடுத்தான். அவ, பள்ளிக்கூட வாச்சாரெ நம்பினா. நான் என்ன வாச்சரா? நான் அப்புக்குட்டன்!

அப்புக்குட்டன் பழையசாலைத் தெருவைத் தாண்டும்போது விடிய ஆரம்பித்திருந்தது.

★